## ಡಾ. ಮಿರ್ಜಾ ಬಷೀರ್

ತಮ್ಮ 50ನೆಯ ವಯಸ್ಸಿನಲ್ಲಿ ಬರವಣಿಗೆ ಆರಂಭಿಸಿದ ಡಾ ಮಿರ್ಜಾ ಬಷೀರ್ ಅವರು ಇಂದು ಕಥಾ ಕ್ಷೇತ್ರದಲ್ಲಿ ತಮ್ಮದೇ ಛಾಪು ಮೂಡಿಸಿದ್ದಾರೆ.

ಬಟ್ಟೆ ಇಲ್ಲದ ಊರಿನಲ್ಲಿ (2013) ಜಿನ್ನಿ (2016) ಹಾರುವ ಹಕ್ಕಿ ಮತ್ತು ಇರುವೆ (2020) ಕಥಾ ಸಂಕಲನಗಳು ಈಗಾಗಲೇ ಓದುಗರ, ವಿಮರ್ಶಕರ ಮನ ಗೆದ್ದಿದೆ. ಸಾಕಷ್ಟು ಪುರಸ್ಕಾರಗಳಿಗೂ ಪಾತ್ರವಾಗಿದೆ.

ಪಶುವೈದ್ಯರ ಮನಕಲಕುವ ದಿನಚರಿಯಾದ 'ಗಂಗೆ ಬಾರೆ ಗೌರಿ ಬಾರೆ' ಓದುಗರ ಮನಗೆದ್ದಿದೆ.

'ಜಿನ್ನಿ' ಕಥಾ ಸಂಕಲನಕ್ಕೆ ಲಂಕೇಶ್ ಪ್ರಶಸ್ತಿ ಮತ್ತು ಸಾಂಬಶಿವಯ್ಯ ಸಾಹಿತ್ಯ ಟ್ರಸ್ಟ್ ಪುಸ್ತಕ ಬಹುಮಾನ.

'ಹಾರುವ ಹಕ್ಕಿ ಮತ್ತು ಇರುವೆ' ಕಥಾ ಸಂಕಲನಕ್ಕೆ ಸ್ವಾಭಿಮಾನಿ ಕರ್ನಾಟಕ, ಬೆಂಗಳೂರು ಇವರ ಪುಸ್ತಕ ಪ್ರಶಸ್ತಿ ಮತ್ತು ಬೆಸಗರಹಳ್ಳಿ ರಾಮಣ್ಣ ಕಥಾ ಸಂಕಲನ ಪ್ರಶಸ್ತಿ ಗೌರವ.

'ಪ್ರಜಾವಾಣಿ'ಯ ದೀಪಾವಳಿ ಕಥಾಸ್ಪರ್ಧೆಯಲ್ಲಿ ಮೂರು ಬಾರಿ ಬಹುಮಾನ ವಿಜೇತರಾದ ಹಿರಿಮೆ ಇವರದ್ದು. 'ಕನ್ನಡಪ್ರಭ' ಮತ್ತು 'ಸಪ್ನ ಬುಕ್ಸ್'– ಸಂಕ್ರಾಂತಿ ಕಥಾಸ್ಪರ್ಧೆಯಲ್ಲಿ ಬಹುಮಾನ. 'ಗಂಗೆ ಬಾರೆ ಗೌರಿ ಬಾರೆ' ಕೃತಿಗೆ 'ಅಮ್ಮ' ಪ್ರಶಸ್ತಿ ಸಂದಿದೆ.

ಇವರ ಹಲವು ಕಥೆಗಳು ಅನೇಕ ವಿಶ್ವವಿದ್ಯಾಲಯಗಳ ಪದವಿ ತರಗತಿಗಳಿಗೆ ಮತ್ತು ಪ್ರೌಢಶಾಲೆ ತರಗತಿಗಳಿಗೆ ಪಠ್ಯವಾಗಿವೆ. ತೆಲುಗಿಗೆ ಅನುವಾದಗೊಂಡಿವೆ.

ಇವರು ಬರೆದ ನಾಟಕ ಮತ್ತು ಕಥೆಯೊಂದು ಇವರು ಓದಿದ ಪಶುವೈದ್ಯಕೀಯ ವಿಶ್ವವಿದ್ಯಾಲಯದಲ್ಲಿಯೇ ಪಠ್ಯವಾಗಿರುವುದು ಇವರಿಗೆ ಹೆಮ್ಮೆಯ ವಿಷಯ.

ಚಿತ್ರದುರ್ಗ ಜಿಲ್ಲೆ ಚಳ್ಳಕೆರೆಯಲ್ಲಿ ಹುಟ್ಟಿದ ಬಷೀರ್ ಅವರು ಚಳ್ಳಕೆರೆ, ಹೊಳಲ್ಕೆರೆ, ಜಗಳೂರು, ಬೆಂಗಳೂರಿನಲ್ಲಿ ವಿದ್ಯಾಭ್ಯಾಸ ಮಾಡಿ ನಂತರ ಎರಡು ವರ್ಷ ಭಾರತೀಯ ಆಗ್ರೋ ಇಂಡಸ್ಟ್ರೀಸ್ ಫೌಂಡೇಶನ್ (ಬಿಎಐಎಫ್) ಮಹಾರಾಷ್ಟ್ರ ಹಾಗೂ ಕರ್ನಾಟಕದ ಹಲವು ಕಡೆ ಕೆಲಸ ಮಾಡಿದ್ದಾರೆ.

1983ರಲ್ಲಿ ಸರಕಾರಿ ಸೇವೆಗೆ ಸೇರ್ಪಡೆ. 2015ರಲ್ಲಿ ಸ್ವಯಂ ನಿವೃತ್ತಿ. ಪ್ರಸ್ತುತ ತುಮಕೂರಿನಲ್ಲಿ ವಾಸ.

# ಅಬ್ರಕಡಬ್ರ

ಕಥಾ ಸಂಕಲನ

**ಡಾ. ಮಿರ್ಜಾ ಬಷೀರ್**

ಬಹುರೂಪಿ

ಎಂಬೆಸಿ ಸೆಂಟರ್, 111, ಮೊದಲನೇ ಮಹಡಿ, ಕ್ರೆಸೆಂಟ್ ರಸ್ತೆ,
ಕುಮಾರಪಾರ್ಕ್ ಈಸ್ಟ್, ಬೆಂಗಳೂರು 560 001.
ದೂರವಾಣಿ: 70191 82729

102

**ABRACADABRA**

A collection of short stories by
noted author **Dr MIRZA BASHEER**
basheervetdoc@gmail.com
94481 04973

Published By **Bahuroopi**
Embassy Centre, 111, First Floor, Crescent Road,
Kumarapark East, Bangalore 560001

editor@bahuroopi.in

Mobile | Whats App Bookstore: **70191 82729**

online book store: **bahuroopi.in**

ISBN: 978-81-969988-8-2
First Edition: December 2023
Pages: 108 | Price: Rs. 150


Cover and Inside Design: **Sagar M S**
Inside Illustrations: **Ra Suri**
Cover Art: **Pa Sa Kumar**
Author's Pic: **Dr Khaleem Ulla**

ಬಾಲ್ಯದಲ್ಲಿ ರಾಗವಾಗಿ
ಹಾಡಿಕೊಳ್ಳುತ್ತಿದ್ದ
ಅ ಆ ಇ ಈ,
ಕ ಕಾ ಕಿ ಕೀ
ಮತ್ತು
ಮಗ್ಗಿ
ಇವುಗಳಿಗೆ ಹಿಗ್ಗಿನಿಂದ
ಅರ್ಪಿಸಿದೆ.

# ಕಥೆಯ ಲೋಕದ ಒಳಗೆ...

ಇದು ನನ್ನ ನಾಲ್ಕನೆಯ ಕಥಾಸಂಕಲನ. ಓದುಗರು ಈ ಕಥೆಗಳನ್ನು ಎಂದಿನಂತೆ ಸ್ವೀಕರಿಸುತ್ತಾರೆಂಬ ವಿಶ್ವಾಸ ನನ್ನದು. ಓದುಗರಿಲ್ಲದೆ ಬರಹಗಾರನಿಲ್ಲ. ಸಮಾಜದಲ್ಲಿ ಬೇರು ಬಿಟ್ಟ ಬರಹಗಾರ ಮಾತ್ರ ಬದುಕ ಹೀರಿ ಬರೆಯಬಲ್ಲ. ಸಮಾಜಕ್ಕೆ ವಿಮುಖನಾದವ ಅಪ್ರಸ್ತುತನಾಗುತ್ತಾನೆ. ನಮ್ಮ ಇಂದಿನ ಬದುಕನ್ನು ನೋಡಿದರೆ ಜೀವ ತಲ್ಲಣಿಸಿ ಹೋಗುತ್ತದೆ. ಸಮಾಧಾನವೆಂದರೆ ಸಾಂತ್ವನವೂ ಇಲ್ಲೇ ಇರುವುದು. ಕಥೆಯೆಂದರೆ ಬದುಕನ್ನು ನೋಡುವ ಬಗೆ. ಸುಧಾರಿಸುವ ಬಗೆ. ಕಥೆ ಕನ್ನಡಿಯಷ್ಟೇ ಅಲ್ಲ ಓರೆಕೋರೆಗಳನ್ನು ತಿದ್ದುವ ಚಿಕಿತ್ಸೆಯನ್ನೂ ಒಳಗೊಂಡಿರುತ್ತದೆ. ದುರಿತ ಕಾಲದ ಸಾಹಿತ್ಯಕ್ಕೆ ಜವಾಬ್ದಾರಿ ಹೆಚ್ಚು.

ಈ ಕಥಾಸಂಕಲನವನ್ನು ಪ್ರಕಟಿಸುತ್ತಿರುವ ಬಹುರೂಪಿ ಪ್ರಕಾಶನದ ಜಿ.ಎನ್. ಮೋಹನ್‌ರವರಿಗೆ ಸಾವಿರದ ಶರಣು. ಈ ಮೊದಲು ನನ್ನ ಹಿಂದಿನ ಅನುಭವ ಕಥನ, 'ಗಂಗೆ ಬಾರೆ ಗೌರಿ ಬಾರೆ' ಪುಸ್ತಕವನ್ನು ಬಹುರೂಪಿಯವರೇ ಪ್ರಕಟಿಸಿದ್ದರು.

ಮುನ್ನುಡಿಯ ಮಾತುಗಳನ್ನು ಆಡಿರುವ ಎಸ್.ಆರ್. ವಿಜಯಶಂಕರ್‌ರವರ ಪ್ರೀತಿಗೆ ನಮಿಸುತ್ತೇನೆ.

ಇಲ್ಲಿನ ಕಥೆಗಳನ್ನು ಪ್ರಕಟಿಸಿದ 'ಹೊಸ ಮನುಷ್ಯ', 'ಬೆವರ ಹನಿ', 'ನ್ಯಾಯಪಥ', 'ಮಯೂರ', 'ಸಮಾಜಮುಖಿ' ಪತ್ರಿಕೆಗಳ ಸಂಪಾದಕರಿಗೆಲ್ಲರಿಗೂ ವಂದನೆಗಳು.

ಸದಾ ಎಚ್ಚರಿಕೆಯ ಧ್ವನಿಯಾಗಿದ್ದ ಡಿ.ಎಸ್.ನಾಗಭೂಷಣರವರನ್ನು ನೆನೆಯುತ್ತೇನೆ.

'ಮೂಗುಬೊಟ್ಟು' ಕಥೆಯನ್ನು, ತೇಜಸ್ವಿ ಕಥಾಸ್ಪರ್ಧೆಯಲ್ಲಿ ಬಹುಮಾನಿಸಿ, 'ತೆರೆದ ಅಂಚೆ' ಕಥಾಸಂಕಲನದಲ್ಲಿ ಪ್ರಕಟಿಸಿದ್ದಕ್ಕೆ ಅಬಚೂರಿನ ಮಿತ್ರವೃಂದ ಪ್ರಕಾಶನ, ಹಾಸನದ ಗೆಳೆಯರಿಗೆ ನಮನಗಳು.

'ಇರುವನೊಬ್ಬನು ಚಂದಿರ' ಮತ್ತು 'ಹೋಟೆಲ್ ಗಜಾನನ' ಕಥೆಯನ್ನು ಸಮಾಜಮುಖಿ ಕಥಾಸ್ಪರ್ಧೆಯಲ್ಲಿ ಬಹುಮಾನಿಸಿ, 'ಅಕ್ಕರೆಗಾವ ಲಿಂಗ' ಮತ್ತು 'ಮುರ್ಘುಫರ್' ಕಥಾಸಂಕಲನದಲ್ಲಿ ಪ್ರಕಟಿಸಿದ ಸಂಪಾದಕರಾದ ಚಂದ್ರಕಾಂತ ವಡ್ಡುರವರಿಗೆ ನಮನಗಳು.

ಪುಸ್ತಕಕ್ಕಾಗಿ ಫೋಟೋ ತೆಗೆದ ಆತ್ಮೀಯರಾದ ಕಲೀಮುಲ್ಲಾ, ಶಿವಮೊಗ್ಗ ಇವರಿಗೆ ಶರಣು. ಡಿಟಿಪಿ ಕೆಲಸವನ್ನು ಅಚ್ಚುಕಟ್ಟಾಗಿ ನಿರ್ವಹಿಸಿದ ತುಮಕೂರಿನ ಶ್ರೀ ಬಾಳೇಶ್ವರ ಡಿಟಿಪಿ ಸೆಂಟರ್‌ನ ಡಿ.ಪಿ.ಮಂಜುನಾಥ್‌ರವರಿಗೆ ನಾನು ಕೃತಜ್ಞ.

ನನ್ನ ಕಾಲೇಜು ಸಹಪಾಠಿಯು ಜಿಗ್ರಿ ದೋಸ್ತನೂ ಆದ ಡಾ.ಸಿ.ಟಿ.ಜಯರಾಮ್ ಮತ್ತು ಶ್ರೀಮತಿಯವರನ್ನು ಸ್ಮರಿಸುತ್ತೇನೆ. ಸಾಹಿತ್ಯಾಸಕ್ತರೂ, ಪುಸ್ತಕಪ್ರೇಮಿಗಳೂ ಮತ್ತು ಬಹುಕಾಲದ ಆಪ್ತರೂ ಆದ ಡಾ. ಸಿ.ಆರ್. ಮಂಜುನಾಥ್ ಮತ್ತು ಕಲಾವತಿ ದಂಪತಿಯ ಕಕ್ಕುಲಾತಿ ಮತ್ತು ಮೃದು ಸ್ವಭಾವಕ್ಕೆ ಮಾರುಹೋಗಿರುವ ನಾನು ಇವರಿಗೆ ಎರಡೂ ಕೈ ಜೋಡಿಸಿ ನಮಸ್ಕರಿಸುತ್ತೇನೆ.

ಪುಸ್ತಕ ಕೈಯಲ್ಲಿ ಹಿಡಿದಿರುವ ನೀವು ಪುಣ್ಯಾತ್ಮರು.

ಇನ್ನು ನೀವುಂಟು, ಕಥೆಗಳುಂಟು.

**ಡಾ. ಮಿರ್ಜಾ ಬಷೀರ್**

# ಸಾಮರಸ್ಯದ ಶಕ್ತಿ

ಡಾ. ಮಿರ್ಜಾ ಬಷೀರ್ ಅವರ ನಾಲ್ಕನೆಯ ಕಥಾಸಂಕಲನ 'ಅಬ್ರಕಡಬ್ರ'ದ ಒಂಬತ್ತು ಕತೆಗಳಲ್ಲೂ ಸ್ಥಾಯಿಗುಣ, ಜೀವನಪ್ರೀತಿಯುಳ್ಳ ಮಾನವೀಯತೆ ಮತ್ತು ಜೀವನಮೌಲ್ಯವಾಗಿ ಸಮಾನತೆ ಢಾಳಾಗಿ ಕಾಣುತ್ತವೆ. ಸ್ವಾತಂತ್ರ್ಯೋತ್ತರ ಭಾರತವು ಜಾತಿ, ಮತ, ಧರ್ಮ, ಭಾಷೆ, ಪ್ರಾಂತಗಳ ಭೇದವಿಲ್ಲದೆ ಎಲ್ಲಾ ಪ್ರಜೆಗಳಿಗೂ ಸಮಾನತೆಯ ಹಕ್ಕನ್ನು ನೀಡಿದೆ. ನಮ್ಮ ಸಮಾಜ ಧರ್ಮನಿರಪೇಕ್ಷವಾಗಿ ಸಮಾನತೆಯನ್ನು ಒಂದು ಮೌಲ್ಯವಾಗಿ ಸ್ವೀಕರಿಸಿದೆ. ಆತನಕ ಆಚಾರ, ವಿಚಾರ, ಸಂಸ್ಕೃತಿ, ನಡಾವಳಿ, ಆಚರಣೆಗಳಲ್ಲಿ ನಮ್ಮ ಸಮಾಜದಲ್ಲಿದ್ದ ಸಾಮರಸ್ಯವು ಸಂವಿಧಾನ ನೀಡಿದ ಸಮಾನತೆಯ ಮೌಲ್ಯದಿಂದ ಹೊಸ ಹೊಳಪು ಪಡೆಯಿತು. ಅಂತಹ ಅನ್ಯೋನ್ಯ ಸಾಮರಸ್ಯ ಅನ್ಯಾಯವಾಗಿ, ವಿನಾಕಾರಣ, ಸ್ವಾರ್ಥಪ್ರೇರಿತ, ಅಧಿಕಾರ ಮೋಹದ ದ್ವೇಷದಿಂದ ಹಾಳಾಗುವುದು ಕಥೆಗಾರ ಮಿರ್ಜಾರನ್ನು ಅತೀವ ಆತಂಕಕ್ಕೆ ಒಳಪಡಿಸಿದೆ.

ಸಾಮರಸ್ಯದ ಮಾನವ ಸಂಬಂಧಗಳಿಗೆ ಇನ್ನೂ ಶಕ್ತಿ ಇದೆ; ಅದು ಉಳಿದು ಬೆಳೆಯಬಲ್ಲದು ಎಂಬ ಆಶಾವಾದಿ ಡಾ. ಮಿರ್ಜಾ ಬಷೀರ್. ಹಾಗಾಗಿ ಅವರ, 'ಇರುವನೊಬ್ಬನು ಚಂದಿರ' ಕಥೆಯಲ್ಲಿ ಮಸ್ತಾನ್ ಸಾಹೇಬರು ಬಸ್ಸಿನಲ್ಲಿ ದಾವಣಗೆರೆಗೆ ಹೋಗುವಾಗ ಪಕ್ಕದಲ್ಲಿ ಕುಳಿತ ಗ್ರಾಮ ಪಂಚಾಯ್ತಿ ಚಂದ್ರಣ್ಣನ ಬಳಿ, ಹೊಸದಾಗಿ ಕಟ್ಟಿಸುತ್ತಿದ್ದ ಊರ ಹನುಮಂತನ ಗುಡಿಗೆ ಹತ್ತು ಸಾವಿರ ಕೊಡುವುದಾಗಿ ಅಲ್ಲೇ ಮಾತು ಕೊಟ್ಟು ಬಸ್ಸಿನಿಂದಿಳಿದು ಹೋಟೆಲ್‌ನಲ್ಲಿ ಜೊತೆಯಾಗಿ ಚಹಾ ಕುಡಿದು ತಂತಮ್ಮ ಕೆಲಸಗಳಿಗೆ ಹೋಗುತ್ತಾರೆ. ಅದರ ಹಿಂದಿನ ದಿನ ನಡೆದ ಒಂದು ಕೊಲೆಯ ಕಾರಣದಿಂದ ಊರಿನ ತುಂಬಾ ಹಿಂಸಾಚಾರ ಪ್ರಾರಂಭವಾದಾಗ ಮಸ್ತಾನ್ ಸಾಹೇಬರು ಭುಗಿಲೆದ್ದ ಕೋಮು ಹಿಂಸಾಚಾರದ ದಳ್ಳುರಿಯಲ್ಲಿ ಸಿಕ್ಕಿ ಹಲ್ಲೆಗೆ ಒಳಗಾಗುತ್ತಾರೆ. ತಾನು ಸತ್ತೆ ಎಂದು ತಿಳಿದ ಮಸ್ತಾನ್ ಸಾಹೇಬರು ಆಸ್ಪತ್ರೆಯಲ್ಲಿ ಎಷ್ಟೋ ಗಂಟೆಗಳ ಬಳಿಕ ನೋವಿನಿಂದಲೇ ಕಣ್ಣು ತೆರೆದಾಗ ಮೊದಲಿಗೆ ಅವರು ನೋಡುವುದು ಪಂಚಾಯ್ತಿ ಅಧ್ಯಕ್ಷ ಚಂದ್ರಣ್ಣನ ಮುಖ. "ಆ ಮುಖ ಉಗಾದಿ ಚಂದ್ರನಂತೆ, ರಂಜಾನ್ ಚಂದ್ರನಂತೆ ಕಂಡು ಇಬ್ಬರಲ್ಲಿಯೂ ಸಮಾಧಾನ ತಂದಿತು" ಎಂಬುದು ಕಥೆಗಾರ ನಿರೂಪಕನ ಮಾತು.

ಲೋಕ ವ್ಯವಹಾರದಲ್ಲಿ ದ್ವೇಷ-ಕಷ್ಟ-ನಷ್ಟ, ಬಡತನ, ಶೋಷಣೆಗಳು ಎಷ್ಟೇ ಇದ್ದರೂ ಬದುಕಿನಲ್ಲಿ ಆಶಾವಾದ, ಮನುಷ್ಯನಲ್ಲಿ ಒಳ್ಳೆಯತನ ಚಿಗುರಿಯೇ ಚಿಗುರುತ್ತದೆ ಎಂಬ ನಂಬಿಕೆಯನ್ನು, ಆದರ್ಶದ ಹಂಬಲವನ್ನು ಅದರ ನಿರೂಪಕರು ಬಿಟ್ಟುಕೊಡುವವರಲ್ಲ. 'ಮುದುಕ ಮತ್ತು ಮಗು' ಕಥೆಯಲ್ಲಿ, ಚಪ್ಪಲಿಗಳ ಕಳ್ಳತನ ಮಾಡಿ ಬದುಕುವ ಮುದುಕ, ಬಡಮಗುವಿನ ಕಿತ್ತು ಹೋದ ಒಂದು ಚಪ್ಪಲಿಗೆ ಬದಲಾಗಿ, ಅಲ್ಲಿ ತಾನು ನೋಡದೇ ಇದ್ದೂ ಕೂಡ, ಯಾವುದೋ ಒಂದು ಬಡಮಗುವಿಗಾಗಿ; ಊಟಕ್ಕಾಗಿ ಜೋಪಾನ ಮಾಡಿದ ದುಡ್ಡಿನಲ್ಲಿ ತನ್ನ ಮೊಮ್ಮಗುವಿನ ನೆನಪಿನಲ್ಲಿ ಒಂದು ಹೊಸ ಚಪ್ಪಲಿ ಕೊಂಡುಕೊಳ್ಳುತ್ತಾನೆ. ಮಾನವಪ್ರೀತಿಯಲ್ಲಿ ಹಸಿವಿನ ಭಯ, ಸಂಕಟಗಳೆರಡನ್ನೂ ಮೀರುತ್ತಾನೆ. ಕಲ್ಪಿತ ವಾಸ್ತವ ತಂತ್ರದಲ್ಲಿ ಹೆಣೆದ ಆಪ್ತಶೈಲಿಯ ಕಥೆ ಸರಳರೇಖೆಯಲ್ಲಿ ಚಲಿಸಿ ಭಾವನಾತ್ಮಕವಾಗಿ ಕೊನೆಗೊಳ್ಳುತ್ತದೆ. ಆದರೆ ಅದು ಹಸಿವನ್ನೂ ಮೀರಿದ, ಬಡತನಕ್ಕೂ ಬಾಗದ, ಅಂತರಂಗದ ಮಾನವಪ್ರೀತಿಗಾಗಿ ಬಹಿರಂಗದ ಲಾಭಗಳನ್ನು ತಿರಸ್ಕರಿಸಬಲ್ಲ ಮನುಷ್ಯ ಸ್ಪಂದನವನ್ನು ಎತ್ತಿ ಹಿಡಿಯುತ್ತದೆ.

'ಚಂದನ ಗಾಂಧಿ' ಕಥೆಯಲ್ಲೂ, ಬಹುಮಾನವಾಗಿ ಗಾಂಧೀಜಿ ಬರೆದ ಪುಸ್ತಕಗಳನ್ನು ಶಾಲೆಯಲ್ಲಿ ಪಡೆದ ಪುಟ್ಟ ಹುಡುಗ ಚಾಂದ್‌ಪೀರ್, ಗಾಂಧಿ ಪ್ರಭಾವದಿಂದ ತಾನು ಬದಲಾಗುವುದು ಮಾತ್ರವಲ್ಲದೆ ತನ್ನ ತಾಯಿ ತಂದೆಯರ ಮೇಲೂ ಪ್ರಭಾವ ಬೀರುತ್ತಾನೆ. ಇನ್ನೊಬ್ಬರಿಗೆ ಸೇರಿದ ಮಾವಿನಹಣ್ಣು ತಿನ್ನದಿರುವ ಸಣ್ಣ ಕೆಲಸದ ಮೂಲಕ ಗಾಂಧಿ ತತ್ವವನ್ನು ಅನ್ವಯಿಸಿ ತೋರಿಸುತ್ತಾನೆ. ಪ್ರಲೋಭನೆ ಆಮಿಷಗಳನ್ನು ಮೀರುವುದರ ಮೂಲಕ ಚಾಂದ್ ಋಜುಮಾರ್ಗದ ಶಕ್ತಿಯನ್ನು ಕಂಡುಕೊಳ್ಳುತ್ತಾನೆ. ವಾಂಛಲ್ಯವನ್ನು ಗೆಲ್ಲುವ ಮೂಲಕ ಗಾಂಧಿಯನ್ನು ತನ್ನ ಬದುಕಲ್ಲಿ ಅನ್ವಯಿಸಿ ತೋರಿಸಿ, ಇಂದೂ ನಮ್ಮ ಬದುಕಿನಲ್ಲಿ ಗಾಂಧಿ ಸಾಧ್ಯ ಎಂಬುದನ್ನು ಸಾಬೀತುಪಡಿಸುತ್ತಾನೆ.

'ಅದಲು-ಬದಲು' ಕಥೆ, ಸುಲ್ತಾನ್ ಸಾಹೇಬ್ ಮತ್ತು ಗವಿರಂಗಪ್ಪನ ಮನೆಗಳ ನಡುವಿನ ಸಾಮರಸ್ಯದ ವಿವರಗಳಲ್ಲಿ ಪ್ರಾರಂಭವಾಗುತ್ತದೆ. ಆದರೆ ಕಾರಣ ತಿಳಿಯದೆ ಕೆಲವು ದಿನ ಪರಸ್ಪರ ಸಂಬಂಧ ಕಡಿದು ಬದುಕು ಅಯೋಮಯವಾಗುತ್ತದೆ. ಸಾಮರಸ್ಯ ಕಡಿದಂತಾಗಿ ಮಾನಸಿಕವಾಗಿ ನರಳುತ್ತಾರೆ. ಕೊನೆಗೆ ಅದು ಕೊರೋನಾದಿಂದ ಹಾಗಾಯಿತು ಎಂಬುದು ತಿಳಿಯುತ್ತದೆ. ಕಥೆ ತನ್ನ ಸಾಂಕೇತಿಕತೆಯಿಂದ ದೇಶದಲ್ಲಿ ಇಂದು ದೊಡ್ಡದಾಗುತ್ತಿರುವ ಧರ್ಮ ಸಂಬಂಧಿತ ಬಿರುಕುಗಳು ಕೊರೋನಾದಂತೆ ತಾತ್ಕಾಲಿಕ. ಕೆಲವು ಸಮಯ ಇದ್ದು ಹೊರಟು ಹೋಗಬಹುದೆಂಬ ಆಶಾವಾದವನ್ನು ಸೂಚಿಸುತ್ತದೆ. ಕರೀಮಜ್ಜನಂತೂ ಪರಸ್ಪರ ಸಂಪರ್ಕವಿಲ್ಲದೆ ಎರಡು ಧರ್ಮಗಳ ನಡುವೆ ನಡೆಯುತ್ತಿರುವ ಬಿಕ್ಕಟ್ಟಿನ ಪರಿಣಾಮವೋ ಎಂಬ ಯೋಚನೆ ಬಂದು ತನ್ನಷ್ಟಕ್ಕೆ ತಾನೆ ಸಹಜವಾಗಿ, "ಪ್ರಾರ್ಥನಾ ಸ್ಥಳಗಳನ್ನು ವಿಶ್ವದ ಎಲ್ಲ ಪ್ರಜೆಗಳ ಧ್ಯಾನಮಂದಿರಗಳನ್ನಾಗಿ ಮಾಡಬೇಕು" ಎನ್ನುತ್ತಾನೆ.

ಶ್ರೀಮಂತಿಕೆ, ಅಲ್ಲಿ ಹುಟ್ಟುವ ಅಮಾನವೀಯತೆ, ಶೋಷಣೆಗಳು ಇದ್ದರೂ ತಬ್ಬಲಿ ಶಂಷಾದ್, ಒಂದು ಪ್ರೀತಿಯ ಮಾತಿನಿಂದ ಎಲ್ಲವನ್ನೂ ಮರೆತುಬಿಡುತ್ತಾಳೆ. ಅವಳು ಲೈಂಗಿಕವಾಗಿಯೂ ಶೋಷಣೆಗೆ ಒಳಗಾಗಬಹುದು. ಆದರೆ ಕಥಾ ಸಂದರ್ಭ ಮಾನವನಿಗೆ ಪ್ರೀತಿಯ ಮಹತ್ವ ಎಷ್ಟಿದೆ ಎಂಬುದನ್ನು ಕಾಣಿಸುತ್ತದೆ. ಮೋಸವಾಗುತ್ತಿದ್ದರೂ ಪ್ರೀತಿಗೆ ತಹತಹಿಸುವ ಜೀವದ ಮಿಡುಕನ್ನು ಜಾತಿ, ಧರ್ಮ, ಬಡವ, ಬಲ್ಲಿದರ ಹೊರತಾಗಿಯೂ ಕಾಣಬೇಕೆಂದು ಕಥೆ ಒತ್ತಾಯಿಸುತ್ತದೆ.

ಹುಟ್ಟಿನಿಂದೊಂದು ಮುಂಜಿ ಬಿಟ್ಟರೆ ಮತ್ತೆಲ್ಲಾ ರೀತಿಯಲ್ಲೂ ಹಿಂದೂಗಳಿಗೆ ತಮಗೂ ವ್ಯತ್ಯಾಸವಿಲ್ಲದಂತೆ ಬದುಕುವ ಪಿಂಜಾರ ಮುಸ್ಲಿಮರು, ಇಂದಿನ ಸಾಮಾಜಿಕ ಸಂದರ್ಭದಲ್ಲಿ ಯಾಕೆ ಇತರ ಉರ್ದು ಮಾತನಾಡುವ ಮುಸ್ಲಿಮರನ್ನು ಅನುಕರಿಸುವುದು ಅನಿವಾರ್ಯ ಎಂದು ತಿಳಿಯುತ್ತಾರೆ ಎಂಬುದು ಕೂಡಾ ಡಾ. ಮಿರ್ಜಾ ಅವರ ಆತಂಕಕ್ಕೆ ಕಾರಣವಾಗಿದೆ. ಮೋಸ ಹೊಂದುವ ಚಿಕ್ಕಮ್ಮ ('ಕೊಶ್ಚನ್ ಆಫ್ ಟೈಮ್' ಕಥೆ), ತನ್ನ ಬಡತನ ಅಸಹಾಯಕತೆಗಳಿಂದ ಶೋಷಣೆಗೆ ಒಳಗಾಗುವ ಮೂಕಿ ('ಲಾಕ್‌ಡೌನ್' ಕಥೆ) ಹೀಗೆ ಎಲ್ಲಾ ಕಡೆ ಹಿಂಸೆ, ಕ್ರೌರ್ಯಗಳು ಯಾಕೆ ಹೆಚ್ಚಾಗುತ್ತಿವೆ ಎಂಬುದು ಡಾ. ಮಿರ್ಜಾರನ್ನು ನಿರಂತರವಾಗಿ ಕಾಡಿದೆ.

'ಹೋಟೆಲ್ ಗಜಾನನ' ಕಥೆ ಸಂಜೀವಪ್ಪನಿಗೂ, ಅನಾಥನಾಗಿ ಊರಿಗೆ ಬಂದ ಜಬ್ಬಾರ್‌ಗೂ ಪರಸ್ಪರ ಬೆಳೆಯುವ ಕೌಟುಂಬಿಕ ರೀತಿಯ ಪ್ರೀತಿಯ ಬಂಧನವನ್ನು ಸೂಚಿಸುತ್ತದೆ. ಸಂಜೀವಪ್ಪ ಊರಿಗೆ ಹೋಗುವಾಗ ಹೋಟೆಲನ್ನು ಲಾಭಕ್ಕೆ ಮಾರದೆ ಜಬ್ಬಾರನಿಗೆ ಕೊಡುತ್ತಾನೆ. ಜಬ್ಬಾರ, ಅಡುಗೆಯ ಸೀತಾರಾಮು, ಹೊಸದಾಗಿ ಕೆಲಸಕ್ಕೆ ಸೇರಿದ ಕಾಶಿ ಯಶಸ್ವಿಯಾಗಿ ಹೋಟೆಲ್ ನಡೆಸುತ್ತಾರೆ. ಜಾತಿ, ಮತ, ಧರ್ಮಗಳನ್ನು ಮೀರಿದ ಪರಸ್ಪರ ಸಾಮರಸ್ಯದ ಸಂಬಂಧವಿದ್ದ ಊರಲ್ಲಿ ಕೋಮು ದ್ವೇಷ ಹಬ್ಬುವುದನ್ನು ಕಥೆ ಕಾಣಿಸುತ್ತಾ ಹೋಗುತ್ತದೆ. ಜಬ್ಬಾರ್, ಶಾಂತ ಮೇಡಂ ಮಗಳು ವಿಸ್ಮಯಳ ಪ್ರೇಮಪಾಶದಲ್ಲಿ ಬಿದ್ದರೆ – ಹಿಂದೂಗಳಿಗೆ ಅದು ಲವ್ಜಿಹಾದ್‌ನಂತೆ ಕಂಡರೆ, ಮುಸ್ಲಿಮರಿಗೆ ಧರ್ಮಬಾಹಿರ ಪಾಪದ ಕೆಲಸವಾಗಿ ಕಾಣುತ್ತದೆ. ಗಣೇಶನ ಹಬ್ಬಕ್ಕೆ ಸ್ವಯಂಸೇವಕನಾಗಿ ಪೆಂಡಾಲ್ ಕೆಲಸ ಮಾಡುವ ಜಬ್ಬಾರ್, ಒಂದು ಧರ್ಮಕ್ಕೆ ದ್ರೋಹಿಯಾಗಿಯೂ, ಇನ್ನೊಂದು ಧರ್ಮದವರಿಗೆ ಕುಟಿಲನಾಗಿಯೂ ಕಾಣುತ್ತಾನೆ. ಸಂಜೀವಪ್ಪ ಎಂದೋ ಮಾಡಿಸಿ ಇಟ್ಟಿದ್ದ ಹೋಟೆಲ್ ಬೋರ್ಡನ್ನು ಹಾಕಿದ್ದೇ, ಎರಡೂ ಧರ್ಮದವರಿಗೆ ತಪ್ಪಾಗಿ ಕಾಣುತ್ತದೆ. ಕೋಮು ದ್ವೇಷ ಹೆಚ್ಚಾದಾಗ 'ಕಾಶಿ' ಬದಲು ಆತ 'ಕಾಶಿಂ' ಅಥವಾ 'ಕಾಸಿಂ' ಎಂಬ ವದಂತಿ ಹರಡಿ ಹಿಂಸೆಯಾಗುತ್ತದೆ. ಕೋಮುದಳ್ಳುರಿಯಲ್ಲಿ ಹೋಟೆಲ್ ನಾಶವಾಗಿ, ಎಲ್ಲವೂ ಹಾಳಾಗಿ ಹೋಟೆಲ್ ಮುಚ್ಚಿ ಹೋದರೂ 'ವಿಸ್ಮಯ' ಮಾತ್ರ ತನ್ನ ಪ್ರೀತಿಗಾಗಿ ಕಾಯುತ್ತಾಳೆ. ಜಬ್ಬಾರ ಬದುಕಿರುವನೋ, ಇಲ್ಲವೋ ಎಂಬ ಆತಂಕದಲ್ಲೇ ಅವಳು ಕಾಯುತ್ತಿರುತ್ತಾಳೆ.

ಅನಗತ್ಯ ದ್ವೇಷದ ಆಚೆ ನಿಜವಾದ ಮಾನವಪ್ರೇಮದ ಹಂಬಲ ಡಾ. ಮಿರ್ಜಾ ಬಷೀರ್ ಅವರಲ್ಲಿ ಸತತವಾಗಿ ಬೆಳೆದು ಬಂದ ಚಿಂತನೆ. ದಯೆ, ಕರುಣೆ, ಕ್ಷಮಾಗುಣಗಳು ಮನುಷ್ಯನನ್ನು ಪ್ರಾಣಿ ಪ್ರವೃತ್ತಿಯಿಂದ ಮನುಷ್ಯ ಪ್ರೀತಿಗೆ ಎತ್ತುವ ಶಕ್ತಿಗಳು. ಅದು ವ್ಯಕ್ತಿಯಲ್ಲಿ, ಸಮುದಾಯದಲ್ಲಿ ಮೈಗೂಡಬೇಕಾದ ಸಾಧ್ಯತೆಗಳ ಬಗೆಗಿನ ಸೃಜನಾತ್ಮಕ ಅರಿವು ಅವರ ನಿರಂತರ ಕಾಳಜಿ.

ಅವರ ಈ ಮೊದಲಿನ 'ಹಾರುವ ಹಕ್ಕಿ ಮತ್ತು ಇರುವೆ' ಸಂಕಲನದಲ್ಲೂ ಈ ಚಿಂತನೆ ಇತ್ತು. ಆ ಕಥೆಯಲ್ಲಿ ದನೀನ ಆಸ್ಪತ್ರೆಯ ಸುಭಾನ್ ಡಾಕ್ಟ್ರು, ಗಬ್ಬದ ಹಸು ಹಾಗೂ ಹುಟ್ಟುವ ಕರುಗಳ ಜೀವ ಉಳಿಸಲು ಹೋರಾಡುತ್ತಿರುವಾಗ ಡಾಕ್ಟರು ಹುಟ್ಟಿನಿಂದ ಮುಸ್ಲಿಮರಾದ ಕಾರಣ ಧರ್ಮದ ಹೆಸರಿನಲ್ಲಿ ಕೆಲವು ಕಿಡಿಗೇಡಿಗಳು ಕುಟಿಲ ಪ್ರಚಾರ ನಡೆಸಿ, ಕೋಮು ಆತಂಕ ಸೃಷ್ಟಿಸುತ್ತಾರೆ. ಆದರೆ ದನವನ್ನು ಕರು ಹಾಕಿಸಿ, ವೈದ್ಯರಾಗಿ ಗಂಟೆಗಟ್ಟಲೆ ಹೋರಾಡಿ, ದನ ಕರುಗಳೆರಡರ ಜೀವಗಳನ್ನು ಉಳಿಸಿದ ಡಾಕ್ಟರಿಗೆ, ದನದ ಒಡತಿಗೆ ಸಹಕರಿಸಿದ ಎಲ್ಲಾ ಸುಜ್ಞಾನಿಗಳಿಗೆ ಸಂತೋಷ. ದನ, ಕರು ಹಾಕಿ ಸುಸೂತ್ರ ಆದ ಕೂಡಲೆ ಮರದ ಮೇಲಿದ್ದ ಹಕ್ಕಿ, ನೆಲದಲ್ಲಿ ಹರಿಯುವ ಇರುವೆ ಕಳಕಳಿಯಿಂದ, ಪ್ರೀತಿಯಿಂದ, 'ಕರು ಹಾಕಿ ಆಯಿತೆ' ತಾಯಿ ಮಗು ಆರೋಗ್ಯವೆ? ಎಂದು ಕೇಳುತ್ತವೆ. ಹಕ್ಕಿ ಇರುವೆಗಳಲ್ಲಿರುವ ಈ ಕಳಕಳಿ ಪ್ರೀತಿ, ಮುಗ್ಧ ಪ್ರಾಮಾಣಿಕ ಮನಸ್ಸು ಮನುಷ್ಯರಲ್ಲಿ ಯಾಕೆ ಇಲ್ಲ ಎಂದು ಕಥೆ ಕೇಳುತ್ತದೆ.

ಡಾ. ಮಿರ್ಜಾ ಬಷೀರ್ ಅವರ ಕತೆಗಳಲ್ಲಿ ಉದಾರವಾದಿ ನಿಲುವು, ಸಹಬಾಳ್ವೆ, ಜೀವನಪ್ರೀತಿಯೇ ಮಾನವಧರ್ಮವನ್ನು ಇಂದಿನ ದ್ವೇಷದ ವಾತಾವರಣದಲ್ಲಿ ಎತ್ತಿ ಹಿಡಿದು ಅದರ ಪ್ರಾಮುಖ್ಯತೆಯನ್ನು ಕಾಣಿಸುವ ಆಶಯ ಸ್ಪಷ್ಟವಾಗಿ ಗೋಚರಿಸುತ್ತದೆ. ಇಂದಿನ ಲೋಕದ ವಾಸ್ತವವನ್ನು ವಿವರಿಸುತ್ತಾ, ಸಹಬಾಳ್ವೆಯ ಸಹನಶೀಲ ಮನಸ್ಸಿನ ಜೀವನಪ್ರೀತಿಯನ್ನು ತೋರಿಸುವುದು ವರ್ತಮಾನ ಕಾಲದಲ್ಲಿ ಸಾಮಾಜಿಕ ಅವಶ್ಯಕತೆಯಾಗಿದೆ. ಅಂತಹ ಸೃಜನಶೀಲ ಕೆಲಸವನ್ನು ಪ್ರಜ್ಞಾವಂತರು ಸ್ವಾಗತಿಸುತ್ತಾರೆ ಎಂಬ ನಂಬಿಕೆ ನನ್ನದು.

ಡಾ. ಮಿರ್ಜಾ ಬಷೀರ್ ಅವರು ಈಚೆಗೆ ನನಗೆ ಪರಿಚಯವಾದವರು. ಆ ಬಳಿಕ ಸಾಹಿತ್ಯಾಸಕ್ತಿಯಿಂದ ನಮ್ಮ ಪರಿಚಯ ಬೆಳೆಯಿತು. ಅವರು ವಿಶ್ವಾಸದಿಂದ ಈ ಸಂಕಲನಕ್ಕೆ ಮುನ್ನುಡಿ ಬರೆಯಬೇಕೆಂದು ಕೇಳಿದಾಗ ಸಂತೋಷದಿಂದ ಒಪ್ಪಿಕೊಂಡೆ. ಅವರ ಹಿಂದಿನ ಕೃತಿಗಳಂತೆ ಈ ಕೃತಿಯನ್ನು ಕೂಡಾ ಕನ್ನಡ ಓದುಗರು ಸ್ವಾಗತಿಸುತ್ತಾರೆಂಬ ನಂಬಿಕೆ ನನ್ನದು.

ವಂದನೆಗಳು.

**ಎಸ್.ಆರ್. ವಿಜಯಶಂಕರ್**

# ಕನ್ನಡಿಯೊಳಗೆ...

# ಮುದುಕ ಮತ್ತು ಮಗು

ಅವನು ಕೈಲಾಗದ ಮುದುಕ. ಅವನಿಗೆ ಏನೂ ಸಾಗುತ್ತಿರಲಿಲ್ಲ. ಭಿಕ್ಷೆಗೆ ಕೂತು ನೋಡಿದ. ಪ್ರಾರ್ಥನಾಸ್ಥಳಗಳ ಹತ್ತಿರ, ಹೋಟೆಲ್ ಪಕ್ಕ, ಬಸ್ಸಿಲ್ದಾಣದಲ್ಲಿ, ಕ್ಲಬ್‌ಗಳೆದುರು, ಬಾರ್‌ಗಳ ಹತ್ತಿರ. ಉಹೂಂ. ಜನ ದಾನವನ್ನು ಮರೆತೇಬಿಟ್ಟಿದ್ದಾರೆ ಅನ್ನಿಸಿತು. ಯಾವ ಮನೆಯ ಮುಂದೆ ಹೋಗಿ ನಿಂತು ಶಕ್ತಿ ಉಡುಗುವವರೆಗೆ ಕೂಗಿಕೊಂಡರೂ, ಓಗೊಡದ ಜನ. ಕೈಗೆ ಬೀಳುವ ಎರಡೋ ನಾಲ್ಕೋ ರೂಪಾಯಿಗೆ ಏನು ಸಿಗುತ್ತದೆ? ಒಂದೋ ಎರಡೋ ಬನ್ನು, ಬ್ರೆಡ್ಡು, ಬಿಸ್ಕತ್ತು, ಮಂಡಕ್ಕಿ ಸಿಗಬಹುದು. ಅಷ್ಟು ತಿಂದರೆ ಹೊಟ್ಟೆ ತುಂಬುತ್ತದೆಯೆ? ಹಸಿವು ಒಂದು ಬಗೆಯ ಸಂಕಟ, ಅರೆಹೊಟ್ಟೆ ತಿಂದರೆ ಇನ್ನೊಂದು ಬಗೆಯ ಸಂಕಟ. ಅವನು ನಡೆಯುವಾಗಲೆಲ್ಲ ಏನನ್ನೋ ಹುಡುಕುವವನಂತೆ ನಡೆಯುತ್ತಾನೆ. ರಸ್ತೆಯ ಮೇಲೆ ಅದೃಷ್ಟವಶಾತ್ ಬಿದ್ದಿರಬಹುದಾದ ಹಣವನ್ನೋ, ರೊಟ್ಟಿಯ ತುಂಡನ್ನೋ, ಮತ್ತೇನನ್ನೋ ಹುಡುಕುವಂತೆ ತೋರುತ್ತದೆ.

ಹಿಂಗದ ಹಸಿವಿನ ಕಾಟಕ್ಕವನು ಕಳ್ಳತನ, ದರೋಡೆ ಮಾಡಬಲ್ಲನೇ? ಸರಿಯಾಗಿ ನಡೆದಾಡಲೇ ಶಕ್ತಿಯಿಲ್ಲ. ಅವನೇನು ಕಳ್ಳತನ ಮಾಡಬಲ್ಲ? ಪಿಕ್‌ಪಾಕೆಟ್ ಮಾಡಲಾರ. ಸುಳ್ಳು ಹೇಳಿ, ಮೋಸ ಮಾಡಲಾರ. ಅವನ ಮಾತುಗಳನ್ನು ಕೇಳುವವರೇ ದಿಕ್ಕಿಲ್ಲದಿರುವಾಗ ಅವನ ಮಾತು ಸುಳ್ಳಾದರೇನು? ಪರಮಸತ್ಯಗಳಾದರೇನು? ಇನ್ನು ಅವನಿಗೆ ಅಕ್ಷರಗಳ ಪರಿಚಯವೇ ಇರಲಿಲ್ಲ. ನಾಲ್ಕು ಅಕ್ಷರ ಕಲಿತಿದ್ದರೆ, ಮೈಯ್ಯಲ್ಲಿ ಕಸುವಿದ್ದಿದ್ದರೆ ದುಡಿದುಣ್ಣುತ್ತಿದ್ದನೋ ಏನೋ?

ಸಾವಿರಾರು ವಾಹನಗಳು ಓಡಾಡುವ ಹಗಲಲ್ಲಿ ಭಿಕ್ಷೆಯಲ್ಲೇನೂ ದಕ್ಕದೆ, ಬಾರಿನ ಕಾವಲುಗಾರನೊಬ್ಬ 'ಹಚ್ಯಾ ಹುಚ್ಯಾ' ಎಂದು ಆಚೆ ಅಟ್ಟುತ್ತಿದ್ದಾಗ ಬೀಡಾ ಅಂಗಡಿಯವನೊಬ್ಬ ಕರೆದು, 'ಲೇಯ್ ಪೆಕ್ರ, ಯಾಕಿಂಗೆ ನಾಯಿ ಬಾಳ್ ಬಾಳ್ತೀಯ? ನಾನೇಳ್ದಂಗೆ ಮಾಡು' ಎಂದು ಕಿವಿಯಲ್ಲಿ ಗುಟ್ಟು ಹೇಳಿದ.

ಮುದುಕನೀಗ ಭಿಕ್ಷೆ ಬೇಡುವುದಿಲ್ಲ. ದಿನವೂ ಬೆಳಿಗ್ಗೆ ಮತ್ತು ಸಾಯಂಕಾಲ ದೊಡ್ಡ ದೊಡ್ಡ ರಸ್ತೆಗಳನ್ನು ತಪ್ಪಿಸಿ, ಜನವಸತಿ ಇರುವ ಪ್ರದೇಶಗಳಲ್ಲಿ ಸುತ್ತುತ್ತಾನೆ. ಅವನು ಮನೆಯವರ ದುಡ್ಡು, ಬಂಗಾರ, ಬಟ್ಟೆಬರೆ, ಕಾರು, ಬೈಕು ಮುಂತಾದವುಗಳ ಬಗ್ಗೆ ಗಮನ ಹರಿಸುವುದಿಲ್ಲ. ಅಂಥಹವುಗಳು ಅವನಿಗೆ ಬೇಕಾಗಿಯೂ ಇಲ್ಲ. ಅವನ ಗಮನವೆಲ್ಲಾ ಬರೀ ಜನರು ಮೆಟ್ಟಿರುವ ಬೂಟು ಚಪ್ಪಲಿಗಳ ಬಗ್ಗೆ. ರಾತ್ರಿ ವೇಳೆ ಚಪ್ಪಲಿಗಳನ್ನು ಮನೆಯ ಹೊರಗೆ ಬಿಡುತ್ತಾರೋ ಅಥವಾ ಮನೆಯೊಳಗೆ ಸೇರಿಸುತ್ತಾರೋ? ಮನೆಯ ಕಿಟಕಿ ಬಾಗಿಲುಗಳ ಸ್ಥಾನ, ಮನೆಯವರು ಮಲಗುವ ವೇಳೆ, ಮನೆಯಲ್ಲಿ ವಯಸ್ಸಾದವರು, ಸಣ್ಣಪುಟ್ಟ ಮಕ್ಕಳ ವಿವರ ಮುಂತಾದವುಗಳನ್ನು ಕರಾರುವಾಕ್ಕಾಗಿ ತಿಳಿದುಕೊಳ್ಳುತ್ತಿದ್ದ. ಹತ್ತಿಪ್ಪತ್ತು ಮಹಡಿ ಇರುವ ಅಪಾರ್ಟ್ಮೆಂಟುಗಳ ಹತ್ತಿರ ಅಥವಾ ಕಾವಲುಗಾರರಿರುವ ಮನೆಯ ಮುಂದೆ ಅವನು ಸುಳಿಯುತ್ತಿರಲಿಲ್ಲ. ಅವೆಲ್ಲ ಅವನಿಗೆ ನಿಷ್ಪ್ರಯೋಜಕವಾಗಿದ್ದವು. ಯಾಕೆಂದರೆ ಅವನ ಕೆಲಸವೇ ಚಪ್ಪಲಿ, ಬೂಟುಗಳ ಕದಿಯುವುದಾಗಿತ್ತು. ಕದ್ದ ಮಾಲನ್ನು ಬೀಡಾಅಂಗಡಿಯವನಿಗೆ ಕದ್ದುಮುಚ್ಚಿ ತಲುಪಿಸಿ ಹಣ ಪಡೆಯುತ್ತಿದ್ದ. ಅವನು ಕೊಟ್ಟಷ್ಟು, ಇವನು ಇಸಕೊಂಡಷ್ಟು ಎಂಬಂತೆ. ಪ್ರಾರ್ಥನಾಸ್ಥಳಗಳ ಬಳಿ ರಾಶಿ ರಾಶಿ ಚಪ್ಪಲಿ ಬೂಟುಗಳಿದ್ದರೂ ಮುದುಕ ಅತ್ತ ಸುಳಿಯುತ್ತಿರಲಿಲ್ಲ. ಭಕ್ತರು ದೇವರಿಗಿಂತ ಹೆಚ್ಚು ಗಮನವನ್ನು ಚಪ್ಪಲಿ ಕಡೆ ಇಟ್ಟುಕೊಂಡಿರುತ್ತಿದ್ದರು. ಇಲ್ಲಿಗಿಂತ ಅವನಿಗೆ ಬಾರು, ಸಾರಾಯಿ ಅಂಗಡಿಗಳ ಬಳಿ ಅಲ್ಪಸ್ವಲ್ಪ ಗಿಟ್ಟುತ್ತಿತ್ತು.

ಒಂದಷ್ಟು ದಿನ ಹೀಗೇ ಕಳೆಯಿತು. ಮುದುಕ ಜಾಣತನದಿಂದ ಜಾಗ ಬದಲಿಸುತ್ತಾ ಯಾರಿಗೂ ಗೊತ್ತಾಗದಂತೆ ಕೆಲಸ ನಿರ್ವಹಿಸುತ್ತಿದ್ದ. ಅದೂ ಅಲ್ಲದೆ ಮುದುಕ ಎಷ್ಟು ಹಣ್ಣಾಗಿದ್ದನೆಂದರೆ ಯಾರೂ ಅವನನ್ನು ಕಳ್ಳ ಎಂದು ಊಹಿಸಲೂ ಹಿಂದೇಟು ಹಾಕುವಂತಿದ್ದ. ಕದ್ದ ಮಾಲು ಎಷ್ಟೇ ಚೆನ್ನಾಗಿರಲಿ ಬೀಡಾಅಂಗಡಿಯವನು ಜರಿದು, ಹೀನೈಸಿ ಕಡಿಮೆ ದುಡ್ಡು ಕೊಡುತ್ತಿದ್ದ. ಮುದುಕ ಜೋರು ಮಾಡುವಂತಿರಲಿಲ್ಲ. ಬೀಡಾಅಂಗಡಿಯವನು ಮಾತೆತ್ತಿದರೆ 'ಪೋಲೀಸ್' ಎನ್ನುತ್ತಿದ್ದ. ಅದಕ್ಕೆ ಸರಿಯಾಗಿ ಅನೇಕ ಪೋಲೀಸರು ಬೀಡಾಅಂಗಡಿಗೆ ಬಂದು ದಿಲ್ದಾರಾಗಿ ಬಾಳೆಹಣ್ಣು ತಿಂದು, ಬೀಡಾ ಅಗಿಯುತ್ತಾ, ಸಿಗರೇಟ್ ಎಳೆದು, ದುಡ್ಡು ಕೊಡದೇ ಹೋಗುವುದನ್ನು ಮುದುಕ ಕಣ್ಣಾರೆ ಕಂಡಿದ್ದ.

ಹೊಸ ವೃತ್ತಿಯಲ್ಲಿ ಮುದುಕನ ಹಸಿವೇನು ಸಂಪೂರ್ಣ ಕಡಿಮೆಯಾಗಲಿಲ್ಲ.

ದಿನದ ದುಡಿಮೆ  ಐದು-ಹತ್ತು ರೂಪಾಯಿಗಳ ಮೇಲೇರಲಿಲ್ಲ. ಕಷ್ಟಕಾಲಕ್ಕಿರಲಿ ಎಂದು ಅದರಲ್ಲೇ ಒಂದಷ್ಟು ದುಡ್ಡನ್ನು ದುಂಡಗಿಟ್ಟುಕೊಂಡ. ಹಾಗೆ ಕೂಡಿಸಿದ ದುಡ್ಡನ್ನು ಮುದುಕ ತನ್ನ ಪಂಚೆಯೊಳಗಿನ ನಿಕ್ಕರಿನ ಜೇಬಿನಲ್ಲಿಟ್ಟು ಹೊರಗೆ ಬೀಳದಂತೆ ಪಿನ್ನು ಹಾಕಿಕೊಂಡಿದ್ದ. ಅವನ ಎರಡರಲ್ಲೊಂದು ಕೈ ಪ್ರತಿ ಎರಡು ಮೂರು ನಿಮಿಷಕ್ಕೊಮ್ಮೆ ಆ ಜೇಬನ್ನು ಸವರಿ ಒಳಗೆ ಹಣವಿರುವುದನ್ನು ಖಾತರಿಪಡಿಸುತ್ತಿದ್ದವು. ಯಾವುದೋ ಬ್ಯಾಂಕ್ ಲಾಕರ್‌ಗಿನ್ನ, ಮುದುಕನ ಜೇಬು ಸುರಕ್ಷಿತ ಎಂಬುದರಲ್ಲಿ ಎರಡು ಮಾತಿರಲಿಲ್ಲ. ಆದರೆ ಮುದುಕ ಒಳಗೊಳಗೇ ಕೊರಗತೊಡಗಿದ. ತಾನು ಮಾಡುವ ಕೆಲಸ ತನಗೆ ಖುಷಿ ಕೊಡದೇ ಹೋದರೆ_ ಅದೇ ಕೆಲಸದಲ್ಲಿ ಮುಂದುವರಿಯಬೇಕೆ? ಸಿಗುವ ಮೊದಲ ಅವಕಾಶದಲ್ಲಿ ಅಂತಹ ಕೆಲಸಕ್ಕೆ ವಿದಾಯ ಹೇಳುವುದು ಒಳ್ಳೆಯದಲ್ಲವೆ? ಜನರ ಕಣ್ಣು ತಪ್ಪಿಸಬಹುದು ಆದರೆ ದೇವರ ಕಣ್ಣು ತಪ್ಪಿಸಲು ಸಾಧ್ಯವೆ? ಎಂಬ ಜಿಜ್ಞಾಸೆಗೆ ಬಿದ್ದಿದ್ದ.

ಕಾಕತಾಳೀಯವೋ ಎಂಬಂತೆ ಅದೇ ಸಮಯದಲ್ಲಿ ಒಂದು ವಿಚಿತ್ರ ಘಟನೆ ಜರುಗಿತು. ಅದನ್ನು ಮುದುಕ ಊಹಿಸಿರಲಿಲ್ಲ. ಆದರೆ ಅವನರಿವಿಗೇ ಬರದಂತೆ ಅವನ ಅಂತರಾತ್ಮ ಅಂತಹ ಅವಕಾಶಕ್ಕಾಗಿ ಕಾತರಿಸುತ್ತಿತ್ತು ಎಂದು ಕಾಣುತ್ತದೆ.

ಅಂದು ಸಾಯಂಕಾಲ ಚಪ್ಪಲಿ ಕದಿಯಲು ಮನೆ ಹುಡುಕುತ್ತಾ ತಿರುಗುತ್ತಿರುವಾಗ, ಮುದುಕ ಒಂದು ಮನೆಯನ್ನು ಮನದಲ್ಲೇ ಗುರುತಿಸಿಕೊಂಡ. ಅದು ಹಳೆಯ ಕಾಲದ ಶಿಥಿಲವಾದ ಹೆಂಚಿನ ಕಟ್ಟಡವಾಗಿತ್ತು. ಸಾಲಾಗಿ ನಾಲ್ಕು ಮನೆಗಳಿದ್ದವು. ಹೊಟ್ಟೆ ಬಟ್ಟೆಗೂ ಪೇಚಾಡುವಂಥ ಕುಟುಂಬಗಳು ಅವುಗಳಲ್ಲಿ ವಾಸವಾಗಿರಬಹುದೆಂದುಕೊಂಡ.

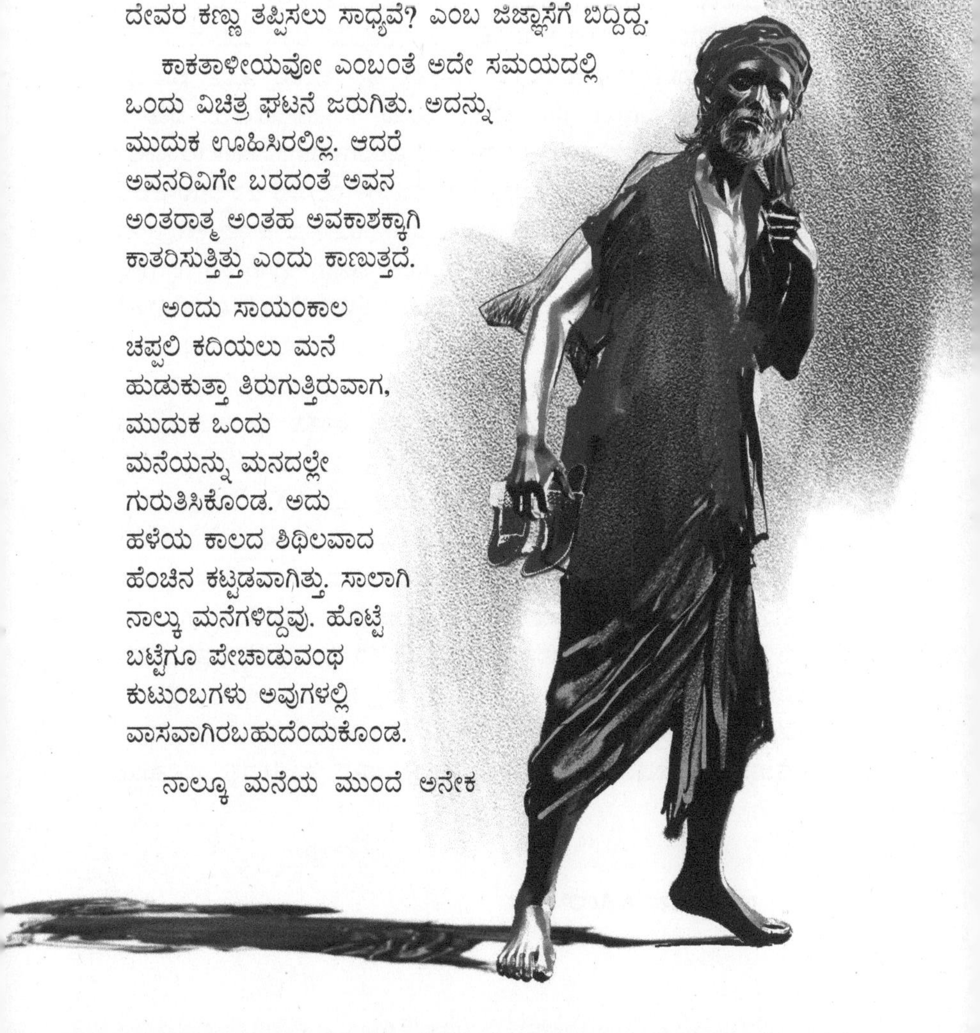

ನಾಲ್ಕೂ ಮನೆಯ ಮುಂದೆ ಅನೇಕ

ಜೊತೆ ಚಪ್ಪಲಿಗಳು ಅಸ್ತವ್ಯಸ್ತವಾಗಿ ಬಿದ್ದಿದ್ದವು. ಬೊಗಳುತ್ತಾ ಬಂದ ನಾಯಿಗೆ ಒಂದು ತುಂಡು ಬ್ರೆಡ್ ಹಾಕಿ, ತಲೆಸವರಿ ಪರಿಚಯಿಸಿಕೊಂಡ. ನಾಯಿ ಬಾಲವಲ್ಲಾಡಿಸಿತು.

ಅಂದು ರಾತ್ರಿ ಹತ್ತರ ನಂತರ ಮುದುಕ ಏನೋ ತುರ್ತು ಕೆಲಸವಿರುವವನಂತೆ ಆ ಮನೆಯಿದ್ದ ನಗರದಂಚಿನಲ್ಲಿ ಠಳಾಯಿಸತೊಡಗಿದ. ತಾನು ಗುರುತಿಸಿದ್ದ ಮನೆಯ ಓಣಿಯಲ್ಲಿ ಅನುಮಾನಕ್ಕಾಸ್ಪದವಿಲ್ಲದಂತೆ ನಡೆದಾಡಿದ. ನಾಲ್ಕು ಮನೆಗಳಲ್ಲಿಯೂ ದೀಪ ಆರಿಸಿದ್ದರು. ಆ ಓಣಿಯಲ್ಲಿ ಅದೇ ಕೊನೆಯ ಕಟ್ಟಡವಾಗಿದ್ದು, ಅದರಾಚೆ ಒಂದು ಪಾಳುಬಿದ್ದ ಕಟ್ಟಡವಿತ್ತು. ಅಲ್ಲಿ ಹೋಗಿ ಮುದುಕ ಸಮಯ ಕಳೆಯತೊಡಗಿದ.

ಮಧ್ಯರಾತ್ರಿಯ ನಂತರ ವಾಹನ ಜನಸಂಚಾರವೆಲ್ಲ ನಿಂತ ಮೇಲೆ ನಿಧಾನಕ್ಕೆ ಹೊರಬಂದು ಗೋಡೆಗಾತು ನಡೆದ. ಬಾಲವಾಡಿಸಿದ ನಾಯಿಗೆ ಇಡೀ ಒಂದು ಬನ್ನು ಹಾಕಿದ. ಮೊದಲೇ ದೀಪವಾರಿದ್ದ ಮೂರು ಮನೆಗಳ ಮುಂದೆ ಬಿದ್ದಿದ್ದ ಚಪ್ಪಲಿಗಳ ತೆಗೆದು ತನ್ನ ಚೀಲಕ್ಕೆ ಹಾಕಿಕೊಂಡ. ನಾಲ್ಕನೆಯ ಮನೆ ಮುಂದೆ ಬಂದು ಗಕ್ಕನೆ ನಿಂತ. ದೂರದ ಬೀದಿದೀಪದ ಬೆಳಕಿತ್ತು. ಅಲ್ಲಿ ಒಂದು ಜೊತೆ ಪುಟಾಣಿ ಚಪ್ಪಲಿಗಳಿದ್ದವು. ಬಣ್ಣ ಬಣ್ಣದ ಚಪ್ಪಲಿ. ಎರಡು ಅಥವಾ ಮೂರು ವರ್ಷದ ಮಗುವಿನ ಚಪ್ಪಲಿಗಳಿರಬಹುದು. ಪಾಪು ಪುಟ್ಟ ಪಾದಗಳನ್ನು ಹೊಂದಿದ್ದರೆ ನಾಲ್ಕು ವರ್ಷವಾಗಿರಲೂಬಹುದು. ಆ ಪುಟಾಣಿಯ ಪಾದಗಳ ರಕ್ಷಿಸುವ ಚಪ್ಪಲಿಗಳ ಅಂದ ಮುದುಕನ ಮನಸೂರೆಗೊಂಡಿತು. ಅವು ಅವನ ವಯಸ್ಸಾದ ಅಸ್ಪಷ್ಟ ಕಣ್ಣುಗಳಿಗೆ ಮಗುವನ್ನೇ ಮಡಚಿಟ್ಟಂತೆ ಕಂಡಿತು. ಮುದುಕ ಮೆಲ್ಲಗೆ ನಡುಗುವ ಕೈಗಳಲ್ಲಿ ಎತ್ತಿಕೊಳ್ಳಲು ಹೋದ. ಆದರೆ ತಕ್ಷಣವೇ ಕೈ ಹಿಂದಕ್ಕೆಳೆದುಕೊಂಡ. ಈ ಪುಟಾಣಿ ಚಪ್ಪಲಿಗಳು ಆ ಮಗುವಿನಲ್ಲಿ ಎಂತಹ ಸಂತೋಷ ಉಕ್ಕಿಸಿರಬಹುದು! ಪುಟ್ಟ ಬಡಮಗುವಿಗೆ ಈ ಚಪ್ಪಲಿಗಳು ಅದೆಂತಹ ಆತ್ಮವಿಶ್ವಾಸ ತುಂಬಿ ಎದೆಯುಬ್ಬಿಸಿ ನಡೆಯುವಂತೆ ಮಾಡಿರಬಹುದು! ಆ ಎಳೆ ಜೀವಕ್ಕೆ ಎಂತಹ ಜೀವನೋತ್ಸಾಹದ ಚಿಮ್ಮುಹಲಗೆಯಾಗಿವೆಯೋ ಈ ಚಪ್ಪಲಿಗಳು! ಅಯ್ಯೋ! ಪುಟಾಣಿಯ ಎಷ್ಟು ಕಹಿ ಕಂಬನಿ ಒರೆಸಿ ಹೂನಗೆ ಉಕ್ಕಿಸಿವೆಯೋ! ಮುದುಕ ಯೋಚನೆಗಳಲ್ಲಿ ಕಳೆದೇಹೋದ. ಒಂದೇ ಒಂದು ಸಲ ಈ ಚಪ್ಪಲಿಗಳನ್ನು ಮುಟ್ಟುತ್ತೇನೆ ದೇವರೇ! ಕದಿಯುವುದಿಲ್ಲ ಎಂದು ಆಕಾಶದ ಕಡೆ ತಲೆಯೆತ್ತಿ ನುಡಿದ. ಆ ಚಪ್ಪಲಿಗಳನ್ನು ಹೂ ಎತ್ತಿದಂತೆ ಎತ್ತಿ ಕಣ್ಣಿಗೊತ್ತಿಕೊಂಡ. ಅದರಲ್ಲಿ ಬಲಗಾಲಿನ ಚಪ್ಪಲಿಯ ಉಂಗುಷ್ಟ ಕಿತ್ತು ಹೋಗಿದ್ದು ಅವನ ಗಮನಕ್ಕೆ ಬಂದದ್ದೇ, ಅವನ ಎದೆ ಧಸಕ್ಕೆಂದಿತು. ಹರಿದ ಚಪ್ಪಲಿಗಳನ್ನೇ ಹಾಕಿಕೊಳ್ಳುತ್ತಿರುವ ಮಗುವಿನ ಬಗ್ಗೆ ಕರುಣೆ ಉಕ್ಕಿತು. ಕಣ್ಣೆದುರು ಆಡುವ ಮಗು ಇದ್ದಕ್ಕಿದ್ದಂತೆ ಬಿದ್ದು ಕಾಲು ಮುರಿದುಕೊಂಡಂತೆ ಭಾವವಾಗಿ ವಿಹ್ವಲನಾದ. ಕೂಡಲೇ ಚಪ್ಪಲಿಗಳನ್ನು ಅಲ್ಲೇ ಇಟ್ಟ. ಮನಸ್ಸಿನಲ್ಲಿ ಏನನ್ನೋ

ನಿರ್ಧರಿಸಿಕೊಂಡಂತೆ ಚೀಲದಲ್ಲಿದ್ದ ಕದ್ದ ಚಪ್ಪಲಿಗಳನ್ನು ಅಲ್ಲಿಯೇ ಕೊಡವಿದ. ಚೀಲವನ್ನು ಎಸೆದು ಧೈರ್ಯವಾಗಿ ನಡೆಯುತ್ತಾ ಅಲ್ಲಿಂದ ಕಣ್ಮರೆಯಾದ. ಮುದುಕ ಧೈರ್ಯದಿಂದ ಹೆಜ್ಜೆ ಹಾಕಿದರೂ, ಮಗುವಿನ ಚಪ್ಪಲಿಗಳ ಕಂಡು ಅವನು ವಿಚಲಿತನಾಗಿದ್ದ.

ಮನದಲ್ಲಿ ಬಹುಹಿಂದೆ ತಾನು ಬಿಟ್ಟು ಬಂದಿದ್ದ ತನ್ನ ಕುಟುಂಬದ ನೆನಪಾಯಿತು. ಕಣ್ಣುಗಳು ಹನಿಗೂಡಿದವು. ಕೂಲಿನಾಲಿ ಮಾಡಿ ತಾನು ಓದಿಸಿದ್ದ ಮಗ ಕೆಲಸಕ್ಕೆ ಸೇರಿ ಮದುವೆಯಾದ ನಂತರ, ಹೆಂಡತಿ ಮಾತಿಗೆ ಮರುಳಾಗಿ ನಿರುಪಯುಕ್ತನಾಗಿದ್ದ ತನ್ನನ್ನು ನಿರ್ಲಕ್ಷಿಸತೊಡಗಿದ್ದ. ಸೊಸೆಯ ಮುಂದೆಯೇ ಹೀನಾಯವಾಗಿ ಬೈಯುತ್ತಿದ್ದ. ಆಗೆಲ್ಲ ತಕ್ಷಣ ಮನೆಬಿಟ್ಟು ಹೋಗುವ ಯೋಚನೆ ಬರುತ್ತಿತ್ತು. ಆದರೆ ಮಗನ ಪುಟ್ಟ ಮಗಳ ಮುದ್ದು ಮಾತು ಮತ್ತು ಪ್ರೀತಿ ತನ್ನನ್ನು ಹಾಗೆ ಮಾಡಲು ತಡೆಯುತ್ತಿದ್ದುದನ್ನೂ ನೆನೆದ. ತನ್ನ ಆ ಮುದ್ದು ಮೊಮ್ಮಗಳಲ್ಲಿ ಗತಿಸಿದ ತನ್ನ ಹೆಂಡತಿಯ ತಾಯ್ತನದ ಪಸೆಯನ್ನು ಕಂಡಿದ್ದ ಆತ ಬಹಳ ದಿನ ಆ ಮಗುವಿನ ಸಹಚರ್ಯವನ್ನು ಬಿಡಲಾಗದೆ ಮಗ-ಸೊಸೆಯ ಹಿಂಸೆಯನ್ನು ತಾಳಿಕೊಂಡು ಅಲ್ಲೇ ಉಳಿದ. ಹಿಂಸೆ ತಾರಕಕ್ಕೇರಿದಾಗ ಎಲ್ಲ ಕಡಿದುಕೊಂಡು ಆದದ್ದಾಗಲಿ ಎಂದು ದೇವರ ಮೇಲೆ ಭಾರ ಹಾಕಿ ಮನೆ ಬಿಟ್ಟು, ಊರು ಬಿಟ್ಟು ದೂರ ಬಂದುಬಿಟ್ಟಿದ್ದ. ಹಾಗೆ ಬರುವಾಗ ತನ್ನ ಮೊಮ್ಮಗಳು ಚಪ್ಪಲಿ ಕೊಡಿಸೆಂದು ತನ್ನ ಅಪ್ಪನನ್ನು ಕಾಡುತ್ತಿತ್ತು. ಆ ಅಪ್ಪ 'ನಾಳೆ, ನಾಳೆ' ಎಂದು ತಿಂಗಳುಗಟ್ಟಲೆ ಮಗುವನ್ನು ಆಸೆಯಿಂದ ಕಾಯುವಂತೆ ಮಾಡುತ್ತಿದ್ದ. ಆಗ ತನ್ನಲ್ಲಿ ಹಣವಿದ್ದರೆ ತಾನೇ ಕೊಂಡುತಂದು ಮಗುವಿನ ಕಾಲಿಗೆ ಹಾಕಿ ಆನಂದ ಪಡಬಹುದಿತ್ತು ಎಂಬುದು ನೆನಪಾಗಿ ಅವನ ಹೃದಯ ಭಾರವಾಯಿತು.

ಮರುದಿನ ಮಧ್ಯರಾತ್ರಿಯ ಹೊತ್ತಿಗೆ ಮುದುಕ ಅದೇ ಮನೆಯ ಬಳಿ ಬಂದ. ಅದು ನಿನ್ನೆಯಂತೆಯೇ ಬಾಗಿಲು ಹಾಕಿತ್ತು. ದೀಪವಾರಿತ್ತು. ಆ ಮನೆಯೇ ದೇವರಿರುವ ಸ್ಥಾನವೋ ಎಂಬಂತೆ ಕೈಮುಗಿದ. ಅವನ ಕೈಯ್ಯಲ್ಲೊಂದು ಪೊಟ್ಟಣವಿತ್ತು. ನಿಧಾನಕ್ಕೆ ಪೊಟ್ಟಣ ಬಿಚ್ಚಿದ. ಅದರೊಳಗೆ ಫಳ ಫಳ ಹೊಳೆವ ಒಂದು ಜೊತೆ ಪುಟಾಣಿ ಚಪ್ಪಲಿಗಳಿದ್ದವು. ತಾನು ಇದುವರೆಗೆ ಕೂಡಿಟ್ಟಿದ್ದ ಹಣವನ್ನೆಲ್ಲ ಕೊಟ್ಟು, ಹಲವು ಅಂಗಡಿಗಳ ಅಲೆದು ಹೊಸ ಚಪ್ಪಲಿ ಕೊಂಡು ತಂದಿದ್ದ. ಅಂಗಡಿಯವರು ತಿರುಪೆ ಮುದುಕನ ಬಳಿ ದುಡ್ಡು ಇರಲಾರದೆಂದು ಚಪ್ಪಲಿ ತೋರಿಸಲು ತಾತ್ಸಾರ ಮಾಡುತ್ತಿದ್ದರು. ಜೀವನದಲ್ಲಿ ಎಂದೂ ಚಪ್ಪಲಿ ಹಾಕಿ ಗೊತ್ತಿಲ್ಲದ ಅವನಿಗೆ ಚಪ್ಪಲಿಯ ದರ ಗೊತ್ತಿರಲಿಲ್ಲ. ಅದಕ್ಕೆ ಮುದುಕ ಮೊದಲೇ ತನ್ನಲ್ಲಿದ್ದ ದುಡ್ಡು ತೋರಿಸಬೇಕಿತ್ತು. ಅಂಗಡಿಯವರು ಸಾಧಾರಣವಾದಂತಹ ಚಪ್ಪಲಿ ತೋರಿಸುತ್ತಿದ್ದರು. ಮುದುಕ ಒಳ್ಳೆಯ ಚಪ್ಪಲಿಗಾಗಿ ಜಗ್ಗಾಡುತ್ತಿದ್ದ. ಕೊನೆಗೆ

ತನ್ನಲ್ಲಿದ್ದ ಹಣವನ್ನೆಲ್ಲ ಕೊಟ್ಟು ನಿಬ್ಬೆರಗಾಗುವಂತಹ ಚಪ್ಪಲಿಗಳನ್ನು ಒಪ್ಪಿ ತಂದಿದ್ದ. ಅವುಗಳನ್ನು ನಿನ್ನೆ ನೋಡಿದ್ದ ಕಿತ್ತು ಹೋಗಿದ್ದ ಪುಟ್ಟ ಚಪ್ಪಲಿಗಳ ಪಕ್ಕದಲ್ಲಿಟ್ಟ. "ಇವು ಪುಟಾಣಿಗೆ, ಎಳೆಯ ಪುಟಾಣಿ ಪಾದಗಳಿಗೆ, ಇವು ರಕ್ಷಿಸಲಿ ಪುಟಾಣಿಯನ್ನು ಏಳುಬೀಳುಗಳಲ್ಲಿ. ಇವು ಒಯ್ಯಲಿ ಪುಟಾಣಿಯನ್ನು ಋಜುಮಾರ್ಗದಲ್ಲಿ. ಇವು ಸಾಗಿಸಲಿ ಪುಟಾಣಿಯ ತಂಪು ನೆರಳಲ್ಲಿ. ಎಂದೆಂದಿಗೂ ಸಾಗಲಿ ದೇವರ ನೆರಳಲ್ಲಿ" ಮುಂತಾಗಿ ಮಣಮಣಿಸುತ್ತ ಮುದುಕ ಅಲ್ಲಿಂದ ಹೊರಟ. ಅವನ ಜೀವ ತುಂಬಿಬಂದಿತ್ತು. ಅವನ ಕಣ್ಣಲ್ಲಿ ನೀರಿತ್ತು. ಸಾರ್ಥಕತೆಯಿತ್ತು.

*('ಹೊಸ ಮನುಷ್ಯ' ಮಾಸಪತ್ರಿಕೆಯಲ್ಲಿ ಪ್ರಕಟ)*

# ಅದಲು ಬದಲು

ಸುಲ್ತಾನ್ ಸಾಹೇಬನ ಮನೆಯವರೆಲ್ಲ ಊರಿಗೆ ಅಥವಾ ಬೇರೆಲ್ಲಿಗೆ ಹೋದರೂ ಮನೆಯ ಬೀಗದ ಕೈಯನ್ನು ಪಕ್ಕದ ಮನೆಯವರಾದ ಗವಿರಂಗಪ್ಪನ ಮನೆಯಲ್ಲಿ ಕೊಟ್ಟು ಹೋಗುತ್ತಿದ್ದರು. ಸುಲ್ತಾನ್ ಸಾಹೇಬನ ಮನೆಗೆ ಏನಾದರೂ ಕೊರಿಯರ್ ಬಂದರೆ ಅಥವಾ ರಿಜಿಸ್ಟರ್ಡ್ ಟಪಾಲೇನಾದರೂ ಇದ್ದರೆ ಪೋಸ್ಟ್‌ಮ್ಯಾನ್ ಗವಿರಂಗಪ್ಪನ ಮನೆಗೆ ಕೊಟ್ಟು ಹೋಗುತ್ತಿದ್ದರು. ಹತ್ತಿರದ ಬಂಧುಬಳಗದವರೇನಾದರೂ ಬಂದರೆ, ಗವಿರಂಗಪ್ಪನ ಮನೆಯಲ್ಲಿರುವ ಬೀಗದ ಕೈಯನ್ನು ಇಸಿದುಕೊಳ್ಳುತ್ತಿದ್ದರು. ಸುಲ್ತಾನ್ ಸಾಹೇಬನ ಅನೇಕ ಜನ ನೆಂಟರಿಷ್ಟರು ಗವಿರಂಗಪ್ಪನ ಮನೆಯವರಿಗೆ ಚೆನ್ನಾಗಿ ಗೊತ್ತಿತ್ತು. ಸುಲ್ತಾನ್ ಸಾಹೇಬನ ಚಿಕ್ಕಮಗು ಶಾಲೆಯಿಂದ ಬೇಗ ಬಂದರೆ ಗವಿರಂಗಪ್ಪನ ಮನೆ ಸೇರಿ ಸುಧಾರಿಸಿಕೊಳ್ಳುತ್ತಿತ್ತು. ತನ್ನ ಮನೆಯವರಾರಾದರೂ ಬರುವ ತನಕ ಆರು ವರ್ಷದ ಮಗುವಿಗೆ ಯಾವುದೇ ಹೆದರಿಕೆ, ಅಳುಕು, ಗಲಿಬಿಲಿ ಇರುತ್ತಿರಲಿಲ್ಲ.

ಈಗ ಗವಿರಂಗಪ್ಪನ ಮನೆಗೆ ಬನ್ನಿ. ಮೇಲಿನ ಸಾಲುಗಳಲ್ಲಿ ಬರುವ ಸುಲ್ತಾನ್ ಸಾಹೇಬ್ ಮತ್ತು ಗವಿರಂಗಪ್ಪ ಹೆಸರುಗಳನ್ನು ಅದಲು ಬದಲು ಮಾಡಿ. ಯಾವ ವ್ಯತ್ಯಾಸವೂ ಆಗುವುದಿಲ್ಲ.

ಇದು ಹೀಗೇ ನಡೆಯುತ್ತಿತ್ತು. ಗವಿರಂಗಪ್ಪನದು ಬಟ್ಟೆ ಅಂಗಡಿಯಾದರೆ, ಸುಲ್ತಾನ್ ಸಾಹೇಬನದು ಎಲೆಕ್ಟ್ರಿಕ್ ಅಂಗಡಿ ಮತ್ತು ಕಂಟ್ರಾಕ್ಟರ್ ಕೆಲಸ. ಇಬ್ಬರೂ ಮನಸ್ಸಿಟ್ಟು ಕಷ್ಟಪಟ್ಟು ದುಡಿಯುತ್ತಿದ್ದರು. ಶ್ರೀಮಂತರಲ್ಲದಿದ್ದರೂ ಇಬ್ಬರೂ ಅನುಕೂಲಸ್ಥರಾಗಿದ್ದರು. ಇಬ್ಬರೂ ನಲವತ್ತರ ಆಸುಪಾಸಿನಲ್ಲಿದ್ದು, ಎರಡೆರಡು ಗಂಡುಮಕ್ಕಳೊಂದಿಗರಾಗಿದ್ದರು.

ಇಬ್ಬರೂ ಬಾಡೂಟದ ಅಭಿಮಾನಿಗಳಾಗಿದ್ದರು. ಗವಿರಂಗಪ್ಪನ ಮನೆಯ ಸಣ್ಣ ಸಣ್ಣ ತುಂಡಿನ, ಕಡಿಮೆ ಮಸಾಲೆಯ, ಹೆಚ್ಚು ಖಾರದ, ತೆಳು ಬಾಡಿನ ಸಾರು, ಬಿಸಿ ರಾಗಿಯ ಮುದ್ದೆಗಳು, ಸುಲ್ತಾನ್ ಸಾಹೇಬನ ಮನೆಯ ಸಣ್ಣಕ್ಕಿಯ ದೊಡ್ಡ ದೊಡ್ಡ ತುಂಡಿನ, ಹೆಚ್ಚು ಮಸಾಲೆಯ, ಕಡಿಮೆ ಖಾರದ, ಘಮ ಘಮ ಪರಿಮಳದ ಬಿರ್ಯಾನಿಗಳು, ಪ್ರತಿವಾರವೂ ಆ ಮನೆ, ಈ ಮನೆಗೆ ಅದಲು ಬದಲಾಗುತ್ತಿದ್ದವು. ಮಕ್ಕಳಂತೂ ಪರಸ್ಪರರ ಅಡುಗೆ ಐಟಮ್ಮುಗಳ ಸಮ್ಮೋಹನಕ್ಕೊಳಗಾಗಿದ್ದರು. ಎರಡು ಮನೆಯ ಸಾಕುನಾಯಿಗಳಂತೂ ಬಾಡೂಟದ ದಿನಗಳಲ್ಲಿ ಪರಿಮಳದ ಜಾಡು ಹಿಡಿದು ಎತ್ತ ಕಡೆ ಹೋಗಬೇಕೋ ಎಂದು ನಿರ್ಧರಿಸಲಾಗದ ಗಲಿಬಿಲಿಯಲ್ಲಿರುತ್ತಿದ್ದವು.

ಹೀಗಿದ್ದಾಗೊಮ್ಮೆ ಗವಿರಂಗಪ್ಪನ ಮನೆಬಾಗಿಲು ಸುಲ್ತಾನ್ ಸಾಹೇಬರ ಮನೆಯವರಿಗೆ ಮುಚ್ಚಿಬಿಟ್ಟಿತು. ಕಾಂಪೌಂಡ್ ಗೇಟಿಗೆ ಬೀಗ ಹಾಕಿದರು. ಸುಲ್ತಾನ್ ಮನೆಯ ದಿಕ್ಕಿಗಿದ್ದ ಎಲ್ಲ ಕಿಟಕಿಗಳೂ ಬಂದಾದವು. ಇವೆರಡೂ ಮನೆಗಳು ಊರ ಹೊರಭಾಗದಲ್ಲಿದ್ದವು. ಇವರು ಮಾತಾಡಿಸಿದರೆ, ಅವರು ಮಾತಾಡರು. ಇವರ ಮುಖಕ್ಕೆ ಹೊಡೆದಂತೆ ಮನೆಬಾಗಿಲು ಹಾಕಿದರು. ಫೋನ್ ಕರೆಗಳ ತಿರಸ್ಕರಿಸಿದರು. ಸುಲ್ತಾನ್ ಮನೆಯಲ್ಲಿ ಎಲ್ಲರೂ ಗವಿರಂಗಪ್ಪನ ಮನೆಯವರೊಂದಿಗಿನ ತಮ್ಮ ಒಡನಾಟ ಜ್ಞಾಪಿಸಿಕೊಳ್ಳ ತೊಡಗಿದರು.

ನಮಾಜು ಮಾಡಿ ತಸ್ಬಿ (ಜಪಮಣಿ) ಎಣಿಸುತ್ತಾ ಕುಳಿತಿದ್ದ ಸುಲ್ತಾನ್ ಸಾಹೇಬರ ತಂದೆ ಕರೀಂ ಸಾಹೇಬರು ಎಲ್ಲರಿಗೂ ಕೇಳಿಸುವಂತೆ, 'ನೋಡಿ, ಒಂದೇ ಮನೆಯವರಂತಿದ್ದ ಗವಿರಂಗಪ್ಪನ ಮನೆಯವರು ಈಗ ನಾಲ್ಕು ದಿನದಿಂದ ನಮ್ಮೊಡನೆ ಮಾತಾಡುತ್ತಿಲ್ಲ. ನಮ್ಮತ್ತ ತಿರುಗಿಯೂ ನೋಡುತ್ತಿಲ್ಲ. ನಾವು ಕಂಡ ಕೂಡಲೇ ನಾಪತ್ತೆಯಾಗಿ ಬಿಡುತ್ತಾರೆ. ನಾವೇನೋ ಕಳೆದುಕೊಂಡಂತೆ ಆಗಿಬಿಟ್ಟಿದೆ. ಅವರ ಮುನಿಸಿಗೆ ಏನೋ ಬಲವಾದ ಕಾರಣವಿರಬೇಕು. ನಾವು ನಾವೇ ವಿಮರ್ಶಿಸಿಕೊಳ್ಳೋಣ. ಇವತ್ತಲ್ಲ ನಾಳೆ ನಾವು ಮತ್ತೆ ಮೊದಲಿನಂತಾಗುತ್ತೇವೆ. ನಾವು ಮಾಡಿರುವ ತಪ್ಪನ್ನು ಮತ್ತೊಮ್ಮೆ ಮಾಡುವುದು ಬೇಡ. ಅವರು ಹಾಗೆ ಮಾಡಿದರು, ಹೀಗೆ ಮಾಡಿದರು ಎಂದು ಅವರ ತಪ್ಪು ಹುಡುಕುವುದು ಬೇಡ. ನಮ್ಮಿಂದ ಆಗಿರಬಹುದಾದ ತಪ್ಪುಗಳನ್ನು ಸೂಕ್ಷ್ಮವಾಗಿ ಯೋಚಿಸಿ ಮಾತನಾಡಿ' ಎಂದರು.

ಸುಲ್ತಾನನ ಹೆಂಡತಿ ಮೆಹರುನ್ನೀಸಾ ಬಹಳ ಹೊತ್ತು ಯೋಚಿಸಿ, 'ಮಾಮು, ಅಡುಗೆಮನೆಯಲ್ಲಿ ಬೇಕಾಗುವ ಉಪ್ಪು, ಹುಣಿಸೆ ಹಣ್ಣು, ಜೀರಿಗೆ, ಸಾಸುವೆ, ಅಕ್ಕಿ, ಬೇಳೆ, ಕಾಫಿ, ಟೀ ಪುಡಿ, ಎಣ್ಣೆ ಹೀಗೆ ನೂರಾರು ಪದಾರ್ಥಗಳನ್ನು ಖಾಲಿಯಾಗುವ

ಮುನ್ನ ತರಿಸಿಟ್ಟುಕೊಂಡಿರುತ್ತೇನೆ. ಆದರೆ ಸ್ವಲ್ಪ ದಿನದ ಕೆಳಗೆ ಬೆಳ್ಳುಳ್ಳಿ ತರಿಸುವುದನ್ನು ಮರೆತುಬಿಟ್ಟಿದ್ದೆ. ಆಗ ಮಗ ರಿಜ್ವಾನ್ನನ್ನು ಕಳಿಸಿ ಗವಿರಂಗಪ್ಪರ ಹೆಂಡತಿಯವರಿಂದ ಐದು ಬೆಳ್ಳುಳ್ಳಿಯನ್ನು ತರಿಸಿಕೊಂಡಿದ್ದೆ. ಆದರೆ ಅಕಸ್ಮಾತ್ತಾಗಿ ಇದುವರೆಗೂ ವಾಪಸ್ ಕೊಡಲೇ ಇಲ್ಲ. ನನ್ನ ಮರೆವಿಗೆ ಬೆಂಕಿ ಬೀಳಲಿ. ನನ್ನನ್ನು ಕ್ಷಮಿಸಿ ಮಾಮು. ಈಗ ಮನೆಯಲ್ಲಿ ಸಾಕಷ್ಟು ಬೆಳ್ಳುಳ್ಳಿ ಇವೆ. ಅವನ್ನು ಅವರಿಗೆ ಮುಟ್ಟಿಸುವುದು ಹೇಗೆ ಹೇಳಿ? ಯಾರಾದರೂ ಪ್ಲಾನು ಮಾಡಿ' ಎಂದು ದುಃಖಿಸಿದಳು. ಕೇವಲ ಐದು ಬೆಳ್ಳುಳ್ಳಿಯಿಂದ ಗವಿರಂಗಪ್ಪನ ಮನೆಯವರ ಸ್ನೇಹ ಕಳೆದುಕೊಳ್ಳಬೇಕಾಗಿ ಬಂದದ್ದು ಮೆಹರುನ್ನೀಸಾಳಿಗೆ ಬಹಳ ನೋವುಂಟು ಮಾಡಿತ್ತು.

ಸುಲ್ತಾನ್ ಸಾಹೇಬನ ಮೊದಲ ಮಗ ರಿಯಾಜನು, 'ಹೇಳುವುದೇನೂ ಇಲ್ಲ' ಎಂದನು. ಅವನ ಸಮವಯಸ್ಕರಾರೂ ಗವಿರಂಗಪ್ಪನ ಮನೆಯಲ್ಲಿರಲಿಲ್ಲ. ಆದರೆ ಸುಲ್ತಾನನ ಎರಡನೇ ಮಗ ರಿಜ್ವಾನನ ತಪ್ಪೊಪ್ಪಿಗೆ ಎಲ್ಲರ ಎದೆ ಕರಗಿಸುವಂತಿತ್ತು. ಗವಿರಂಗಪ್ಪನ ಎರಡನೇ ಮಗ ನಂಜುಂಡ ಮತ್ತು ರಿಜ್ವಾನ ಒಂದನೇ ತರಗತಿಯಲ್ಲಿದ್ದರು. ಅವರ ಗೋಲಿ, ಬುಗುರಿ, ಮೂರು ಗಾಲಿಯ ಸೈಕಲ್ಲು, ಚೆಂಡು, ಬ್ಯಾಟುಗಳು ಎರಡೂ ಮನೆಯಲ್ಲಿರುತ್ತಿದ್ದವು. ನಂಜುಂಡನ ಬಳಿಯಿದ್ದ ಬಣ್ಣದ ಬುಗುರಿಯೊಂದು ರಿಜ್ವಾನನನ್ನು ಯಾವ ಪರಿ ಆಕರ್ಷಿಸಿತೆಂದರೆ, ಅದರಲ್ಲಿ ಆಡದೇ ಇರಲು ಸಾಧ್ಯವಾಗಲೇ ಇಲ್ಲ. ಆ ತರಹದ ಬುಗುರಿ ಅವನ ಬಳಿ ಇರಲಿಲ್ಲ. ಅದರ ಮೊಳೆ ಉದ್ದ ಇದ್ದುದರಿಂದ ಅದು ನೆಲದ ಮೇಲೆ ನೇರ ನಿಂತು ಆಡದೆ ಒಂದು ಕೋನದಲ್ಲಿ ತಿರುಗುತ್ತಿತ್ತು. ಅದು ಒಂದು ಕಡೆ ನಿಂತು ನಿದ್ದೆ ಮಾಡತೊಡಗಿದರೆ ಮುದ್ದೆಕೋಲಿನಂತೆ ಆಡುತ್ತಿತ್ತು. ಬುಗುರಿಯ ಮೈಗೆ ಎರಡು ತರಹದ ಗಾಢವಾದ ಬಣ್ಣ ಹಾಕಿದ್ದರಿಂದ ತಿರುಗುವಾಗಲೂ ಬಣ್ಣಗಳು ಕಾಣುತ್ತಿದ್ದವು. ಅದು ಸಂತೆಯಲ್ಲಿ ಮಾರಾಟವಾಗುವ ಅಣಬೆಯನ್ನು ನೆನಪಿಗೆ ತರುತ್ತಿತ್ತು. ಅದನ್ನು ಯಾರಿಗೂ ಕಾಣದಂತೆ ಜೇಬಿನಲ್ಲಿಟ್ಟುಕೊಂಡು ಮನೆಗೆ ಬಂದ ಮರುದಿನದಿಂದಲೇ ನಂಜುಂಡನ ಮನೆ ಇವರ ಪಾಲಿಗೆ ಮುಚ್ಚಲ್ಪಟ್ಟಿತು. ಇನ್ನು ನಂಜುಂಡನ ಲೋಕವು ತಮ್ಮ ಪಾಲಿಗೆ ಪರಿಸಮಾಪ್ತಿಯಾಯಿತೆಂದು ಬಗೆದು ಮಗು ತನ್ನ ಜೇಬಿನಲ್ಲಿದ್ದ ಬುಗುರಿಯನ್ನು ಚಾಟಿ ಸಮೇತ ಹೊರತೆಗೆದು ಅಜ್ಜನ ಬಳಿ ಹೋಯಿತು. ಪುಟ್ಟ ಮಗುವಿನ ಪುಟ್ಟ ಪುಟ್ಟ ಕೈಗಳಲ್ಲಿ ಬೊಗಸೆ ತುಂಬ ಬಣ್ಣದ ಬುಗುರಿ ಇತ್ತು. ಮಗುವಿನ ಕಣ್ಣಲ್ಲಿ ನೀರಿದ್ದವು. ಮುಖದಲ್ಲಿ ಭಯ, ಪಶ್ಚಾತ್ತಾಪಗಳಿದ್ದವು. ಕರೀಮಜ್ಜನಿಗೆ ಮಗು ಅಳುವುದು ಜಗತ್ತೇ ಅಳುತ್ತಿರುವಂತೆ ತೋರಿತು. ಅದಕ್ಕಿನ್ನ ದೊಡ್ಡ ಹಿಂಸೆ ಇಲ್ಲ. ಪಾಪವರಿಯದ ಮಗು ಪಶ್ಚಾತ್ತಾಪ ಪಡುವುದು ಅಸಹಜವಾಗಿಯೂ, ಮಾನವ ಸೃಷ್ಟಿಸಿದ ನರಕದ ಪ್ರತಿರೂಪದಂತೆಯೂ ಕಾಣಿಸಿತು. 'ನಂಜುಂಡನ ಮನೆಬಾಗಿಲು ತೆಗೆದ ಕೂಡಲೇ ಬುಗುರಿ ವಾಪಸು ಮಾಡೋಣ', ಎಂದು ಸಂತೈಸಿದರು

ಕರೀಮಜ್ಜ. ಅಷ್ಟಕ್ಕೇ ಸಮಾಧಾನಗೊಂಡ ಮಗು ಬಿಡುಗಡೆಗೊಂಡಂತೆ ಹಗುರಾಗಿ ತೂಕಡಿಸತೊಡಗಿತು. ಅಜ್ಜ ಅದನ್ನು ಹಾಸಿಗೆಯಲ್ಲಿ ಮಲಗಿಸಿದರು.

ಅಜ್ಜ ಈಗ ಸುಲ್ತಾನನ ಕಡೆಗೆ ತಿರುಗಿದರು. ಸುಲ್ತಾನ ತನ್ನ ತಂದೆಗೆ, 'ಮನುಷ್ಯರು ತಪ್ಪು ಮಾಡುವುದು ಸಹಜ. ಆದರೆ ನಾನು ಗವಿರಂಗಪ್ಪರಿಗೆ ಸಂಬಂಧಿಸಿದಂತೆ ಯಾವ ತಪ್ಪೂ ಮಾಡಿದಂತೆ ಕಾಣುತ್ತಿಲ್ಲ. ಅವರೊಡನೆ ನನ್ನ ಯಾವ ವ್ಯವಹಾರ ವಹಿವಾಟೂ ಇತ್ತೀಚೆಗೆ ನಡೆದಿಲ್ಲ. ಅಕಸ್ಮಾತ್ ತಪ್ಪಾಗಿದ್ದರೆ ಕ್ಷಮೆಯಾಚಿಸುತ್ತೇನೆ ಬಾಬಾ', ಎಂದ.

ಕರೀಮಜ್ಜ, 'ಅದಲ್ಲ ಕಣೋ. ಈಗ ಮಂದಿರ ಮಸೀದಿ ಬಗ್ಗೆ ಜಗಳ, ಸಾವು ನೋವು ಎಲ್ಲಾ ಆದ್ವಲ್ಲ? ಇಡೀ ಊರಿಗೆ ಊರೇ ಕುದೀತಾ ಇದೆ. ಅದರ ಬಗ್ಗೆ ಏನಾದರೂ ಮಾತಾಡಿದೆಯಾ?', ಎಂದರು.

'ಇಲ್ಲವೇ ಇಲ್ಲಪ್ಪ' ಎಂದ ಸುಲ್ತಾನ. ನಿಜವಾಗಿಯೂ ಅವನು ಅಂಥ ವಿಷಯಗಳ ಬಗ್ಗೆ ಎಲ್ಲಿಯೂ ಬಾಯಿಬಿಟ್ಟವನಲ್ಲ. ಅವನಿಗೆ ಅವ್ಯಾವೂ ಅರ್ಥವಾಗದ ಕಗ್ಗಂಟಾಗಿದ್ದವು. ಕೋರ್ಟುಗಳು, ನಾನಾ ದಿನಾಂಕಗಳು, ಹಲವಾರು ತೀರ್ಪುಗಳು, ಮುಖಂಡರು, ರಕ್ತಪಾತಗಳು ಅವನನ್ನು ಉಸಿರುಗಟ್ಟಿಸುತ್ತಿದ್ದವು. ಆಗ ಕರೀಮಜ್ಜ, 'ದೇವರನ್ನು ನೆನಪಿಸಿಕೊಳ್ಳುವ ಅತ್ಯಂತ ಸರಳ ವಿಷಯವನ್ನೂ ಜನರು ಇಷ್ಟೊಂದು ಗೋಜಲು ಮಾಡಿಕೊಂಡು ಹೊಡೆದಾಡುತ್ತಾರೆಂದರೆ, ಅದಕ್ಕೆ ಅರ್ಥವೇ ಇಲ್ಲ. ದೇವರಲ್ಲಿ ನಂಬಿಕೆ ಇಲ್ಲದಾಗ ಮಾತ್ರ ಪ್ರಾರ್ಥಿಸುವ ಜಾಗಕ್ಕೆ ಜಗಳವಾಡುತ್ತಾರೆ. ಪ್ರಾರ್ಥನೆಗೆ ಮಂದಿರ ಮಸೀದಿಗಳ ಅವಶ್ಯಕತೆ ಇದೆಯೇನಯ್ಯಾ? ದೇವರಿಗೂ ಯಾವುದೇ ಕಟ್ಟಡಕ್ಕೂ ಸಂಬಂಧವೇ ಇಲ್ಲ!', ಎಂದು ನಿಟ್ಟುಸಿರಿಟ್ಟು ಮೌನವಾದರು. ಆ ಮೌನವನ್ನು ಮೆಹರುನ್ನೀಸಾಳ ಲೊಚಗೊಟ್ಟುವಿಕೆ, ಸುಲ್ತಾನನ ಗೊಂದಲ, ನಿಸ್ಸಹಾಯಕತೆಗಳು, ಪುಟ್ಟ ಮಗು ರಿಜ್ವಾನನ ಗೊರಕೆಗಳು ತುಂಬತೊಡಗಿದವು. ಅದರ ಜೊತೆ ಕರೀಮಜ್ಜನ ಸಾತ್ವಿಕ ಸಿಟ್ಟು ಮತ್ತು ಧ್ಯಾನಗಳೂ ಇದ್ದವು.

'ಪ್ರಾರ್ಥನಾ ಸ್ಥಳಗಳನ್ನು ವಿಶ್ವದ ಎಲ್ಲ ಪ್ರಜೆಗಳ ಧ್ಯಾನಮಂದಿರಗಳನ್ನಾಗಿ ಮಾಡಬೇಕು', ಎಂಬ ಮಾತು ಕರೀಮಜ್ಜನ ಬಾಯಿಂದ ತನ್ನಷ್ಟಕ್ಕೆ ತಾನೇ ಎಂಬಂತೆ ಹೊರಬಂದಿತು.

ಆಗ ಬಾಗಿಲ ಮೇಲೆ ಯಾರೋ ಮೆಲ್ಲನೆ ತಟ್ಟಿದ ಶಬ್ದವಾಯಿತು. ಸುಲ್ತಾನನೆದ್ದು ಬಾಗಿಲು ತೆರೆಯಲು, ನಿರೀಕ್ಷಿಸದಿದ್ದ ಆಶ್ಚರ್ಯವೊಂದು ತೆರೆದುಕೊಂಡಿತು. ಅಲ್ಲಿ ಗವಿರಂಗಪ್ಪನ ಮನೆಯವರೆಲ್ಲ ಮುಖಗವುಸುಗಳನ್ನು ಧರಿಸಿ ನಿಂತಿದ್ದರು. ಗವಿರಂಗಪ್ಪನೇ ಮೊದಲು, 'ಸುಲ್ತಾನಿ, ನನ್ನನ್ನು ಕ್ಷಮಿಸಪ್ಪ. ಈಗ ನಾಲ್ಕು ದಿನದ ಕೆಳಗೆ ನಮ್ಮ ಮನೆಯವರಿಗೆಲ್ಲ ಇದ್ದಕ್ಕಿದ್ದಂತೆ ಕೆಮ್ಮು ನೆಗಡಿ ಆಯಿತು. ಕೂಡಲೇ

ಆಸ್ಪತ್ರೆಗೆ ಹೋದರೆ ಅಲ್ಲಿ ಯಾವುದೋ ಕೊರೋನಾ ಎಂಬ ಹೊಸ ಕಾಯಿಲೆ ಕಾಣಿಸಿದೆ ಎಂದು ನಮ್ಮೆಲ್ಲರನ್ನೂ ಪರೀಕ್ಷಿಸಿ 'ಪಾಸಿಟಿವ್' ಎಂದು ಮನೆಯಲ್ಲಿಯೇ ಕ್ವಾರಂಟೈನ್ ಮಾಡಿದ್ದರು. ಆದರೆ ಮೊನ್ನೆ ಮತ್ತೊಮ್ಮೆ ಪರೀಕ್ಷಿಸಿ 'ನೆಗೆಟಿವ್' ಎಂದು ಹೇಳಿದ್ದಾರೆ. ಇದನ್ನು ತಿಳಿಸಿ ಹೋಗೋಣವೆಂದು ಬಂದೆವು. ನಾಲ್ಕು ದಿನ ನಿಮ್ಮೊಡನೆ ಮಾತನಾಡಲಾಗಲಿಲ್ಲ. ಕಾರಣವನ್ನು ಸಹ ಹೇಳಲಾಗಲಿಲ್ಲ. ಕಾಯಿಲೆ ನಿಮಗೂ ಹಬ್ಬುತ್ತದೆಯೇನೋ ಎಂಬ ಭಯದಿಂದ ಹಾಗೆ ವರ್ತಿಸಿದೆವು. ಇದನ್ನೆಲ್ಲಾ ಮನಸ್ಸಿಗೆ ಹಚ್ಚಿಕೊಳ್ಳಬೇಡಿ. ಆಚೆ ಹೋಗಬೇಕಾದರೆ ನೀವೂ ಈ ಮಾಸ್ಕ್‌ಗಳನ್ನು ಧರಿಸಿ', ಎಂದು ಹೇಳಿ ಒಂದು ಪ್ಯಾಕೆಟ್ ಮಾಸ್ಕ್‌ಗಳನ್ನು ಕೊಟ್ಟನು.

ಗೊರಕೆ ಹೊಡೆಯುತ್ತಿದ್ದ ರಿಜ್ವಾನನು ಯಾವ ಮಾಯೆಯಿಂದಲೋ ಎಂಬಂತೆ ಎದ್ದು ಬಂದು ಗೆಳೆಯ ನಂಜುಂಡನಿಗೆ ಬುಗುರಿ ವಾಪಸ್ ಕೊಡಲಾಗಿ, ಅಲ್ಲಿದ್ದವರೆಲ್ಲ ನಿಂತನಿಂತಲ್ಲಿಯೇ ಆಶ್ಚರ್ಯಸೂಚಕ ಚಿಹ್ನೆಗಳಂತಾದರು!

ನಂತರದ ದಿನಗಳಲ್ಲಿ ರಾಗಿ ಮುದ್ದೆ, ಬಾಡಿನ ಸಾರು ಮತ್ತು ಘಮ ಘಮ ಬಿರ್ಯಾನಿಗಳು ಪುನಃ ಅದಲು ಬದಲಾಗತೊಡಗಿದವು. ಮನೆಯ ನಾಯಿಗಳು ಬಾಡೂಟದ ದಿನಗಳಲ್ಲಿ ಪರಿಮಳದ ಜಾಡು ಹಿಡಿದು ಎರಡು ಮನೆಗಳ ನಡುವೆ ಚಡಪಡಿಸುತ್ತ ಸುತ್ತತೊಡಗಿದವು.

*('ನ್ಯಾಯಪಥ' ವಾರಪತ್ರಿಕೆಯಲ್ಲಿ ಪ್ರಕಟ)*

# ಚಂದನ ಗಾಂಧಿ

ನವಿಲೇಹಾಳು ಗ್ರಾಮದ ಒಂಬತ್ತನೆ ತರಗತಿಯ ಚಂದ ಉರುಫ್ ಚಾಂದ್‌ಪೀರ್ ಮೇಷ್ಟ್ರುಗಳ ಲೆಕ್ಕದಲ್ಲಿ ಅಂಥಾ ಏನು ಪ್ರತಿಭಾವಂತ ವಿದ್ಯಾರ್ಥಿಯಾಗಿರಲಿಲ್ಲ. ಎಲ್ಲ ವಿಷಯಗಳಲ್ಲೂ ತಿಣುಕ್ಯಾಡಿ 40–45 ಮಾರ್ಕ್ಸ್ ತೆಗೀತಿದ್ದ. ಇದ್ದುದ್ರಾಗೆ ಕನ್ನಡದಲ್ಲಿ ಸ್ವಲ್ಪ ಜಾಸ್ತಿ ಬರ್ತಿದ್ವು. ಸಾಬ್ರನಾದ್ರೂ ಕನ್ನಡದಾಗೆ ಚಾಂಪಿಯನ್ ಅಂದ್ಕಬ್ಯಾಡ್ರಿ. ಸಾಬ್ರಲ್ಲಿ ಪಿಂಜಾರ ಸಮುದಾಯಕ್ಕೆ ಸೇರಿದ ಅವನ ಮಾತೃಭಾಷೆ ಕನ್ನಡವೇ ಆಗಿತ್ತು. ಅವನ ಸ್ಪೆಷಾಲಿಟಿ ಅಂದ್ರೆ ಮಾತುಗಾರಿಕೆ. ಎದುರಿದ್ದೋರು ಮೋಡಿ ಆಗಂಗೆ ಮಾತಾಡ್ತಿದ್ದ. ಅಂಗಾಗಿ ಆ ವರ್ಷ ಭಾಷಣ ಸ್ಪರ್ಧೇಲಿ ಚನ್ನಗಿರೀ ತಾಲ್ಲೂಕಿಗೆ ಫಸ್ಟು ಬಂದು, ಜಿಲ್ಲಾಮಟ್ಟದ ಸ್ಪರ್ಧೆಗೂ ಶಿವಮೊಗ್ಗಕ್ಕೆ ಹೋಗಿ ಬಂದ. ಆ ವರ್ಷ ಸ್ಪರ್ಧೆಯಲ್ಲಿ ಗೆದ್ದೋರಿಗೆ ಬಹುಮಾನ ರೂಪದಲ್ಲಿ ಕಪ್ಪು, ತಟ್ಟೆ, ಟಿಫನ್ ಬಾಕ್ಸು, ಬಕೆಟ್ಟುಗಳನ್ನು ಕೊಡದೆ ಪುಸ್ತಕಗಳನ್ನು ಕೊಟ್ಟಿದ್ದರು. ಬಹುಮಾನವಾಗಿ ಬಂದಿದ್ದ ಹತ್ತಾರು ಪುಸ್ತಕಗಳೆಲ್ಲ ಮಹಾತ್ಮ ಗಾಂಧೀಜಿಯವರ ಬಗ್ಗೆಯೇ ಇದ್ದವು.

“ಚಂದಾ! ಇಷ್ಟಾಕಂದು ಪುಸ್ತಕಗಳ ಎಲ್ಲಿಡ್ತಿಯಲೇ? ಎಲ್ಲವ್ನೂ ಇಲಿ ಕಡೀತವೆ!”, ಎಂದು ಅವನ ಫ್ರೆಂಡ್ಸ್ ಎಲ್ಲ ತಮಾಷಿ ಮಾಡೋರು. ಅದೇ ಯೋಚ್ನೇಲಿ ತನ್ನ ಮುರುಕಲು ಮನೆ ಸೇರಿದ ಚಂದ, ತನ್ನ ಸ್ಕೂಲ್ಬುಕ್ಕುಗಳನ್ನು ಚೀಲದಲ್ಲಿಟ್ಟು ಗೋಡೆಗೆ ನೇತು ಹಾಕಿದ. ಗಾಂಧೀಜಿ ಬುಕ್ಕುಗಳನ್ನು ತನ್ನ ಟ್ರಂಕಿನೊಳಗಿಟ್ಟ. ಬಹುಮಾನದಲ್ಲಿ ಗೆದ್ದ ಬುಕ್ಕುಗಳೆಲ್ಲ ಬಣ್ಣ ಬಣ್ಣವಾಗಿ ಕಳಕಳ ಅಂತಿದ್ವು. ಅವರಪ್ಪ ಶಫಿ ಪುಸ್ತಕಗಳನ್ನೆಲ್ಲ ನೋಡಿ, “ಇಸಾಕಂದು ಗೆದ್ಯಾ!?”, ಎಂದು ಆಶ್ಚರ್ಯಪಟ್ಟು, “ಭಾರೀ ಇವ್ನ ಕಣಲೇ ನೀನು!”, ಎಂದು ಅಭಿಮಾನದಿಂದ ನುಡಿದ.

ಅವರಿವರ ಮನೆಯಲ್ಲಿ ಸಂಬಳಕ್ಕಿದ್ದ ಶಫಿ ಅನಕ್ಷರಸ್ಥನಾಗಿದ್ದ. ಅವನಾಯ್ತು, ಅವನ ಕೆಲಸ ಆಯ್ತು ಅನ್ನಂಗಿದ್ದ. ಮಹಾಮೌನಿಯಾಗಿದ್ದ ಆತ ದಿನಕ್ಕೆ ನಾಲ್ಕು ಮಾತಾಡಿದರದೇ ಹೆಚ್ಚು. ಕೆಲಸಕ್ಕಿದ್ದ ಮನೆಯಲ್ಲೇ ಊಟ ತಿಂಡಿ ಮಾಡುತ್ತಿದ್ದರಿಂದ ಬೆಳಿಗ್ಗೆ ಎದ್ದು ಕೆಲಸಕ್ಕೆ ಹೋದರೆ ರಾತ್ರಿ ಮಲಗಲು ಮಾತ್ರ ಮನೆಗೆ ಬರುತ್ತಿದ್ದ. ಚಂದನಿಗೆ, ಮನೆಯಲ್ಲಿ ಎಲ್ಲ ಕೆಲಸಕ್ಕೂ ತನ್ನಮ್ಮನೇ ಗತಿಯಾಗಿದ್ಲು. ಸ್ಕೂಲಿಗೆ ಸೇರಿಸುವುದಿರಲಿ, ಬಟ್ಟೆ ಬರೆ, ಚಪ್ಲಿ, ಪೆನ್ನು, ಪೆನ್ಸಿಲ್ ಕೊಡಿಸುವುದಿರ್ಲಿ ಎಲ್ಲಕ್ಕೂ ಮಾಬಕ್ಕ ಉರುಫ್ ಮಹಬೂಬಿಯೇ ಬೇಕಾಗಿದ್ದಳು. ಇನ್ನೊಂದು ಪಾಯಿಂಟ್ ಏನಂದ್ರೆ ಮಾಬಕ್ಕ ಒಂದಷ್ಟು ಕೋಳಿಗಳನ್ನು ಸಾಕಿದ್ದಳು. ಕೋಳಿ ಮತ್ತು ತತ್ತಿಗಳ ಮಾರಾಟದಿಂದ ಮಾಬಕ್ಕನಿಗೆ ಒಂದಷ್ಟು ಆದಾಯವಿತ್ತು. ಹಾಗಾಗಿ ಪ್ರತಿಯೊಂದಕ್ಕೂ ಗಂಡನ ಎದುರು ಮಾಬಕ್ಕ ಕೈ ಒಡ್ಡುತ್ತಿರಲಿಲ್ಲ.

ಒಂಬತ್ತನೇ ಕ್ಲಾಸಿನ ದೊಡ್ಡ ಪರೀಕ್ಷೆ ಬರೆದ ನಂತರ ಬ್ಯಾಸಿಗೆ ರಜದಲ್ಲಿ ಚಂದನಿಗೆ ಓದಲು ಭರ್ತಿ ಸಮಯ ಸಿಕ್ತು. ಅವನು ಭಾಷಣ ಸ್ಪರ್ಧೆಗೆ ಶಿವಮೊಗ್ಗಕ್ಕೆ ಹೋದಾಗ, ಹಲವು ದೊಡ್ಡ ಮನುಷ್ಯರ ಉಪನ್ಯಾಸ ಕೇಳಿದ್ದ. ಅವರು ಗಾಂಧೀಜಿಯ ಸರಳತೆ ಬಗ್ಗೆ ನಂಬಲಸಾಧ್ಯವಾದಂತಹ ಸಂಗತಿಗಳನ್ನು ಹೇಳಿದ್ದರು. ದುಂಡು ಮೇಜಿನ ಪರಿಷತ್ತಿಗೆ ಹೋದಾಗ ಇಂಗ್ಲೆಂಡ್ ದೊರೆಯನ್ನು ಗಾಂಧಿ ಭೇಟಿ ಮಾಡಿದ ಸಮಯದಲ್ಲಿ ಬ್ರಿಟಿಷರೇ ಗಾಂಧಿಗೋಸ್ಕರವಾಗಿ ವಸ್ತ್ರಸಂಹಿತೆಯನ್ನು ಸಡಿಲಗೊಳಿಸಿದರಂತೆ! ಸೂಟು ಬೂಟು ಡೌಲಿನ ಮಹನೀಯರ ನಡುವೆ ಗಾಂಧಿಯವರು ತಮ್ಮ ತುಂಡು ಬಟ್ಟೆಯಲ್ಲಿ ಫಕೀರನಂತೆ ಪಾಲ್ಗೊಂಡಿದ್ದರಂತೆ! ಆರು ತಿಂಗಳ ಕೆಳಗೆ ಕೇಳಿದ ಭಾಷಣದ ಮಾತುಗಳು ಈಗಲೂ ಅವನ ಕಿವಿಯಲ್ಲಿ ಗುಂಗಿಯಾಡ್ತಿದ್ವು.

ಚಂದ ತನ್ನ ಸುತ್ತ ಇರುವ ಅನೇಕರ ಜೀವನಶೈಲಿಯನ್ನು ಗಮನಿಸುತ್ತಿದ್ದ. 14–15 ವರ್ಷದ ಚಂದನಿಗೆ ಒಂದೊಂದೇ ಸೂಕ್ಷ್ಮಗಳು ಹೊಳೆಯತೊಡಗಿದವು – ಶ್ರಮರಹಿತ ಸುಖ ಜೀವನಕ್ಕೆ ಒಲವು ಬೆಳೆಸಿಕೊಂಡಿರುವ ಜನ, ಊರಿನ ಪ್ರತಿ ಹಬ್ಬ ಹರಿದಿನ ಸಮಾರಂಭದಲ್ಲೂ ತಲೆ ಹಾಕಿರುವ ಆಡಂಬರ–ಪ್ರದರ್ಶನ, ಶ್ರೀಮಂತರನ್ನು ನಕಲು ಮಾಡುವ ಹುಚ್ಚು ಮತ್ತು ಹೆಚ್ಚಿರುವ ಬಡವರ ಕೀಳರಿಮೆ.

ಇದೆಲ್ಲದರ ನಡುವೆ ಚಂದ ತನ್ನಲ್ಲಿದ್ದ ಗಾಂಧಿ ಪುಸ್ತಕಗಳನ್ನು ಓದಲೇಬೇಕೆಂದು ಪಟ್ಟಾಗಿ ಹಿಡಿದು ಕುಂತ. ಓದುತ್ತಾ ಹೋದಂತೆ ಗಾಂಧಿ ಎಂದೋ ಆಗಿ ಹೋದವರೆನ್ನಿಸಲಿಲ್ಲ. ಅವರು ನಿತ್ಯ ಪ್ರಸ್ತುತರಾಗಿದ್ದರು. ಅವರು ತಮ್ಮೊಬ್ಬರಿಗೇ ಬದುಕಿದರೆನಿಸಲಿಲ್ಲ. ಒಟ್ಟು ಪ್ರವಾಹದಲ್ಲಿ ಒಂದಾಗಿದ್ದ ಜೀವ ಗಾಂಧಿಯವರದ್ದು ಎನಿಸಿತು.

ಪ್ರಾಮಾಣಿಕನೂ, ಮುಗ್ಧನೂ ಆಗಿದ್ದ ಚಂದನಿಗೆ ಗಾಂಧಿ, ತನ್ನ ಜೊತೆ ಮಾತುಕತೆಯಾಡುವ ಗೆಳೆಯನಂತೆ ಕಂಡರು. ಅಲ್ಲಿ ಇಲ್ಲಿ ತಿದ್ದುತ್ತಿದ್ದರು. ಒಂದು ಸಲ ನೆಲದ ಮೇಲೆ ಹರಿದಾಡುತ್ತಿದ್ದ ಇರುವೆಗಳಿಗೆ ಚಂದ ಬೆಲ್ಲದ ಪುಡಿ ಹಾಕಿದಾಗ ಗಾಂಧಿ, "ಭೇಷ್ ಚಂದ", ಅಂದಿದ್ರು! ಪುಸ್ತಕಗಳನ್ನು ಓದ್ತಾ ಓದ್ತಾ ಗಾಂಧಿ ಚಂದನ ಜೊತೆ ಜೊತೆಯೇ ಇರತೊಡಗಿದರು. ಚಂದನು ಪುಸ್ತಕಗಳನ್ನು ವಾರಗಟ್ಟಲೆ, ತಿಂಗಳುಗಟ್ಟಲೆ ಎಡಬಿಡದೆ ಓದೋದನ್ನು ನೋಡಿದ ಮಾಬಕ್ಕ ಅಚ್ಚರಿಗೊಂಡಳು. ಆಗಿಂದಾಗ್ಗೆ ಗಾಂಧಿ ತಮ್ಮ ಪಾಪಗಳನ್ನು ತೊಳೆದುಕೊಳ್ಳುವ ರೀತಿ ಚಂದನಿಗೆ ವಿಶೇಷವಾಗಿ ಕಂಡಿತು. ಮದುವೆಯಾಗಿ ಎರಡು ವರ್ಷದ ಮೇಲೆ ಗಾಂಧಿ ತಮ್ಮ ತಪ್ಪುಗಳನ್ನು ಒಂದು ಪತ್ರದಲ್ಲಿ ಬರೆದು ತಂದೆ ಕರಮಚಂದರಿಗೆ ಒಪ್ಪಿಸುವುದು ಅದ್ಭುತವೆಂದು ಒಪ್ಪಿ ಚಂದ ತನ್ನನ್ನೇ ತಾನು ನೋಡಿಕೊಂಡ. ಮೂರ್‍ನಾಲ್ಕು ತಿಂಗಳ ಕೆಳಗೆ ನಡೆದ ಒಂದು ಘಟನೆ ನೆನಪಾಯಿತು. ಕೂಲಿನಾಲಿಯ ಜೊತೆ ಕೋಳಿಗಳ ವ್ಯಾಪಾರವನ್ನು ಮಾಡಿ ನಾಲ್ಕು ಕಾಸು ಮಾಡಿಕೊಳ್ಳುತ್ತಿದ್ದ ಮಾಬಕ್ಕ ಕಷ್ಟಜೀವಿಯಾಗಿದ್ದಳು. ದುಡ್ಡು ದುಡಿಯುವುದು ಮತ್ತು ದುಡಿದ ದುಡ್ಡನ್ನು ದುಂಡಗಿಟ್ಟುಕೊಳ್ಳುವುದು ಎಷ್ಟು ಕಷ್ಟ ಎಂಬುದು ಆಕೆಗೆ ತಿಳಿದಿತ್ತು. ಒಂದು ಪೈಸೆಯನ್ನೂ ಆಕೆ ಪೋಲು ಮಾಡಿದವಳಲ್ಲ. ಪಿಂಜಾರಟ್ಟಿಯಲ್ಲಿ ಅವಳಿಗೆ ಜುಗ್ಗಿ ಎಂಬ ಅಡ್ಡಹೆಸರೂ ಸಹ ಇತ್ತು.

ರಂಜಾನ್, ಬಕ್ರೀದ್, ಮೊಹರಂ ಮುಂತಾದ ಹಬ್ಬಗಳಲ್ಲಿ ಮಾತ್ರ ಮನೆಯಲ್ಲಿ ಕೋಳಿ ಸಾರು ಇರುತ್ತಿತ್ತು. ಬೇರೆ ಬಿಡಿದಿನಗಳಲ್ಲಿ ಕೋಳಿ ಕೊಯ್ಯುವ ವಿಚಾರವೇ ಇರಲಿಲ್ಲ. ಅಷ್ಟು ಬಿಗಿ ಮಾಬಕ್ಕ. ಆದರೆ ಚಂದನಿಗೆ ಕೋಳಿ ಸಾರಿನ ಬಯಕೆಯಾಯಿತು. ಹಬ್ಬಗಳು ಇನ್ನೂ ಎಲ್ಲೋ ದೂರ ಇದ್ದವು. ಊರಲ್ಲಿ ಯಾವ ಸಾಹುಕಾರರ ಮನೆಯಲ್ಲಿಯೂ ದಾವತ್ ಹೇಳಿ ಮಾಂಸದ ಊಟ ಹಾಕಿಸಲು ಯಾವುದೇ ಶುಭಕಾರ್ಯಗಳಿರಲಿಲ್ಲ. ಆಗ ಒಂದು ದಿನ ಅಪ್ಪ ಅಮ್ಮ ಇಬ್ಬರೂ ಮನೆಯಲ್ಲಿಲ್ಲದ ವೇಳೆ ಒಂದು ದೊಡ್ಡ ತತ್ತಿ ಇಡುವ ಕೋಳಿಯನ್ನು ಹಿಡಿದು ಕಟ್ಟಿಹಾಕಿ ಕೋಲಲ್ಲಿ ಹಣ್ಣುಗಾಯಿ ನೀರುಗಾಯಿ ಆಗುವಂತೆ ಹೊಡೆದ. ಆ ಕೋಳಿ ಈಗಲೋ ಆಗಲೋ ಪ್ರಾಣ ಬಿಡುವಂತಾಯ್ತು. ಮಾಬಕ್ಕ ಎಲ್ಲಿಂದಲೋ ಬಂದವಳೇ ಕೋಳಿಯನ್ನು ನೋಡಿ, ಮುಲ್ಲಾ ಸಾಹೇಬರ ಬಳಿ ಕೊಂಡೊಯ್ದು ಹಲಾಲ್ ಮಾಡಿಸಿದಳು. ಸ್ವಲ್ಪ ತಡವಾಗಿದ್ದರೂ ಕೋಳಿ ಸತ್ತೇ ಹೋಗುತ್ತಿತ್ತು. ಅದು ಸ್ವರ್ಗಕ್ಕೋಯ್ತೋ ಇಲ್ಲವೋ ಗೊತ್ತಿಲ್ಲ. ಆದರೆ ಏಟು ತಿಂದು ಹಿಂಸೆ ಅನುಭವಿಸುತ್ತಿದ್ದ ಕೋಳಿ, ನೋವಿನ ನರಕದಿಂದ ಮುಕ್ತಿ ಹೊಂದಿತ್ತು. ಚಂದ ಯಾವ ಗುಟ್ಟನ್ನೂ ಬಿಟ್ಟುಕೊಡಲಿಲ್ಲ. ಮಳ್ಳಿಗನಂತಿದ್ದು ಕೋಳಿ ಸಾರು ಮನದಣಿಯೆ ತಿಂದ. ಗಾಂಧಿಯವರ ಬಗ್ಗೆ ಓದಿ ತಿಳಿದ ಮೇಲೆ ಚಂದನಿಗೆ ಈ ಘಟನೆ ಮತ್ತೆ ಮತ್ತೆ ನೆನಪಾಗಿ ಸಂಕಟವಾಯಿತು. 'ಎಲ್ಲ ಪಾಪಕೃತ್ಯಕ್ಕೂ ಪ್ರಾಯಶ್ಚಿತ್ತವಿದೆ. ಪ್ರಾಯಶ್ಚಿತ್ತವೇ ಆತ್ಮಶುದ್ಧಿಯ ಮಾರ್ಗ' ಎಂದು ಗಾಂಧಿಯವರಿಂದ ಬಲ್ಲವನಾಗಿದ್ದ. ಚಂದ ತಾಯಿಯ ಕಡೆಗೆ ತಿರುಗಿದ. ಅವನಿಗೆ ತಾಯಿಯ ಬಳಿ ಪಾಪ ನಿವೇದನೆ ಮಾಡಿಕೊಳ್ಳಬೇಕಿತ್ತು. ಮಾಬಕ್ಕ ಮಗ ಓದಿ ಜಾಣನಾಗುತ್ತಿರುವ ಬಗ್ಗೆ ಅತಿ ಸಂತಸದಿಂದ ಮಗನನ್ನೇ ನೋಡುತ್ತಾ ನಿಂತಿದ್ದಳು. ಮಕ್ಕಳು ಜಾಣರಾಗುವುದು ಯಾವ ತಂದೆ ತಾಯಿಗಿಷ್ಟವಾಗುವುದಿಲ್ಲ?

ಗಾಂಧಿಯವರ ತಂದೆಗೆ ಓದು ಬರುತ್ತಿತ್ತು. ಆದರೆ ಚಂದನಿಗೆ ಆ ಅನುಕೂಲವಿರಲಿಲ್ಲ. ಅಪ್ಪ ಅಮ್ಮಂದಿರಿಬ್ಬರೂ ಅನಕ್ಷರಸ್ಥರಾಗಿದ್ದರು. ಚಂದ ತಾಯಿಯೆದುರು ನಿಂತ. ಬಾಯಿ ಬಿಡುವುದಕ್ಕಿಂತ ಮುಂಚೆಯೇ ಬಿಕ್ಕಳಿಸತೊಡಗಿದ. "ಯಾಕೋ, ಏನಾಯ್ತೋ?", ಎಂದು ಗಾಬರಿಯಿಂದ ಮಾಬಕ್ಕ ಕೇಳಿದರೂ, ಚಂದನಿಗೆ ಮಾತು ಹೊರಡಲಿಲ್ಲ. ಬಿಕ್ಕಳಿಸುತ್ತಿದ್ದವನು ಜೋರಾಗಿ ಅಳತೊಡಗಿದ. ಮಗ ಓದಿ ಓದಿ ತಲೆ ಕೆಟ್ಟಿತೋ ಏನೋ ಎಂದು ಭಯವಿಹ್ವಲಳಾದ ಮಾಬಕ್ಕ ಮಗನಿಗಿಂತ ಜೋರಾಗಿ ಅಳತೊಡಗಿದಳು. ಅಮ್ಮ ಮಗನ ದುಃಖ ತಹಬಂದಿಗೆ ಬರಲು ಸುಮಾರು ಹೊತ್ತಾಯಿತು. ಕ್ಷಮಾಪಣಾಪತ್ರ ಬರೆದು ತಂದೆಗೆ ಸಲ್ಲಿಸಿದ ಗಾಂಧೀಜಿಗೂ ಆ ಗಳಿಗೆಯಲ್ಲಿ ಎಷ್ಟು ದುಃಖವಾಗಿರಬಹುದು? ಎಂಥ ಹೆಂಗರುಳಿನ ವ್ಯಕ್ತಿಯಾಗಿರಬಹುದು ಗಾಂಧೀಜಿ? ಎಂಥ ಮೃದುಹೃದಯಿಯಿರಬಹುದು? ಎಂದು

ಚಂದನಿಗೆ ಚಕ್ಕನೆ ಮಿಂಚಿ ಹೋಯಿತು. ಬಾಯ್ಬಿಟ್ಟು ಅಮ್ಮನಿಗೆ ಹೇಳಲು ಚಂದನಿಗೆ ಹಿಂಜರಿಕೆಯಾಗಲಾರಂಭಿಸಿತು. ಆದರೆ ಚಂದ ತಪ್ಪೊಪ್ಪಿಕೊಳ್ಳಲು ದೃಢನಿಶ್ಚಯ ಮಾಡಿದ್ದ. ತಾನು ಹೊಡೆದ ಒಂದೊಂದು ಹೊಡೆತಕ್ಕೂ ಹೆದರಿ ಹಾರಾರಿ ಬೀಳುತ್ತಿದ್ದ, ನೋವಿನಿಂದ ಅರಚುತ್ತಿದ್ದ ಯಾಟೆ ಅವನ ಕಣ್ಣೆದುರು ಬಂತು. ಇನ್ನು ಸುಮ್ಮನಿರಲಾಗದೆಂದು ಎಲ್ಲವನ್ನೂ ಹೇಳಿ ಕ್ಷಮೆಯಾಚಿಸಿದ. "ನೀನು ಜುಗ್ಗಿ ಎಂದು ಆಡಿಕೊಳ್ಳುತ್ತಿದ್ದೆ. ನನ್ನನ್ನು ಕ್ಷಮಿಸಮ್ಮ. ಗಾಂಧೀಜಿ ನಿನಗಿಂತಲೂ ಜುಗ್ಗನಾಗಿದ್ದರು", ಎಂಬುದನ್ನು ಸಹ ಹೇಳಲು ಮರೆಯಲಿಲ್ಲ. ಮಾಬಕ್ಕ, "ಅಯ್ಯೋ ಮಗನೆ! ಅದಕ್ಯಾಕೆ ಅಳ್ತೀಯ, ನೀನೆಚ್ಚೋ, ಏನು ಕೋಳಿ ಹೆಚ್ಚೋ? ನನ್ನ ಬಂಗಾರ್ದಂತ ಮಗನೇ? ಕೋಳಿಯೆಲ್ಲ ನಮ್ಮವೇ. ಕದ್ದವಲ್ಲ. ಸರ್ಪಾಲಿನವಲ್ಲ. ಹೋಗ್ಲಿ ಬಿಡು. ನೀನಿಷ್ಟು ಆಸೆ ಪಟ್ರೆ ಇನ್ನೊಂದು ಕೋಳೀನ ಈಗ್ಲೇ ಕೊಯ್ಯನ", ಎಂದಳು. ಆಕೆಗೆ ಚಂದನ ತಳಮಳ ಅರ್ಥವೇ ಆಗ್ಲಿಲ್ಲ. ಚಂದನ ದುಃಖ ಇನ್ನೂ ಹೆಚ್ಚಿತು. ಪಶ್ಚಾತ್ತಾಪದಿಂದ ಸಿಗುವ ಬಿಡುಗಡೆ ಅವನಿಗೆ ದಕ್ಕಲೇ ಇಲ್ಲ.

ನವಿಲೇಹಾಳಿನ ಪಿಂಜಾರ ಹಟ್ಟಿಯ ಪಕ್ಕದಲ್ಲಿ ದಲಿತರ ಕೇರಿ ಇದೆ. ಎರಡನ್ನೂ ಒಂದು ರಸ್ತೆ ಬೇರ್ಪಡಿಸಿತ್ತು. ಚಂದನ ಮನೆಯು ಪಿಂಜಾರ ಹಟ್ಟಿಯ ಕೊನೆಯ ಮನೆ. ಅದಾದ ಮೇಲೆ ದಲಿತರ ಕೇರಿ ಪ್ರಾರಂಭ. ಅಲ್ಲಿ ಮೊದಲ ಮನೆ ಚಂದನ ಶಾಲೆಯ ಜವಾನ ಬನಪ್ಪನ ಮನೆ ಇತ್ತು. ದಲಿತನಾದ ಅವನಿಗೆ ಊರಲ್ಲಿ ಯಾರೂ ಮನೆ ಕೊಟ್ಟಿರಲಿಲ್ಲವಾದ್ದರಿಂದ ದಲಿತರ ಕೇರಿಯಲ್ಲಿಯೇ ಬಾಡಿಗೆಮನೆ ಮಾಡಿಕೊಂಡಿದ್ದ. ಅದೇ ತಾಲ್ಲೂಕಿನ ತಾವರೇಕೆರೆಯವನಾದ ಅವನನ್ನು ಅತ್ಯಂತ ಕಡಿಮೆ ಸಂಬಳಕ್ಕೆ ಕೆಲಸಕ್ಕಿಟ್ಟುಕೊಂಡಿದ್ದರು. ಶಾಲೆಯ ಆಡಳಿತವರ್ಗದವರು ರಜೆಯೆನ್ನದೆ, ಹಗಲಿರುಳೆನ್ನದೆ ಅವನಿಂದ ಕೆಲಸ ಮಾಡಿಸಿಕೊಳ್ಳುತ್ತಿದ್ದರು. ಆದರೆ ಅದು ಬೇಸಿಗೆ ರಜೆಯ ದಿನಗಳಾದುದರಿಂದ ಕಾಡಿಬೇಡಿ, ಮಂಡು ಬಿದ್ದು ರಜೆ ಪಡೆದು ಎಷ್ಟೋ ವರ್ಷಗಳ ನಂತರ ಹೆಂಡತಿಯೊಂದಿಗೆ ಮಾವನ ಮನೆಗೆ ಹೋಗಿದ್ದ. ಬನಪ್ಪನ ಮನೆಯ ಒಳಗೆ ಹೊರಗೆ ಅಡ್ಡಾಡಿಕೊಂಡಿದ್ದ ಚಂದ ಬನಪ್ಪನ ಜಾತಿಯ ಬಗ್ಗೆ ತಲೆಕೆಡಿಸಿಕೊಂಡಿರಲಿಲ್ಲ. ಗಾಂಧೀಜಿ ಪುಸ್ತಕಗಳನ್ನು ಓದಿದ ಮೇಲೆ ಜಾತಿಯೊಂದು ಶಾಪ ಎಂಬುದು ಅವನ ಹೊಸ ಅರಿವಾಗಿತ್ತು. ಅದೂ ಅಲ್ಲದೆ ಪಿಂಜಾರವನಾಗಿದ್ದ ಚಂದನಿಗೆ ಜಾತ್ಯತೀತ ಗುಣ ಹುಟ್ಟಿನಿಂದಲೇ ಸಹಜವಾಗಿ ಬಂದಿತ್ತು. ಬನಪ್ಪ ಊರಿಗೆ ಹೋಗಿದ್ದು ಚಂದನಿಗೆ ಅನಿರೀಕ್ಷಿತವಾಗಿತ್ತು. ದಿನವೂ ಬನಪ್ಪನ ಒಡನಾಟದಲ್ಲಿದ್ದ ಚಂದನಿಗೆ ಅವನ ಗೈರು ಬೇಸರ ತಂದಿತ್ತು. ಬನಪ್ಪನು ಶಾಲೆಯಲ್ಲಿ ಕೆಲಸ ಮಾಡುತ್ತಿದ್ದುದರಿಂದ ಮಕ್ಕಳ ಜೊತೆ ಸ್ನೇಹದಿಂದಿದ್ದ. ಮದುವೆಯಾಗಿ ಹಲವು ವರ್ಷಗಳಾದರೂ ಮಕ್ಕಳಾಗದೇ ಇದ್ದುದರಿಂದ ಅವನು

ಮಕ್ಕಳಿಗಾಗಿ ಪರಿತಪಿಸುತ್ತಿದ್ದ. ಮೇಷ್ಟ್ರ ಕೈಯಲ್ಲಿ ಏಟು ತಿಂದು ಅಳುತ್ತಿದ್ದ ಮಕ್ಕಳನ್ನು ಅನೇಕ ಸಲ ಬನಪ್ಪನೇ ಸಂತೈಸುತ್ತಿದ್ದ.

ಅಮ್ಮನಲ್ಲಿ ಪಾಪನಿವೇದನೆ ಮಾಡಿಕೊಂಡ ದಿನ ಸಾಯಂಕಾಲದ ಹೊತ್ತು ಬನಪ್ಪನ ಬಂಧುವೊಬ್ಬರು ಬಂದರು. ಅವರು ಒಂದು ಪುಟ್ಟಿಯ ತುಂಬ ಮಾವಿನಹಣ್ಣು ತಂದಿದ್ದರು. ಬನಪ್ಪ ಊರಲ್ಲಿಲ್ಲದ್ದರಿಂದ ಹತ್ತಿರವೇ ಇದ್ದ ಚಂದನ ಮನೆಯಲ್ಲಿಟ್ಟು, "ಬನಪ್ಪ ಬಂದ ಮೇಲೆ ಹಣ್ಣನ್ನು ಅವರಿಗೆ ಮುಟ್ಟಿಸಿ", ಎಂದು ಹೇಳಿ ಮಾಬಕ್ಕನ ಬಳಿ ಕಷ್ಟಸುಖ ಮಾತನಾಡಿ ಹೊರಟು ಹೋದರು. ಬನಪ್ಪ ಊರಿಂದ ಹಿಂದಿರುಗುವ ದಿನ ಯಾರಿಗೂ ಗೊತ್ತಿರಲಿಲ್ಲ. ಚಂದನಿಗಾಗಲೀ, ಮಾಬಕ್ಕನಿಗಾಗಲೀ ಬನಪ್ಪ ತಿಳಿಸಿರಲಿಲ್ಲ. ಒಂದೆರಡು ದಿನದಲ್ಲಿ ಹಿಂತಿರುಗಬಹುದೆಂದು ಮಾಬಕ್ಕ ತಿಳಿದಿದ್ದಳು. ಹಣ್ಣು ಇನ್ನೂ ಮಾಗಿರಲಿಲ್ಲ ಮತ್ತು ಹಣ್ಣಾಗಲು ಮೂರ್ನಾಲ್ಕು ದಿನವಾದರೂ ಬೇಕು ಎಂದು ಅನುಭವದಿಂದ ಬಲ್ಲವಳಾಗಿದ್ದಳು. ತನ್ನ ಚಿಕ್ಕ ಮನೆಯ ಒಂದು ಮೂಲೆಯಲ್ಲಿ ಹಣ್ಣಿನ ಪುಟ್ಟಿಯನ್ನು ತೆಗೆದಿರಿಸಿದಳು.

ಇದಾದ ಮರುದಿನ ಚಂದ ಎದ್ದವನೇ ಬನಪ್ಪನ ಮನೆ ಬಾಗಿಲು ನೋಡಿದ. ಅದು ಮುಚ್ಚಿತ್ತು. ಬನಪ್ಪ ಬಂದಿರಲಿಲ್ಲ. ಮಾಬಕ್ಕ ಹೋಗಿ ಹಣ್ಣಿನ ಬುಟ್ಟಿ ನೋಡಿದಳು. ಬುಟ್ಟಿಯಲ್ಲಿ ಏನಿಲ್ಲೆಂದರೂ ಅಂದಾಜು ಇಪ್ಪತ್ತೈದು ಹಣ್ಣುಗಳಿದ್ದವು. ಅವು ದೊಡ್ಡ ದೊಡ್ಡ ಗಾತ್ರದ ರಸಪುರಿ ಮಾವಿನಹಣ್ಣುಗಳಾಗಿದ್ದವು. ಪುಟ್ಟಿಯಲ್ಲಿ ಸಾಕಷ್ಟು ಒಣಹುಲ್ಲಿತ್ತು. ಹಣ್ಣುಗಳನ್ನು ಮುಟ್ಟಿ ನೋಡಿದಳು. ಗಟ್ಟಿಯಾಗಿದ್ದವು. ಹಸಿರಾಗಿದ್ದವು. ಮೂಸಿ ನೋಡಿ ಇನ್ನೂ ಹಣ್ಣಾಗದೇ ಇರುವುದನ್ನು ಖಾತ್ರಿಪಡಿಸಿಕೊಂಡಳು.

ಮಾಬಕ್ಕ, ಶಫಿ ಮತ್ತು ಚಂದ ಮೂವರೂ ಮಾವಿನಹಣ್ಣಿನ ಅದರಲ್ಲೂ ರಸಪುರಿ ಮಾವಿನಹಣ್ಣಿನ ಅಭಿಮಾನಿಗಳಾಗಿದ್ದರು. ಆರಾಧಕರಾಗಿದ್ದರು. ಹಣ್ಣಿನ ರುಚಿಯ ಗುಲಾಮರಾಗಿದ್ದರು. ಬಡವರಾದ ಅವರಿಗೆ ಹಣ್ಣಿನ ಮರಗಳೇ? ಕೊಂಡು ತಿನ್ನಲು ದುಡ್ಡೇ? "ನೀವೂ ತಿನ್ನಿ" ಎಂದು ಕೊಡುವ ಕೊಡುಗೈ ದಾನಿಗಳಿದ್ದರೇ? ಉಹೂಂ. ಮಾವಿನ ಋತುವಿನಲ್ಲಿ ಒಂದು ಸಲವೋ ಎರಡು ಸಲವೋ ಅದೃಷ್ಟವಿದ್ದರೆ ಅರ್ಧವೋ, ಒಂದೋ ಹಣ್ಣು ತಿನ್ನಬೇಕು. ಕೆಲವೊಮ್ಮೆ ಕದ್ದು ತಿಂದದ್ದೂ ಇದೆ. ಹೆದರಿಕೆಯಲ್ಲಿ ಪೂರ್ತಿ ರುಚಿಯನ್ನು ಆಸ್ವಾದಿಸದೇ ಗಬಗಬನೆ ತಿಂದದ್ದೂ ಇದೆ. ರುಚಿ ಸವಿದದ್ದಕ್ಕಿನ ಯಾರ ಕಣ್ಣಿಗೂ ಬೀಳದಿದ್ದರೆ ಸಾಕೆಂಬ ಹಪಾಹಪಿಯಲ್ಲಿ ಗುಳುಂ ಮಾಡಿದ್ದೂ ಇದೆ. ಅಂಥದ್ದರಲ್ಲಿ ಹಣ್ಣು ತುಂಬಿದ್ದ ಪುಟ್ಟಿಯು ಅವರಿಗೆ ಮನೆಗೆ ಬಂದು ಸೇರಿದ ದೊಡ್ಡ ನಿಧಿಯಂತೆ ಭಾಸವಾಗುತ್ತಿತ್ತು.

**ಚಂದ:** "ಇವತ್ತೇನೂ ಬನಪ್ಪ ಬಂದಿಲ್ಲ ಬಿಡಮ್ಮ. ನಾಳೆ ಬರಬಹುದು".

**ಮಾಬಕ್ಕ:** "ನಿಧಾನಕ್ಕೆ ಬರ್ಲಿ ತಗಾ. ಅವಿನ್ನೂ ಹಣ್ಣಾಗಿಲ್ಲ. ಇನ್ನೂ ಎರಡು ದಿನ ಪರವಾಗಿಲ್ಲ. ಆಮೇಲೆ ನೋಡ್ಕಾಳಣ".

**ಚಂದ:** "ಬನಪ್ಪನಿಗೆ ಸ್ಕೂಲಲ್ಲಿ ಬಹಳ ಕೆಲಸ ಕಣಮ್ಮ. ಒಂದು ನಿಮಿಷ ರೆಸ್ಟ್ ಇಲ್ದಂಗೆ ದುಡುಸ್ತಾರೆ".

**ಮಾಬಕ್ಕ:** "ಒಂದೆರಡು ದಿನ ನಿಧಾನಕ್ಕೆ ಬರ್ಲಿ ಬಿಡು. ಇಲ್ಲಿ ದಿನಾ ಸಾಯದು ಇದ್ದೇ ಐತೆ".

ಮರುದಿನ ಇವೇ ಮಾತುಗಳು ಅಮ್ಮ ಮಗನಲ್ಲಿ ವಿನಿಮಯವಾದವು.

ಮೂರನೇ ದಿನ ಎದ್ದಾಗ ಅಮ್ಮ ಮಗನಿಗೆ ಹೌದೋ ಅಲ್ಲವೋ ಅನ್ನುವಂತಿದ್ದ ಮಾವಿನಹಣ್ಣಿನ ಘಮ ಮೂಗಿನ ಸುತ್ತ ಆಡತೊಡಗಿತು.

**ಮಾಬಕ್ಕ:** "ಎಲ್ಲಪ್ಪ ಈತ? ಮಾವನ ಮನ್ಯಾಗೆ ಕುಂತೇ ಬಿಟ್ನಲ್ಲ! ಅಳಿಯ ಬಾಳ ದಿನದ ಮ್ಯಾಲೆ ಬಂದ ಅಂತ ಮಾಂಸ, ಮದ್ದು ಮಾಡಾಕ್ತಿರ್ಬೇಕು! ಮಗಳು ಈಗ ಬಸುರಿ ಬ್ಯಾರೆ!".

**ಶಫಿ:** "ಓಹ್! ಹೌದೇನು? ಅಂಗಾರೆ ಇನ್ನೂ ಒಂದು ವಾರ ಬರಲ್ಲ!"

ಅಪ್ಪ, ಅಮ್ಮ, ಮಗ ಮೂವರಿಗೂ ರಸಪುರಿ ಹಣ್ಣಿನ ಆಸೆ ಕೆರಳತೊಡಗಿತು. ತೆಳ್ಳಗೆ ಹಬ್ಬುತ್ತಿದ್ದ ಹಣ್ಣಿನ ಘಮಲು ಪರರ ಹಣ್ಣು ತಿನ್ನಬಾರದೆಂಬ ಅವರ ಸಂಕಲ್ಪವನ್ನು ಸುಲಭವಾಗಿ ಸೋಲಿಸಿತು. ಅವರಿಗೆ ತಾವು ತಮ್ಮ ಹಿಡಿತದಲ್ಲಿಲ್ಲವೆಂಬಂತೆ ಭಾಸವಾಗತೊಡಗಿತು. ಮಾವಿನಹಣ್ಣು ಎಷ್ಟಿವೆಯೆಂದು ಬನಪ್ಪನಿಗೆ ಗೊತ್ತಿಲ್ಲ. ಅವನು ಬರುವುದಕ್ಕೆ ಮುಂಚೆಯೇ ಒಂದಷ್ಟು ಹಣ್ಣು ತಿಂದು ಬಿಡೋಣವೇ? ಬನಪ್ಪನಿಗೆ ಹ್ಯಾಗೂ ಗೊತ್ತಾಗುವುದಿಲ್ಲ...! ಎಂಥಾ ಚಾನ್ಸು...!

ಶಫಿ, ಮಾಬಕ್ಕರಿಗೆ ತಮ್ಮ ಒಬ್ಬನೇ ಮಗನನ್ನು ನೋಡಿ ಕರುಳು ಚುರ್ರೆಂದವು. ನಾವು ಯಾವಾಗಲೋ ಸಂತೆಯಲ್ಲಿ ತಂದುಕೊಡುವ ಹುಳಿ ಮಾವಿನಹಣ್ಣನ್ನು ಮಾತ್ರ ತಿಂದಿರುವ ಚಂದ, ರಸಪುರಿ ಹಣ್ಣನ್ನು ತಿಂದೇ ಇಲ್ಲ ಎಂದು ನೊಂದುಕೊಂಡರು. ಇದೇ ಜಾಡಿನಲ್ಲಿ ಯೋಚಿಸುತ್ತಾ ಮೈಮರೆತಿದ್ದ ಚಂದನಿಗೆ ಇದ್ದಕ್ಕಿದ್ದಂತೆ ಗಾಂಧಿ ನೆನಪಾದರು. "ಚಂದಾ, ವಾಂಛಲ್ಯಗಳ ಗೆಲ್ಲಬೇಕು. ಆಸೆಗಳಿಗೆ ಬಲಿಯಾಗಬೇಡ. ಮಾವಿನಹಣ್ಣುಗಳು ಬನಪ್ಪನವಲ್ಲವೇ?", ಎಂದರು. ಚಂದನಿಗೆ ಕೂಡಲೆ ಪಾಪ, ಪ್ರಾಯಶ್ಚಿತ್ತ, ಸ್ವಯಂಶಿಕ್ಷೆ ಎಲ್ಲ ನೆನಪಾಗಿ ತಪ್ಪಾಯ್ತು ಎಂದುಕೊಂಡ.

**ಮಾಬಕ್ಕ:** "ಚಂದಾ, ಎಲ್ರೂ ಒಂದೊಂದು ಎಲ್ಡೆಲ್ಡು ಹಣ್ಣು ತಗಂಡು ತಿನ್ನಾನ. ವಾಟೆ ಸಿಪ್ಪೆ ಎಲ್ಲಾರ ಕಾಣ್ದಂಗೆ ಎಸೆದ್ರಾತು. ಬನಪ್ಪ ಬಂದ್ಬಿಟ್ರೆ ತಿನ್ನಾದು ಕಷ್ಟ. ಈಗ ತಿಂದ್ರೆ ಯಾರಿಗೂ ಗೊತ್ತಾಗಲ್ಲ".

**ಚಂದ:** "ಬ್ಯಾಡವ್ವ. ಹಂಗೆಲ್ಲ ಬೇರೆಯವರ ಸ್ವತ್ತು ತಿನ್ಬಾರ್ದು. ಗಾಂಧಿ ಅಂಥದಕ್ಕೆ ಆಪೋಸಿಟ್".

ಸ್ವಲ್ಪ ಸಮಯದ ಹಿಂದೆ ಅಪ್ಪ ಅಮ್ಮರ ಮನದಲ್ಲಿದ್ದದ್ದೇ ತನ್ನ ಮನದಲ್ಲೂ ಇತ್ತು ಎಂದು ಚಂದನಿಗೆ ನಾಚಿಕೆಯಾಯಿತು. ಅಪ್ಪ ಅಮ್ಮರ ದೌರ್ಬಲ್ಯವು ತನ್ನ ದೌರ್ಬಲ್ಯ ಸಹ ಆಗಿದ್ದರಿಂದ ಒರಟಾಗಿ ವರ್ತಿಸುವುದು ಅವನಿಗೆ ಆಗದೇ ಹೋಯಿತು. ಮನಸ್ಸು ಗಟ್ಟಿ ಮಾಡದಿದ್ದರೆ ಸೋಲು ಖಚಿತ ಎನ್ನಿಸಿತು.

**ಶಫಿ:** "ಬನಪ್ಪನಿಗೆ ಗೊತ್ತಾಗಲ್ಲ. ಎಲ್ಡೇ ಎಲ್ಡು ತಿನ್ನು. ನಾನು ನಿಮ್ಮಮ್ಮನೂ ಸೈತ ತಿನ್ನಲ್ಲ".

**ಚಂದ:** ಬನಪ್ಪನಿಗೆ ಗೊತ್ತಾಗ್ದಿದ್ರೆ ನನ್ನ ಕಳ್ಳತನ ಸುಳ್ಳಾಗುತ್ತೇನು? ನನ್ನಾತ್ಮಸಾಕ್ಷಿ ಸತ್ತೋಗಿಲ್ಲ".

ಚಂದನ ಇಂಥ ಮಾತುಗಳಿಗೆ ಅಪ್ಪ ಅಮ್ಮರಲ್ಲಿ ಯಾವುದೇ ಉತ್ತರವಿರಲಿಲ್ಲ.

ಮೂರನೇ ದಿನ ರಾತ್ರಿ ಮನೆ ತುಂಬೆಲ್ಲ ಹಣ್ಣುಗಳ ಘಮ ತುಂಬಿಕೊಂಡುಬಿಟ್ಟಿತು. ಹಣ್ಣುಗಳೆಲ್ಲ ಹಳದಿ ಬಣ್ಣಕ್ಕೆ ತಿರುಗಿ ಮುಟ್ಟಿದರೆ ಹೌದೋ ಅಲ್ಲವೋ ಎನ್ನುವಂತೆ ಸಣ್ಣ ಕುಳಿ ಬೀಳತೊಡಗಿತು. ಹಣ್ಣಿನ ಎಳೆ ಎಳೆಯೂ ಮಾಗಿ ರಸವಾಗಿ ಸಿಹಿಯಾಗಿತ್ತು. ಅದೆಲ್ಲಿಂದ ಯಾವ ಮಾಯೆಯಿಂದ ಬಂದು ಸೇರಿಕೊಂಡಿತೋ ಆ ಘಮಲು! ಆಗ ತಾನೆ ಹುಟ್ಟಿದ ಕಂದಮ್ಮನ ಮೈಯ್ಯಲ್ಲಿ ಬಂದು ಸೇರಿಕೊಳ್ಳುವ ಸುಗಂಧದಂತೆ!

**ಮಾಬಕ್ಕ:** "ತಿನ್ನೋ ಚಂದಾ. ತಿನ್ನೋ ಮಗ್ನೆ. ತಡ ಆದ್ರೆ ಹಣ್ಣು ಬಾಡ್ತವೆ. ರುಚಿಯನ್ನು ರಸವನ್ನು ಕಳೆದುಕೊಳ್ತವೆ. ಎಂದೂ ಮಾತಾಡದ ನಿಮ್ಮಪ್ಪ ಇವತ್ತು ಬಾಯ್ಬಿಟ್ಟು, ನಿನ್ನನ್ನು ತಿನ್ನು ಅಂತ ಕೇಳ್ಕಂಡಿದಾನೆ. ಅಪ್ಪನಿಗೆ ಬೇಜಾರು ಮಾಡ್ಬೇಡ ತಿನ್ನು. ನೀನು ಹಿಂಗೆ ಗೆರೆ ಎಳ್ಕಂಡು ಇದ್ರೆ ಬದುಕು ಸಾಗಲ್ಲ. ನಾವೇನು ಹಣ್ಣನ್ನು ಕದೀತಿಲ್ಲ. ಬೇಕಂತಲೇ ಮೋಸ ಮಾಡ್ತಿಲ್ಲ. ಹಣ್ಣುಗಳು ಸುಖಾಸುಮ್ಮನೆ ಹಾಳಾಗೋಗ್ತವೆ. ಗಾಂಧಿ ಹಣ್ಣು ಹಾಳು ಮಾಡ್ರಿ ಅಂತ ಯಾಕೇಳ್ಯಾನು? ಆ ಅಜ್ಜನ ಮಕ್ಕೆ ಮಸಿ ಬಳಿಯೋ ಕೆಲಸ ಮಾಡಬ್ಯಾಡ. ಬನಪ್ಪ ಅರ್ಜೆಂಟಿಗೆ ಬರಲ್ಲ ಅಂತ ನನಿಗನ್ನಿಸ್ತೈತೆ", ಅಂದ ಮಾಬಕ್ಕನಿಗೆ ಕೆಂಡದಂತ ಸಿಟ್ಟು ಬಂದಿತ್ತು. ಅವಳ ಸಿಟ್ಟಿಗೆ ಕಾರಣವು ಮಗನ ಮೇಲಿನ ವಾತ್ಸಲ್ಯವಾಗಿತ್ತು. ವಾತ್ಸಲ್ಯದಂಥ ಕೋಮಲಭಾವವು ಘಾಸಿಗೊಂಡು ಸಿಟ್ಟಾಗಿ ಬದಲಾಗಿತ್ತು.

**ಚಂದ:** "ನನ್ನಂತರಂಗ ಬ್ಯಾರೇನೇ ಹೇಳ್ತೈತೆ ಕಣಮ್ಮ. ಬನಪ್ಪ ಬರ್ಲಿ ಅಥವಾ ಬಿಡ್ಲಿ. ನಾವಂತೂ ಹಣ್ಣು ತಿನ್ನಂಗಿಲ್ಲ. ಹೌದಾ? ಯಾಕಂದ್ರೆ ಅವು ನಮ್ಮವಲ್ಲ. ನಾಳೆ ಬೆಳಗ್ಗೆ ತನ್ಕ ನೋಡಿ ಬನಪ್ಪ ಬರ್ದೆ ಹೋದ್ರೆ ಏನಾರ ಬ್ಯಾರೆ ಪ್ಲಾನು ಮಾಡ್ಬೇಕು", ಎನ್ನುತ್ತಾ, ಒಂದು ಹಳೇ ಜಮಖಾನ ಹಾಸಿಕೊಂಡು ಉರುಳಿಕೊಂಡ. ಆಗಲೇ ಮಲಗುವ ಹೊತ್ತಾಗಿತ್ತು. ಶಫಿ ಆಗಲೇ ನಿದ್ದೆ ಹೋಗಿದ್ದ. ಮಾಬಕ್ಕ ಕೋಳಿಗಳನ್ನೆಲ್ಲ ಲೆಕ್ಕ ಹಾಕಿದಳು. ತತ್ತಿ ಕೋಳಿ ಎಷ್ಟು, ಕಾವಿಗೆ ಕುಂತಿರವೆಷ್ಟು? ಕಾವಿಗೆ ಕುಂತು ಎಷ್ಟು ದಿನಾತು? ಎಷ್ಟು ತತ್ತಿ ಮಾರಾಟಕ್ಕದಾವೆ? ಮುಂತಾದ ವಿವರಗಳು ಮಾಬಕ್ಕನ ಮನದಲ್ಲಿ ಹಾದುಹೋದವು. ಬೆಳಕರುದ್ರೆ ಶುಕ್ರವಾರ. ನವಿಲೇಹಾಳಿನ ಸಂತೆ. ಈ ಸಲ ಯಾವ ಯಾವ ಕೋಳಿಗಳನ್ನು ಸಂತ್ಯಾಗೆ ಮಾರ್ಬೇಕು, ರೇಟು ಎಷ್ಟೇಳ್ಬೇಕು ಮುಂತಾಗಿ ಮನದಲ್ಲಿ ಲೆಕ್ಕ ಹಾಕುತ್ತಾ ನಿದ್ದೆ ಹೋದ್ಲು.

ಚಂದನಿಗೆ ತನ್ನಮ್ಮ ಹೇಳೋದ್ರಲ್ಲಿ ಅರ್ಥ ಐತೆ ಅನ್ನುಸ್ತು. ತಾನೆಂದೂ ಇಂಥ ಇಕ್ಕಟ್ಟಿಗೆ ಸಿಗೆಬಿದ್ದುದ್ದಿಲ್ಲ ಎಂದುಕೊಂಡ. ನಾಳೆ ಶುಕ್ರವಾರ. ತನ್ನಮ್ಮ ಕೋಳಿ ಮಾರಕೆ ಸಂತೆಗೆ ಹೋಗ್ತಾಳೆ ಅಂದ್ಕಂಡು, ಗಂಟು ಬಿದ್ದಿರುವ ಮಾವಿನಹಣ್ಣಿಗೇನು ಮಾಡೋದು ಎಂದು ಯೋಚಿಸುತ್ತಾ ನಿದ್ದೆ ಹೋದ.

ನವಿಲೇಹಾಳಿನ ಊರು ಬಾಗಿಲಲ್ಲೇ ಸಂತೆ ನೆರಿಯೋದು. ರಸ್ತೆಯ ಎರಡೂ ಬದಿಗೆ ಎಲ್ಲ ಸೇರಿ ಐವತ್ತು ಜನ ಮಾರಾಟಗಾರರು ಬಂದ್ರೆಚ್ಚು. ಹೆಚ್ಚು ಕಮ್ಮಿ ಅದರ ಡಬ್ಬಲ್ಲು ಕೊಳ್ಳುವವರು ಬರ್ತಾರೆ. ಪ್ರತಿ ಸಲದಂತೆ ಸಂತೆ ನೆರಿಯಾಕೇ ಹನ್ನೊಂದು ಗಂಟ್ಯಾತು. ಈ ಸಲ ಒಬ್ಬ ಹೊಸ ಮಾರಾಟಗಾರ ಬಂದಿದ್ದ. ಅವನೇ ಚಂದ. ಅವರ ಮನೆಯಿಂದ ಪ್ರತಿವಾರ ಮಾಬಕ್ಕ ಒಬ್ಬಳೇ ಬರುತ್ತಿದ್ಲು. ಈ ಸಲ ಅಮ್ಮ ಮಗ ಇಬ್ರೂ ಜೊತೇಲೇ ಬಂದಿದಾರೆ. ಮಾಬಕ್ಕ ಕೋಳಿಗಳ ಕಾಲು ಕಟ್ಟಿ ಪಾಟಿನ್ಶೀಲದ ಮೇಲೆ ಉಲ್ಡಾಕಿದ್ಲು. ಚಂದ ಮತ್ತೊಂದು ಪಾಟಿನ್ಶೀಲದ ಮೇಲೆ ಎರಡೂವರೆ ಡಜನ್ ಮಾವಿನಹಣ್ಣುಗಳನ್ನು ಜೋಡಿಸಿದ್ದ. ಆ ಮಾವಿನಹಣ್ಣುಗಳು ನೋಡಕೆ ಕಣ್ಣೆಸರಾಗಂಗಿದ್ದು, ಅವುಗಳ ಘಮಲು ಸಂತೆ ಬೀದಿ ದಾಟಿ, ಮಿಶಿನ್ ಮನೆ ತನ್ಕ ಹಬ್ಬಿ ನಿಂತಿತ್ತು. "ಎಲ್ಲಿಂದ ತಂದ್ಯೆಲೆ ಚಂದಾ?" "ಶಭಾಷ್, ಬಾಳ ಚನ್ನಾಗದವೆ", "ಎಂಗಲೇ ಡಜನ್ನಿಗೆ?", ಮುಂತಾದ ಪ್ರಶ್ನೆಗಳು ಹಲವು ದಿಕ್ಕಿನಿಂದ ಚಂದನ ಮ್ಯಾಲೆ ಬಂದು ಬಿದ್ವು. ಗಿರಾಕಿಗಳೆಲ್ಲ ಚಂದನತ್ರ ಬರೋರೇ! ಅವರಮ್ಮ ಮಾಬಕ್ಕನ ವ್ಯಾಪಾರವೇ ಡಲ್ಲಾತು.

ಚೌಕಾಸಿ ಮಾಡುವುದರಲ್ಲಿ ಹೆಸರುವಾಸಿಯಾಗಿದ್ದ ನೂರಮ್ಮ, ಜಿನ್ನಮ್ಮ, ಚಿನ್ನಮ್ಮ, ಫರೀದಕ್ಕರಿಗೆ ಬಗ್ಗಲಿಲ್ಲ ಚಂದ.

"ತ್ಯಾವಣಿಗೆ, ಚನ್ನಗಿರೀಲಿ ಯಾವ ರೇಟಿಗೆ ಸಿಗ್ತವೋ ಅದೇ ರೇಟು ನನ್ನತ್ರ, ಹೆಚ್ಚಿಲ್ಲ ಕಡಮಿಲ್ಲ" ಎಂದ. "ನಿನ್ನವೇನು ಸೀಮ್ಯಾಗಿಲ್ದ ಹಣ್ಣೇನೋ? ಮೂಳ" ಅಂತು ಫರೀದಕ್ಕ.

"ಸೀಮ್ಯಾಗೆ ಸಿಗೋ ಹಣ್ಣೇ ಕಣಕ್ಕ" ಅಂದ ತಣ್ಣಗೆ.

ಮಾತಿಗೆ ಮಾತು, ವಾದಕ್ಕೆ ವಾದ, ಚೌಕಾಸಿಗೆ ಚೌಕಾಸಿ. ಯಾರ್‍ರೂ ಸೋಲ್ಲಿಲ್ಲ ಚಂದ.

ಆ ಹಣ್ಣಿನ ಬಣ್ಣ, ಘಮಲಿಗೆ ಮನಸೋತ ತುಂಬು ಬಸುರಿ ಮಂಗಳಮ್ಮ ಚೌಕಾಸಿ ಮಾಡ್ದಂಗೆ ಓಸೂ ಹಣ್ಣು ಕೊಂಡ್ಕಂತು.

"ನಡಿ ಅತ್ತೆ, ನಾನೇ ನಿಮ್ಮನೆತಂಕ ಹೊತ್ಕಂಡು ಬರ್‍ತೀನಿ", ಎಂದು ಅವರ ಮನೆಗೆ ಕೊಟ್ಟು ಬಂದ.

ಚಂದನ ಸಂತೋಷಕ್ಕೆ ಪಾರವೇ ಇಲ್ದಂಗಾಯ್ತು. ಕುಂತ್ರೆ ಕುಂದ್ರಂಗಾಗ್ವಲ್ದು. ನಿಂತ್ರೆ ನಿಲ್ಲಂಗಾಗ್ವಲ್ದು. ನಿಕ್ಕರ್ ಜೇಬಿನಲ್ಲಿದ್ದ ದುಡ್ಡನ್ನು ಕೈಹಾಕಿ ನೂರಾರು ಸಲ ಯಾರಿಗೂ ಕಾಣಿಸ್ದಂಗೆ ಎಣಿಸಿದ. ಅಷ್ಟೂ ದುಡ್ಡನ್ನು ಬನಪ್ಪನಿಗೆ ಮುಟ್ಟಿಸಿಬಿಟ್ರೆ ತನ್ನ ಜವಾಬ್ದಾರಿ ಸದ್ಯಕ್ಕೆ ಮುಗಿಯುತ್ತೆ ಅಂದ್ಕಂಡ. ಬನಪ್ಪನ ಬರುವಿಗಾಗಿ ಕಾತರಿಸತೊಡಗಿದ. ಮಾಬಕ್ಕ, ಶಫಿ ಸೈತ ಬಾಳ ಹಗೂರಾಗಿದ್ರು. ಋಜುಮಾರ್ಗದಲ್ಲಿಟ್ಟ ಒಂದು ಹೆಜ್ಜೆ ಅವರಲ್ಲಿ ಎಂಥ ಆತ್ಮವಿಶ್ವಾಸ, ಧೈರ್ಯ ತಂದಿತ್ತಂದ್ರೇ !

ಅದಕ್ಕೇ ಗಾಂಧೀಜಿಯವರಿಗೆ ಅಸೀಮ ಧೈರ್ಯವಿತ್ತೆಂದು ಕಾಣುತ್ತದೆ ಎಂದುಕೊಂಡ ಚಂದ.

*('ಬೆವರ ಹನಿ' ದಿನಪತ್ರಿಕೆಯಲ್ಲಿ ಪ್ರಕಟ)*

# ಮೂಗುಬೊಟ್ಟು

ಮೂರಂತಸ್ತಿನ ಆ ದೊಡ್ಡ ಮನೆ ಊರಂಚಿನ ಜಮೀನಿಗೆ ತಾಗಿಕೊಂಡಿತ್ತು. ಎಪ್ಪತ್ತರ ಮೇಲೆ ವಯಸ್ಸಾಗಿರುವ ಹಿರೀಕ ಸಾಹುಕಾರ್ ದೊಡ್ಡ ನಬೀಸಾಬನ ಮನೆ ಅದು. ಆತ ವಯಸ್ಸಾಗಿ, ಕಣ್ಣುಗಳು ಮಂಜಾಗಿ, ಹಾಸಿಗೆ ಹಿಡಿದು ವರ್ಷಗಳೇ ಆಗಿದ್ದವು. ಅವನಿಗಿದ್ದ ಏಳು ಜನ ಗಂಡುಮಕ್ಕಳು ಮತ್ತು ಇಬ್ಬರು ಹೆಣ್ಣುಮಕ್ಕಳು ಸಹ ಮಕ್ಕಳು, ಮೊಮ್ಮಕ್ಕಳನ್ನು ಪಡೆದಿದ್ದರು. ನೂರಾರು ಎಕರೆ ಹೊಲ ಗದ್ದೆ ತೋಟಗಳಿದ್ದ ಶ್ರೀಮಂತ ಆತ. ಆತನಿದ್ದ ಮನೆಯ ಸುತ್ತ ಅವನವೇ ನಾಲ್ಕಾರು ಮನೆಗಳಿದ್ದು ಅದೇ ಒಂದು ವಠಾರದಂತಿತ್ತು. ಊರಿನ ಇತರೆ ಮನೆಗಳಿಂದ ದೂರವಾಗಿಯೂ ಬೇರೆಯಾಗಿಯೂ ಇತ್ತು.

ಆ ಮನೆಯ ಹೊರಗಿನ ಕೊಠಡಿಯ ನಂತರ ಮತ್ತೊಂದೆರಡು ವಿಶಾಲವಾದ ಪೀಠೋಪಕರಣಸಜ್ಜಿತ ಹಜಾರಗಳಿದ್ದವು. ನಂತರ ಬರುವುದೇ ಅಡುಗೆಮನೆ. ಅಡುಗೆಮನೆಯನ್ನು ನೋಡಿದರೆ ಸಾಕು ಮನೆಯ ಸ್ಥಿತಿವಂತಿಕೆ, ಜನರ ಸಂಖ್ಯೆ, ನಾಲಿಗೆ ರುಚಿ ಎಲ್ಲವೂ ಗೊತ್ತಾಗುತ್ತಿತ್ತು. ಮೂರ್ನಾಲ್ಕು ಒಲೆಯ ಮೇಲೆ ಬೇಯುತ್ತಿರುವ ತರಹಾವರಿ ಅಡುಗೆ. ತರಕಾರಿ, ಮಾಂಸ, ಮೀನು, ಅನ್ನ ಇತ್ಯಾದಿ ಎಲ್ಲ ವಿವರಗಳೂ ಘಮದಿಂದಲೇ ಗೊತ್ತಾಗುತ್ತಿತ್ತು. ಅಲ್ಲಿ ಪದಾರ್ಥ ಸಿದ್ಧವಾಗುತ್ತಿದ್ದರೆ, ಹಳ್ಳಿಗೆ ಹಳ್ಳಿಯೇ ಘಮಗುಡುತ್ತಿತ್ತು. ಏನಿಲ್ಲೆಂದರೂ ಹೊತ್ತಿಗೆ ಐವತ್ತು ಜನಕ್ಕೆ ಅಡುಗೆ ಆಗಬೇಕಿತ್ತು. ವಿಶೇಷ ದಿನಗಳಲ್ಲಿ ನೆಂಟರಿಷ್ಟರ ಆಗಮನವಾದರೆ ಇನ್ನೂ ಹೆಚ್ಚು. ತರಕಾರಿ, ಮಾಂಸ, ಮೀನು ತೊಳೆದು,

ಕೊಯ್ದು ಸಿದ್ಧಪಡಿಸುವವರು, ಒಲೆ ಉರಿಸುತ್ತಾ, ಪಾತ್ರೆ ಪಡಗ ಎತ್ತಿಡುತ್ತಾ ಅನ್ನ ಬೇಯಿಸಿ ಬಸಿಯುತ್ತಿರುವವರು, ಪಲ್ಯ ಚಟ್ನಿ ಮಾಡುತ್ತಾ ಮೈಕೈ ಕೆರೆಯಲೂ ಸಮಯವಿಲ್ಲದಂತೆ ಬೇಯುತ್ತಾ, ಬೆವೆಯುತ್ತಿದ್ದ ಹೆಣ್ಣುಮಕ್ಕಳು ಒಂದು ಕಡೆ. ಒಲೆಯ ಇನ್ನೊಂದು ಕಡೆ ಕುಳಿತು ಶೀನಿನಲ್ಲಿ ಜೋಳದ ಹಿಟ್ಟು ಕಲಸಿ, ನಾದಿ, ಉಳ್ಳಿ ಮಾಡಿ, ಸ್ವಲ್ಪ ಒಣಹಿಟ್ಟು ಚಿಮುಕಿಸಿಕೊಂಡು ಜನ್ಮಾಂತರದಿಂದಲೂ ಹೀಗೆ ನಿರಂತರವಾಗಿ ರೊಟ್ಟಿ ತಟ್ಟುತ್ತಿದ್ದಾರೋ ಎಂಬಂತೆ ಗರ್ಕರಾಗಿರುವ ಹೆಣ್ಣುಮಕ್ಕಳು. ರೊಟ್ಟಿ ತಟ್ಟುವ ಛಂದೋಬದ್ಧ ಶಬ್ಧ. ಮಾತಿಲ್ಲ, ಕತೆಯಿಲ್ಲ, ನಗುವಿಲ್ಲ. ಏನಿದ್ದರೂ ಅನೈಚ್ಛಿಕವಾದ ಕೆಮ್ಮು, ಸೀನುಗಳು ಮಾತ್ರ. ಇದ್ದಕ್ಕಿದ್ದಂತೆಯೇ ಎಲ್ಲಿಂದಲೋ ಪ್ರತ್ಯಕ್ಷವಾಗಿ ಚಹಾಕ್ಕೆ, ತಿಂಡಿಗೆ, ಊಟಕ್ಕೆ ಹಾತೊರೆಯುವ ಮಕ್ಕಳು, ದೊಡ್ಡವರು, ಕೂಗಾಡುವ ಯಜಮಾನರು. ಊಟವನ್ನೂ ಆಟದಂತೆ ಪರಿಗಣಿಸಿ ಗಲಭೆ ಎಬ್ಬಿಸುವ ಮಕ್ಕಳು. ಎಲ್ಲೂ ಒಂದಿಷ್ಟೂ ಸಹಾಯ ಮಾಡದ ಸಾಹುಕಾರರ ಮಕ್ಕಳು ಮೊಮ್ಮಕ್ಕಳು.

ಬಾವಿಯಿಂದ ಕೊಡಪಾನಗಳಲ್ಲಿ ನೀರು ಸೇದಿ ತಂದು ಅಡುಗೆಮನೆ ಮತ್ತು ಹಿತ್ತಲಿನ ಭಾರೀ ಗಾತ್ರದ ಹಂಡೆಗಳಿಗೆ ಸುರಿಯುವ ಗಂಡಾಳುಗಳು. ದೊಡ್ಡ ನಬೀಸಾಬನ ಗಂಡುಮಕ್ಕಳು ಮತ್ತು ಸೊಸೆಯರು ಗತ್ತಿನಲ್ಲಿ ಓಡಾಡುತ್ತಾ, ಕಣ್ಣಿಗೆ ಬಿದ್ದವರನ್ನು ಸುಖಾಸುಮ್ಮನೆ ಬೈಯ್ಯುತ್ತಾ ಕಾಲ ಕಳೆಯುತ್ತಿದ್ದರು. ಅಡುಗೆಮನೆ ದಾಟಿದರೆ ಹಿತ್ತಲು ಪ್ರಪಂಚ. ಅಲ್ಲೊಂದು ಕಡೆ ಒಂದು ಕಡ್ಡಿಯಂತಹ ಅಜ್ಜಿ ಕುಕ್ಕರಗಾಲಲ್ಲಿ ಕುಳಿತಿತ್ತು. ಅದರ ಮುಂದೆ ಸಾಯೋತನಕ ತೊಳೆದರೂ ಮುಗಿಯದಷ್ಟು ಮುಸುರೆಪಾತ್ರೆಗಳ ರಾಶಿ ಇತ್ತು. ಅದು ತಲೆಯೆತ್ತಿ ಮಂದಿ, ಮನುಷ್ಯರ ಮುಖ ನೋಡದಂತೆ ನಾರು, ಬೂದಿ, ಮುಸುರೆಪಾತ್ರೆಗಳ ಲೋಕದಲ್ಲಿ ಮುಳುಗಿ ಹೋಗಿತ್ತು. ಹಿತ್ತಲ ಉದ್ದಕ್ಕೂ ಹಲವಾರು ಸುತ್ತು ಕಟ್ಟಿದ ಹಗ್ಗದ ಮೇಲೆ ನೂರಾರು ಬಟ್ಟೆಗಳು ಒಣಗಿ ಲಡ್ಡಾಗಿ ನೇತು ಬಿದ್ದಿದ್ದವು. ಅಲ್ಲಿಯೇ ಒಂದು ಕಡೆ ನಾಲ್ಕಾರು ಕಕ್ಕಸು, ಬಚ್ಚಲುಗಳನ್ನು ಕಟ್ಟಿಸಿದ್ದರು.

ಬೇಸಾಯಕ್ಕೆ, ಹೈನಿಗೆ ಬೇಕಾಗುವಷ್ಟು ದನಕರು ಎಮ್ಮೆಗಳು ಕೊಟ್ಟಿಗೆ ತುಂಬಿಕೊಂಡಿದ್ದವು. ಅದರಾಚೆ ಕುರಿರೊಪ್ಪ ಇತ್ತು. ಆ ತುಂಬು ಮನೆಗೆ ವರ್ಷಕ್ಕೆ ಬೇಕಾದ ನೂರಾರು ಕುರಿಗಳನ್ನು ಅವರು ಖರೀದಿಸುವುದಿಲ್ಲ. ಮನೆಯ ಕುರಿಗಳೇ ಅವರ ಹಸಿವನ್ನು ಹಿಂಗಿಸುತ್ತವೆ. ಅವರಲ್ಲಿರುವ ಕೋಳಿಗಳಿಗೆ ಲೆಕ್ಕವೇ ಇಲ್ಲ. ಹಿತ್ತಲಿನ ವಿಸ್ತಾರದಲ್ಲಿ, ಕೊಟ್ಟಿಗೆಯ ಜಂತಿನ ಮೇಲೆ, ಕುರಿರೊಪ್ಪದ ಜಂತಿನ ಮೇಲೆ, ಮೂರ್‍ನಾಲ್ಕು ಕೋಳಿಗೂಡುಗಳಲ್ಲಿ ನೂರಾರು ತಲೆಮಾರುಗಳ ಕೋಳಿಗಳು ಅಲ್ಲಿದ್ದವು.

ಆ ಮನೆಯಲ್ಲಿ ಎಲ್ಲರೂ ಒಮ್ಮೆಲೇ ಬಂದು ಊಟ ಮಾಡಬೇಕೆಂದೇನೂ ಇಲ್ಲ. ಸಮಯವಾದವರು ಬರುತ್ತಾರೆ. ಸಮಯವಾದಷ್ಟು ಹೊತ್ತು ಊಟ ಮಾಡಿ ಹೊರಡುತ್ತಾರೆ. ಅಲ್ಲಿ ಧಾರಾಳತೆ ಇದ್ದದ್ದು ಮನೆಯವರಿಗೆ ಮಾತ್ರ. ಇತರೆಯವರಿಗೆ ಇಲ್ಲ. ಸಾಹುಕಾರರಿಗೆ ರೊಟ್ಟಿ ತಟ್ಟಿ ಕೊಟ್ಟು, ಉಣಿಸಿ, ಕೈ ತೊಳೆಸಿ, ಬಡ ಹೆಣ್ಣುಮಕ್ಕಳು ಖಾಲಿ ಹೊಟ್ಟೆಯಲ್ಲಿ ಹಿಂದಿರುಗುತ್ತಾರೆ. ಒಮ್ಮೊಮ್ಮೆ ಅವರ ಬೆವರಹನಿಗಳು ರೊಟ್ಟಿಗಳ ಮೇಲೆ ಬಿದ್ದು ಹಿಂಗಿ ಹೋಗುತ್ತವೆ. ರೊಟ್ಟಿಗಳ ಮೇಲೆ ಅವರ ಕೈಬೆರಳುಗಳ ಗುರುತುಗಳು ಮೂಡಿರುತ್ತವೆ. ತಿನ್ನುವ ಆಸೆ ಅವರ ಕಣ್ಣಿನಲ್ಲಿ ಮಿಂಚಿ ಮಾಯವಾಗುತ್ತದೆ. ಹಸಿವಿನ ಬೆಂಕಿ ಅವರ ಹೊಟ್ಟೆಯಲ್ಲಿ ಧಗಧಗಿಸುತ್ತಿರುತ್ತದೆ. ತಮ್ಮ ಗುಡಿಸಲುಗಳ ಹಸಿದ ಮಕ್ಕಳ ಆಕ್ರಂದನ ಕಿವಿಯಲ್ಲಿ ಅನುರಣಿಸುತ್ತಿರುತ್ತದೆ.

ಬೆಳಗಿನ ಜಾವದಿಂದ ರಾತ್ರಿ ಹನ್ನೊಂದು, ಹನ್ನೆರಡರವರೆಗೆ ಅಡುಗೆಮನೆಯಲ್ಲಿಯೇ ಇದ್ದು ಕೆಲಸ ನಿರ್ವಹಿಸುವ ಜೀವವೊಂದಿದೆ. ಅಡುಗೆಮನೆಯ ಸಂಪೂರ್ಣ ಜವಾಬ್ದಾರಿ ಅವಳ ಮೇಲಿದೆ. ಅಲ್ಲೊಂದು ಕಡ್ಡಿ ಅಲ್ಲಾಡಿದರೂ ಅವಳಿಗೆ ಗೊತ್ತಾಗುತ್ತದೆ. ಏನು ಹೆಚ್ಚೂಕಡಿಮೆಯಾದರೂ ಅವಳಿಗೆ ಬೈಯ್ಗುಳ ತಪ್ಪಿದ್ದಲ್ಲ. ಆದುದರಿಂದ ಮೈಯೆಲ್ಲಾ ಕಣ್ಣಾಗಿ ಕೆಲಸ ನಿಭಾಯಿಸುತ್ತಾಳೆ. ಅವಳದ್ದು ಮೆತ್ತನೆ ಜೀವ. ಸೂಕ್ಷ್ಮಜೀವ. ಮುಟ್ಟಿದರೆ ಮುನಿಯ ಕಂಪಿಸುವ ಎಲೆಯಂತೆ. ಆ ಮನೆಯಲ್ಲಿಯೇ ಅವಳ ವಾಸ. ಯಾಕೆಂದರೆ ಅವಳಿಗೆ ಅಪ್ಪ ಅಮ್ಮ ಇಬ್ಬರೂ ಇಲ್ಲ ಮತ್ತು ಮನೆಯೂ ಇಲ್ಲ.

ಅವಳನ್ನು ಸಾಹುಕಾರರ ಮನೆಗೆ ಯಾರು ತಂದುಬಿಟ್ಟರೋ, ಯಾವಾಗ ತಂದುಬಿಟ್ಟರೋ ಯಾರಿಗೂ ನೆನಪಿಲ್ಲ! ಅವಳೇ ತಬ್ಬಲಿ ಶಂಷಾದ್. ಜನರಿಂದ ಕಿಕ್ಕಿರಿದಿರುವ ಕೊಠಡಿಗಳನ್ನು ದಾಟಿ, ಮನೆ ಮುಂದಿನ ಓಣಿಯನ್ನೂ ಸಹ ಅವಳು ನೋಡಿಲ್ಲ! ವಿನಯವೇ ಮೈವೆತ್ತಂತಿದ್ದ ಅವಳು ತೆಳುವೂ ಅಲ್ಲ, ದಪ್ಪವೂ ಅಲ್ಲ ಎನ್ನುವಂತಿದ್ದರೂ ಸ್ವಲ್ಪ ತೆಳುವೇ ಎನ್ನಬಹುದಾದ ಮೈಕಟ್ಟನ್ನು ಹೊಂದಿದ್ದಳು. ತಲೆ ತುಂಬ ಸೆರಗು ಹೊದ್ದಿದ್ದರೂ ಒಲೆ ಮುಂದಿನ ಶಾಖಕ್ಕೆ ಒಮ್ಮೊಮ್ಮೆ ಸೆರಗು ಸರಿಸಿದಾಗ ಸಣ್ಣ ಮುಖ ಗೋಚರಿಸುತ್ತಿತ್ತು. ಹಣೆಯಿಂದ ಕೆನ್ನೆವರೆಗೆ ಅಗಲವಾಗುತ್ತಾ ಸಾಗಿ ನಂತರ ಗದ್ದದವರೆಗೆ ಕಿರಿದಾಗುವ ಮುಖ. ಅವಳ ಮುಖದ ಮೇಲೆ ಎಂದೂ ಒಂದೇ ಒಂದು ಮೊಡವೆ ಎದ್ದಿಲ್ಲವೋ ಎಂಬಂತೆ ದೊರಗಿಲ್ಲದ, ಸುಕ್ಕಿಲ್ಲದ ಸಪಾಟು ಮುಖ. ಅವಳ ಮುಖ, ಕತ್ತು, ತೋಳುಗಳಲ್ಲಿ ಜೀವ ಉಕ್ಕುತ್ತಿತ್ತು. ಅವಳ ಕಣ್ಣುಗಳಲ್ಲಿ ಮಾತ್ರ ನೋವಿತ್ತು. ವರ್ಷಗಳಿಂದ ಶೇಖರಣೆಯಾಗಿದೆಯೋ ಎಂಬಂತೆ ದುಃಖವಿತ್ತು. ಯಾರ ಬಳಿಯಾದರೂ ತೋಡಿಕೊಂಡಿದ್ದರೆ ದುಃಖ ಕಡಿಮೆಯಾಗುತ್ತಿತ್ತು. ಆದರೆ ಅವಳು ಭಯಸ್ಥೆಯಾಗಿದ್ದಳು. ಸಂಕೋಚದ ಮುದ್ದೆಯಾಗಿದ್ದಳು. ಅವಳನ್ನು ಇದುವರೆಗೆ ಯಾರೂ ಪ್ರೀತಿಯಿಂದ ಮಾತನಾಡಿಸಿಯೂ ಇರಲಿಲ್ಲ. ಅವಳು ಯಾರದಾದರೂ ಪ್ರೀತಿಗೆ ಕಾತರಿಸಿದ್ದಳು. ದುರಂತವೆಂದರೆ, ಅದು ಅವಳಿಗೇ ಗೊತ್ತಿರಲಿಲ್ಲ.

ಒಂದು ದಿನ ಮನೆಯ ಮಕ್ಕಳೆಲ್ಲ ಬಚ್ಚಿಟ್ಟುಕೊಳ್ಳುವ ಆಟ ಆಡುತ್ತಿದ್ದರು. ಆ ದೊಡ್ಡ ಮನೆಯಲ್ಲಿ ಹತ್ತನ್ನೆರಡು ರೂಮುಗಳು, ಕತ್ತಲು ತುಂಬಿದ ಅನೇಕ ಮೂಲೆಗಳಿದ್ದವು. ಸರಿಯಾದ ಜಾಗ ನೋಡಿಕೊಂಡು ಬಚ್ಚಿಟ್ಟುಕೊಂಡರೆ ಹುಡುಕುವುದೇ ಕಷ್ಟ. ಅದರಲ್ಲಿಯೂ ಎಂಟನೆಯ ಕ್ಲಾಸಿನಲ್ಲಿ ಓದುತ್ತಿದ್ದ ಮುಷೀರ್ ಎಂಬುವವನು ಎಂಥ ಜಾಗ ಹುಡುಕಿ ಬಚ್ಚಿಟ್ಟುಕೊಳ್ಳುತ್ತಿದ್ದನೆಂದರೆ, ಇದುವರೆಗೆ ಎಂದೂ, ಯಾರೂ ಅವನನ್ನು ಪತ್ತೆ ಮಾಡಲಾಗಿರಲಿಲ್ಲ. ಇವತ್ತು ಬಚ್ಚಿಟ್ಟುಕೊಳ್ಳಲು ಜಾಗ ಹುಡುಕುತ್ತಿದ್ದ. ಆಟದಲ್ಲಿ ಕಳ್ಳನಾಗಿದ್ದವನು ಒಂದರಿಂದ ನೂರು ಎಣಿಸುವ ಹೊತ್ತಿಗೆ, ಮುಷೀರನು ಎಲ್ಲೂ ಸರಿಯಾದ ಜಾಗ ಸಿಗದೆ ದೊಡ್ಡ ಹುಡುಗರಿಗಾಗಿ ಓದಿಕೊಳ್ಳಲು ಕಟ್ಟಿಸಿದ್ದ ಹೊಸ ರೂಮುಗಳತ್ತ ನುಗ್ಗಿದ. ಅವು ಹಿತ್ತಲಿನ ಒಂದು ಕೊನೆಯಲ್ಲಿ ಇದ್ದವು. ಅವನ ಅದೃಷ್ಟಕ್ಕೆ ರೂಮಲ್ಲಿ ಯಾರೂ ಇರಲಿಲ್ಲ. ಅಕ್ಕಪಕ್ಕದ ಎರಡು ಕಿಟಕಿಗಳ ರೆಕ್ಕೆ ಮಧ್ಯದಲ್ಲಿ ನುಗ್ಗಿ ತಟಸ್ಥ ನಿಂತುಬಿಟ್ಟ. ಎಂಟನೇ ಕ್ಲಾಸಿನಲ್ಲಿ ಓದುತ್ತಿದ್ದರೂ ಮುಷೀರ ತೆಳ್ಳಗೆ ಗಿಡ್ಡಕ್ಕೆ 'ಇಷ್ಟೇ ಇಷ್ಟು' ಇದ್ದುದರಿಂದ 'ಕಡ್ಡಿ ಕಾಲು ಖಾಸೀಮ' ಎಂಬ ಅಡ್ಡಹೆಸರಿನಿಂದ ಹೆಸರುವಾಸಿಯಾಗಿದ್ದ. ಮುಷೀರನು ಕಿಟಕಿ ರೆಕ್ಕೆಗಳ ನಡುವೆ ಅಂತರ್ಧಾನವಾಗಿ ಬಿಟ್ಟಿದ್ದನು.

ಮುಷೀರನು ರೂಮಿನೊಳ ಹೊಗುವ ಮುನ್ನ ಅಲ್ಲಿ ದಸ್ತಗೀರ್ ಸಾಹೇಬರ ಮಗ ಜಬೀವುಲ್ಲ ಮತ್ತು ಅವನ ಸ್ನೇಹಿತ ಸನಾವುಲ್ಲ ಎಂಬುವವರು ಗುಪ್ತಸಮಾಲೋಚನೆಯಲ್ಲಿ ತೊಡಗಿದ್ದರು. ದಸ್ತಗೀರ್ ಸಾಹೇಬನು ದೊಡ್ಡ ನಬೀಸಾಬರ ಹಿರೀಮಗನಾಗಿದ್ದನು. ಜಬೀ ಮತ್ತು ಸನಾ ಇಬ್ಬರೂ ಈಗಾಗಲೇ ಎಸ್ಸೆಸ್ಸೆಲ್ಸಿಯಲ್ಲಿ ಹಲವಾರು ಬಾರಿ ಡುಮ್ಕಿ ಹೊಡೆದು ಸಾಕಾಗಿ, ತಮ್ಮ ಕೈಯ್ಯಲ್ಲಿ ಪಾಸಾಗುವುದು ಸಾಧ್ಯವಿಲ್ಲವೆಂದು ತೀರ್ಮಾನಿಸಿ ಓದಿಗೆ ತಿಲಾಂಜಲಿಯನ್ನಿತ್ತಿದ್ದರು. ಅಕ್ಷರದ ಮೂಲಕ ಬರುವ ವಿದ್ಯೆ ಕಷ್ಟಕರವೂ, ಸಪ್ಪೆಯೂ, ಅನವಶ್ಯಕವೂ ಆಗಿ ಕಂಡುಬಂದಿತ್ತು. ತಮ್ಮ ಸ್ವೇಚ್ಛಾ ಬದುಕಿನಿಂದ ಬರುವ ವಿದ್ಯೆಯೇ ಸುಲಭ, ರೋಮಾಂಚಕ ಮತ್ತು ಅತ್ಯಾವಶ್ಯ ಎಂದು ಕಂಡುಕೊಂಡಿದ್ದರು. ಅಕ್ಷರ, ಮೇಷ್ಟ್ರು, ಶಾಲೆ ಮುಂತಾದವು ನರಕಸದೃಶವಾಗಿ ಉಸಿರುಗಟ್ಟಿಸುತ್ತಿದ್ದವು. ಅವರು ಇಷ್ಟಪಟ್ಟು ಕಲಿತ ವಿದ್ಯೆಯಾದ ಸಿಗರೇಟು ಸೇದಲು ರೂಮಿಂದ ಹೊರಹೋಗಿದ್ದರು. ವಾಪಸ್ಸು ರೂಮಿಗೆ ಬಂದ ಅವರು ತಮ್ಮ ಅಚ್ಚುಮೆಚ್ಚಿನ ವಿಷಯದ ಬಗ್ಗೆ ಮಾತುಕತೆ ಮುಂದುವರೆಸಿದ್ದರು. ಎಸ್ಸೆಸ್ಸೆಲ್ಸಿ ಪಾಸಾದ ಮನೆಯ ಇತರೆ ಹುಡುಗರೆಲ್ಲ ಕಾಲೇಜು ಸೇರಿ, ಸಿಟಿಗಳ ಪಾಲಾಗಿದ್ದರು. ರೂಮುಗಳೆರಡೂ ಜಬಿಯ ಸುಪರ್ದಿನಲ್ಲಿದ್ದವು.

ಮನೆಯವರಾರೂ ಅತ್ತ ಸುಳಿಯುತ್ತಿರಲಿಲ್ಲವಾದ್ದರಿಂದ ಅವರು ನಿರ್ಭಿಡೆಯಿಂದ ತಮ್ಮ ಇಷ್ಟವಾದ ಸಂಗತಿಗಳ ಬಗ್ಗೆ ಮಾತಾಡತೊಡಗಿದರು. ಎಂದಿನಂತೆ ಅಂದಿನ ವಿಷಯವೂ ಸೆಕ್ಸ್ ಆಗಿತ್ತು. ಇಪ್ಪತ್ತು ವರ್ಷದ ಆಜುಬಾಜಿನಲ್ಲಿದ್ದ ಅವರನ್ನು ಸೆಕ್ಸ್ ಎಂಬುದು ಎಡಬಿಡದೆ ಕಾಡುತ್ತಿತ್ತು. ಕನಸು, ಮನಸು, ನಿದ್ರೆ, ಎಚ್ಚರಗಳಲ್ಲಿ ಅವರಿಗೆ ಎರಡನೆಯ ವಿಚಾರವೇ ಇರಲಿಲ್ಲ. ಊರಿನ ಹೆಂಗಸರೆಲ್ಲ ಅವರಿಗೆ ಅತ್ಯಂತ ಸೆಕ್ಸಿಯಾಗಿ ಕಾಣತೊಡಗಿದ್ದರು. ಎಷ್ಟು ನೋಡಿದರೂ ಸಾಲದೆಂಬಂತೆ ಅವರ ದರ್ಶನಕ್ಕಾಗಿ ವಿನಾಕಾರಣ ಊರ ತುಂಬ ಅಲಾಯಿಸತೊಡಗಿದ್ದರು. ಏನಾದರೂ ಆಗಲಿ, ಯಾರಾದರೊಬ್ಬಳನ್ನು ವಶಪಡಿಸಿಕೊಳ್ಳಬೇಕೆಂಬ ಉತ್ಕಟ ವಾಂಛೆ ಅವರನ್ನು ಹಣ್ಣುಗಾಯಿ ನೀರುಗಾಯಿ ಮಾಡಿಹಾಕಿತ್ತು. ಅವರ ಆಂತರಿಕ ಒತ್ತಡ ಕಡಿಮೆಯಾಗಲು ಒಂದು ಹೊರದಾರಿ ಸಿಗಲೇ ಇಲ್ಲ. 'ಏನಲೇ ನಮ್ಮ ಪ್ರಯತ್ನಗಳೆಲ್ಲ ಮಣ್ಣುಮುಕ್ಕಿದ್ವು! ಏನಾರ ಮಾಡ್ಲೇಬೇಕು!' ಎಂದ ಜಬಿ, ಸನಾನಿಗೆ. ಜಬಿ ಬರೀ ಕಾಮದ ಮೂಟೆಯಷ್ಟೆ ಅಲ್ಲದೆ, ಶುದ್ಧ ಒರಟನೂ, ಸ್ವಾರ್ಥಿಯೂ, ವಿಘ್ನಸಂತೋಷಿಯೂ ಆಗಿದ್ದನು. ತನ್ನ ತಂದೆ ಮತ್ತು ಆರು ಜನ ಚಿಕ್ಕಪ್ಪಂದಿರು ಹೆಣ್ಣಿನ ಶಿಕಾರಿಯಲ್ಲಿ ನುರಿತವರೇ ಆಗಿದ್ದರು. ಊರಿನ ತುಂಬ ಅವರ ಅನೇಕ ಮೂಗುಬೊಟ್ಟುಗಳಿದ್ದವು. 'ಏನಾದರೂ ಮಾಡಿ ನಾವೇ ಮೂಗುಬೊಟ್ಟು ಹುಡುಕ್ಕಬೇಕು. ಇಲ್ದಿದ್ರೆ ಆಗಲ್ಲ ಕಣಲೇ. ಅದೊಂದೇ ದಾರಿ' ಎಂದು ಹೇಳಿ ಸ್ವಲ್ಪ ಹೊತ್ತು ಜಬಿ ಸುಮ್ಮನಾದ. ಬಡವನಾದ ಸನಾ ಹೇಳಿದಂತೆ ಕೇಳುತ್ತಾನೆ.

ಐನಾತಿ ಹೊತ್ತಲ್ಲಿ ಬೇಕಾದಂತೆ ಬಳಸಿಕೊಳ್ಳಬಹುದು ಎಂದು ಯೋಚಿಸಿ, 'ಒಂದು ಗುಟ್ಟು ಹೇಳ್ತೇನಿ. ಯಾರ ಮುಂದೂ ಬಾಯ್ಬಿಡಬ್ಯಾಡ. ನಮ್ಮನೆ ಅಡುಗೆ ಶಂಷಾದಳನ್ನು ಪಟಾಯಿಸ್ಬೇಕು ಅಂದ್ಕಂಡಿದೀನಿ. ಅವ್ಳಿಗೆ ಅಪ್ಪ ಅಮ್ಮ, ಹೇಳೋರ್ ಕೇಳೋರ್ ಯಾರೂ ಇಲ್ಲ, ಮನೇನೂ ಇಲ್ಲ. ನಮ್ಮನೇಲೇ ವಾಸ. ಎಲ್ಲವೂ ಹೇಳಿ ಮಾಡಿಸಿದಂಗೈತೆ' ಎಂದ. ಸಮಯಸಾಧಕನಾಗಿದ್ದ ಸನಾ, 'ಬಾಳ ಪಾಡಾತು ಬಿಡಣ. ಮುಂದುವರಿಯಣ ಹೇಳ್ತನಿ' ಎಂದು ಪ್ರೋತ್ಸಾಹಿಸಿದ.

ಕಿಟಕಿ ರೆಕ್ಕೆಗಳ ಮಧ್ಯೆ ಅವಿತುಟ್ಟುಕೊಂಡಿದ್ದ ಮುಷೀರ್ ಈ ಮಾತುಗಳನ್ನೆಲ್ಲ ಕೇಳಿಸಿಕೊಂಡ. ಹದಿಮೂರು ಹದಿನಾಲ್ಕು ವರ್ಷದ ಮುಷೀರನಿಗೆ ಸೆಕ್ಸ್, ಮೂಗುಬೊಟ್ಟು ಎಲ್ಲವೂ ಅರ್ಥವಾಯಿತು. ಎಳೆಯನಾದ ಅವನಿಗೆ ಇದೆಲ್ಲ ಪೋಲಿ ಕೆಲಸ ಮತ್ತು ಶಂಷಾದಳಿಗಾಗುವ ಅನ್ಯಾಯದಂತೆ ಕಂಡಿತು. ಅಷ್ಟರಲ್ಲಿ ಆಟದ ಕಳ್ಳ ಬಚ್ಚಿಟ್ಟುಕೊಂಡಿದ್ದ ಯಾರನ್ನೋ ಗುರ್ತು ಮಾಡಿ ಐಸ್‌ಪೈಸ್ ಎಂದು ಕೂಗು ಹಾಕಿದ. ಬಚ್ಚಿಟ್ಟುಕೊಂಡಿದ್ದವರೆಲ್ಲ ತಮ್ಮ ಗೊತ್ತು ಜಾಗಗಳನ್ನು ಬಿಟ್ಟು ಹಿತ್ತಲಲ್ಲಿ ಸೇರಿಕೊಂಡರು. ಹೊಸ ಕಳ್ಳನು ಹೊಸ ಆಟ ಪ್ರಾರಂಭಿಸಬೇಕಿತ್ತು. ಆದರೆ ಮುಷೀರನು ತಾನು ಬಚ್ಚಿಟ್ಟುಕೊಂಡ ಜಾಗದಿಂದ ಹೊರಬರದಂತಾಗಿದ್ದ. ತನ್ನ ಗುಪ್ತ ಮಾತುಕತೆಯನ್ನು ಕದ್ದು ಕೇಳಿಸಿಕೊಂಡಿದ್ದು ಗೊತ್ತಾದರೆ ಜಬಿ ಮುಷೀರನಿಗೆ ನಾಯಿ ಹೊಡ್ತ ಹೊಡೀತಿದ್ದ. ಇದರಿಂದ ಮುಷೀರ ತಾನು ಬಚ್ಚಿಟ್ಟುಕೊಂಡ ಜಾಗದಲ್ಲಿಯೇ ಸದ್ಯಕ್ಕೆ ಬಂಧಿಯಾದ!

ಅಂದಿನಿಂದ ಶಂಷಾದಳು ಜಬಿಯ ಮನಸ್ಸಿನಲ್ಲಿ ಒತ್ತ್ಯಾಡತೊಡಗಿದಳು. ಅವಳ ಮಾತು, ನಡಿಗೆ, ಹಾವಭಾವಗಳು ಅವನ ಮನೋಕಾಮನೆಗಳನ್ನು ಕೆರಳಿಸಿದವು. ಅವಳ ಸುತ್ತ ವಿನಾಕಾರಣ ಸುಳಿಯತೊಡಗಿದ. ತಿಂಡಿ, ಊಟ, ಚಹಾಕ್ಕೆ ಅಡುಗೆಮನೆಯಲ್ಲಿ ಗಂಟೆಗಟ್ಟಲೆ ಕುಳಿತಿರುತ್ತಿದ್ದ. ಶಂಷಾದಳಿಗೆ ಜಬಿಯಲ್ಲಿ ಒಡೆಯನೆಂಬ ಹೆದರಿಕೆ ಗೌರವಗಳಿದ್ದವು. ಬರುಬರುತ್ತಾ ಅವನ ಹೆಚ್ಚಿನ ಒಡನಾಟದಿಂದ ಸಲುಗೆ ಹೆಚ್ಚಿತು. ಹೆದರಿಕೆ ಕಮ್ಮಿಯಾಯಿತು, ಗೌರವ ಹೆಚ್ಚಿತು. ಇಷ್ಟು ಸಾಕಿತ್ತು ಜಬಿಗೆ. ಅವನ ಮಾತುಗಳು ಇನ್ನಷ್ಟು ಭರವಸೆ ಮತ್ತು ಸಿಹಿ ಹೊತ್ತು, ಹೊಮ್ಮತೊಡಗಿದವು. ಹಿಂದೆಂದೂ ಮೃದುಮಾತು, ಮೆಚ್ಚುಗೆ, ಪ್ರೀತಿ ಕಾಣದ ಶಂಷಾದಳು ಜಬಿಯ ಮಾತುಗಳಿಗೆ ನಿಧಾನವಾಗಿ ಕರಗತೊಡಗಿದಳು. ಏಳು ಜನ ಸಾಹುಕಾರರು ಮತ್ತು ಅವರ ಹೆಂಡಂದಿರ ಮಾತುಗಳು ರೂಕ್ಷವಾಗಿದ್ದರೂ, ಹಿತಕರವಾಗಿ ಕೇಳತೊಡಗಿದವು. ಕತ್ತೆಯಂತೆ ದುಡಿಸಿಕೊಳ್ಳುತ್ತಿದ್ದರೂ, ಅದಕ್ಕೆ ಪರ್ಯಾಯವಿಲ್ಲದಂತೆಯೂ, ಅನಿವಾರ್ಯದಂತೆಯೂ ಕಾಣತೊಡಗಿತು. ಅವಳೆಂದೂ ಕೆಲಸ ಮಾಡಲು ಹಿಂಜರಿದವಳಲ್ಲ. ಜಬಿಯ ಶ್ರೀಮಂತಿಕೆ ಅವಳಲ್ಲಿ ಭಯ ಹುಟ್ಟಿಸಿತಾದರೂ ಅವನ ಸ್ಫುರದ್ರೂಪ, ಸಿಹಿಮಾತುಗಳು, ಲವಲವಿಕೆ,

ಅವನ ಬಳಿ ಸುಳಿದಾಡುವ ಗಂಧ ಅವಳಿಗೆ ಹುಚ್ಚು ಹಿಡಿಸತೊಡಗಿದವು. ಜಬಿಗೆ ಅವಳ ಸೌಂದರ್ಯವಾಗಲಿ, ಮುಗ್ಧತೆಯಾಗಲಿ, ಅಸಹಾಯಕತೆಯಾಗಲಿ ಕಾಣದೆ ಬರೀ ಸೆಕ್ಸಿಯಾಗಿ ಕಾಣುತ್ತಿದ್ದಳು. ಶಂಷಾದಳು ಪ್ರೀತಿಯಲ್ಲಿ ತೋಯುತ್ತಾ ನಿರ್ಮಲಳಾಗತೊಡಗಿದಳು. ಆದರೆ ಜಬಿ ಸೌಂದರ್ಯದೆದುರು ಉತ್ತಮನಾಗದೆ, ರಕ್ಕಸನಾಗ ತೊಡಗಿದ.

ಇಂಥ ದಿನಗಳಲ್ಲಿ ದೊಡ್ಡ ನಬೀಸಾಬನ ಕೊನೆಯ ಮಗಳು ಖತೀಜಮ್ಮ, ಜಬಿಗೆ ತನ್ನ ಮಗಳನ್ನು ಕೊಟ್ಟು ಮದುವೆ ಮಾಡಲು ದೂರದ ಊರಿಂದ ಮಾತುಕತೆಗೆ ಬಂದಳು. ಮಾತುಕತೆಯಾದ ಮರುದಿನ ಮಧ್ಯಾಹ್ನ ತವರಿನ ಬಳಗದೊಂದಿಗೆ ಹಿತ್ತಲ ಮರದ ನೆರಳಿನಲ್ಲಿ ಮಂಚದ ಮೇಲೆ ಮಾತಾಡುತ್ತಾ ಕುಳಿತಿದ್ದಳು. ಜಬಿಯ ತಂದೆ ದಸ್ತಗೀರ್ ಸಾಬನು ಮದುವೆಗೆ ಒಪ್ಪಿದ್ದರಿಂದ ಎಲ್ಲರೂ ಖುಷಿಯಿಂದಿದ್ದರು. ಕೊಡೋದು, ತಗಳ್ಳೋದು, ಮದ್ವೆ ದಿನ ಎಲ್ಲವೂ ನಿಗದಿಯಾಗಿತ್ತು. ಆರಾಮಾಗಿ ಕುಳಿತು ಮಾತನಾಡುತ್ತಿದ್ದ ಖತೀಜಮ್ಮ ಒಮ್ಮೆಲೇ ದಢಾರನೆ ಎದ್ದು ನಿಂತು, ತನ್ನ ಮೂಗಿನ ಮೇಲೆ ಕೈಯ್ಯಾಡಿಸಿಕೊಂಡು ಮೂಗುಬೊಟ್ಟು ಕಾಣೆಯಾಗಿದೆ ಎಂದು ಎಲ್ಲರ ಎದೆ ನಡುಗುವಂತೆ ಅರಚಿಕೊಂಡಳು. ಅದು ವಜ್ರದ ಹರಳುಳ್ಳದ್ದಾಗಿತ್ತು ಎಂದು ಎದೆ ಬಡಿದುಕೊಂಡು ಅಳತೊಡಗಿದಳು. ತೀವ್ರ ಭಾವಾವೇಶಕ್ಕೊಳಗಾಗಿದ್ದ ಅವಳಿಗೆ ಮಾತೇ ಹೊರಡದಂತಾಯಿತು. ಮಾತಾಡುತ್ತಾ ಕುಳಿತವರೆಲ್ಲ ಥಂಡಾ ಹೊಡೆದು ಹೋದರು. ಅಲ್ಲಿದ್ದ ಮನೆ ಕೆಲಸದ ಆಳುಗಳು ಹೆದರಿಕೆಯಿಂದ ತತ್ತರಿಸಿ ಹೋದರು. ದಸ್ತಗೀರ್ ಸಾಬನು, 'ಯಾರ್‍ಯಾರು ಎಲ್ಲೆಲ್ಲಿದ್ದೀರೋ ಅಲ್ಲೇ ಇರತಕ್ಕದ್ದು. ಇರುವ ಭಂಗಿಯನ್ನೂ ಬದಲಿಸುವಂತಿಲ್ಲ' ಎಂಬ ಕಟ್ಟಪ್ಪಣೆ ಮಾಡಿದ. ಕದ್ದವರು ಸಿಗಿಬಿದ್ದರೆ ಕೈಕಾಲು ಮುರಿಯುವುದು ಗ್ಯಾರಂಟಿ ಇತ್ತು. ಈಗ ಮೂರು ವರ್ಷದ ಕೆಳಗೆ ನೂರರ ನೋಟನ್ನು ಕದ್ದು ಸಿಕ್ಕುಬಿದ್ದ ಶಫಿ ಎಂಬ ಹುಡುಗನಿಗೆ ಎಂಥ ಹೊಡೆತ ಬಿದ್ದಿದ್ದವೆಂದರೆ ಭಯದಿಂದಲೋ, ಬುದ್ಧಿಭ್ರಮಣೆಯಿಂದಲೋ ಶಫಿ ಊರು ಬಿಟ್ಟು ದೇಶಾಂತರ ಹೋಗಿದ್ದನ್ನು ಯಾರೂ ಮರೆತಿರಲಿಲ್ಲ.

ವಿಶಾಲವಾದ ಹಿತ್ತಲಿನ ಉತ್ತರದ ತುದಿಯಲ್ಲಿ ಖತೀಜಮ್ಮನು ಕುಳಿತಿದ್ದ ಮಂಚವಿತ್ತು. ಅವಳ ಸಮಕ್ಷಮದಲ್ಲಿ ದಸ್ತಗೀರ್, ಜಬಿ ಅವರು ಮನೆಯ ಕೆಲಸದಾಳುಗಳ ತಪಾಸಣೆ ಪ್ರಾರಂಭಿಸಿದರು. ಕಟುಕನೆಂದೇ ಹೆಸರಾಗಿದ್ದ ದಸ್ತಗೀರನು ಹೆಣ್ಣು ಗಂಡೆನ್ನದೆ ಆಳುಮಕ್ಕಳನ್ನು ಕೆಟ್ಟಕೊಳಕ ಪೋಲಿ ಮಾತುಗಳಲ್ಲಿ ಬೈಯ್ಯತೊಡಗಿದ.

ಶಂಷಾದಳೂ ಸಹ ಹೆಣ್ಣಾಳುಗಳ ಜೊತೆಗೆ ಬಂದು ನಿಂತಿದ್ದಳು. ಜಬಿಯು ಮುಂದಾಲೋಚನೆಯಿಂದ ಶಂಷಾದಳನ್ನು ಕರೆದು ಖತೀಜಾ ಅತ್ತೆಗೆ ತಿಂಡಿ ತಂದುಕೊಡು ಎಂದು ಅವಳನ್ನು ತಪಾಸಣೆ ನಡೆಯುತ್ತಿದ್ದ ಹಿತ್ತಲಿಂದ

ಅಡುಗೆಮನೆಗೆ ಕಳಿಸಿದ. ತಿಂಡಿ ತಂದಾದ ನಂತರ ಚಹಾ ಮಾಡಿಕೊಂಡು ಬರಲು ಕಳಿಸಿದ. ಚಹಾ ತಂದುಕೊಟ್ಟ ನಂತರ ಎಲೆ, ಅಡಿಕೆ, ಸುಣ್ಣ, ಲವಂಗ, ಯಾಲಕ್ಕಿ, ಕೊಬ್ಬರಿ ಚೂರು ಸಕ್ಕರೆ ಮುಂತಾದವನ್ನೆಲ್ಲ ತರಲು ಹೇಳಿದ. ಹೀಗೆ ಜಬಿ ತನ್ನ ಅತ್ತೆ ಮತ್ತು ಶಂಷಾದ್ ಇಬ್ಬರಿಗೂ ಒಳ್ಳೆಯವನೆಂದು ತೋರಿಸಿಕೊಂಡ. ಅಲ್ಲಿ ಏಳು ಜನ ಅಣ್ಣ ತಮ್ಮಂದಿರು ಮತ್ತು ಅವರ ಹೆಂಡಂದಿರು ನೆರೆತಿದ್ದರು. ಮನೆಯ ಏಳು ಜನ ಸೊಸೆಯರು ಸದಾ ಹೊಟ್ಟೆಕಿಚ್ಚು, ಈರ್ಷೆಗಳಿಂದ ಒಬ್ಬರ ಮೇಲೆ ಮತ್ತೊಬ್ಬರು ಕತ್ತಿ ಮಸೆಯುತ್ತಾ ಜೀವನ ಸವೆಸುತ್ತಿದ್ದರು. ಈಗಲೂ ಅವರು ಏಳು ದಿಕ್ಕುಗಳಿಗೆ ಮುಖ ಮಾಡಿಕೊಂಡಿದ್ದರು.

ಆಳುಗಳು ಉಟ್ಟಿದ್ದ ಬಟ್ಟೆಬರೆಯನ್ನು ತಡವಿ, ಕೊಡವಿ ನೋಡಿದರು. ಹೆದರಿಸಿ, ಬೆದರಿಸಿ ನೋಡಿದರು. ನಾಲ್ಕೇಟು ಬಿಟ್ಟು ನೋಡಿದರು. ಪೋಲೀಸರಿಗೆ ಒಪ್ಪಿಸುವುದಾಗಿ ಬೆದರಿಸಿದರು. ಹಿತ್ತಲು, ಮನೆಯ ಎಲ್ಲ ರೂಮುಗಳು, ಮೂಲೆಮುಡುಕುಗಳನ್ನು, ಕುರಿರೊಪ್ಪ, ದನದ ಕೊಟ್ಟಿಗೆ, ಕಕ್ಕಸು, ಬಚ್ಚಲುಗಳನ್ನು ಮುಂತಾಗಿ ಮನೆಯ ಇಂಚಿಂಚನ್ನೂ ಜಾಲಾಡಿದರು.

ಇತ್ತ ನರಲೋಕವು ವಜ್ರದ ಮೂಗುಬೊಟ್ಟಿನಲ್ಲಿ ಮುಳುಗಿದ್ದರೆ ಅತ್ತ ಹಿತ್ತಲಿನ ಕುಕ್ಕುಟ ಪ್ರಪಂಚವು ತನ್ನ ಪಾಡಿಗೆ ತಾನು ಎಂದಿನ ದಿನಚರಿಯಲ್ಲಿ ತಲ್ಲೀನವಾಗಿತ್ತು. ಅಲ್ಲಿ ಆಗತಾನೇ ತತ್ತಿ ಒಡೆದು ಹೊರಬಂದ ಹೂಮರಿಗಳು, ಮೊಟ್ಟೆ ಕೋಳಿ, ಕಾವಿಗೆ ಕುಳಿತ ಕೋಳಿ, ಪಿಳ್ಳೆಗಳನ್ನು ಆಡಿಸುವ ತಾಯಿ ಕೋಳಿ, ಇವುಗಳ ಜೊತೆ ತಲೆಯೆತ್ತಿ ಎದೆ ಉಬ್ಬಿಸಿ ಜಂಭದಿಂದ ಕಾಲು ಎತ್ತಿ ಹಾಕುತ್ತಾ ನಡೆದಾಡುವ ಹುಂಜಗಳು ಎಲ್ಲ ಇದ್ದವು. ಏನಾದರೂ ಮಾಡಿ ಯಾಟೆಗಳನ್ನು ಬಲೆಗೆ ಬೀಳಿಸಿಕೊಳ್ಳಲು ಹುಂಜಗಳು ತಮ್ಮ ಬುದ್ಧಿಯನ್ನೆಲ್ಲಾ ಖರ್ಚು ಮಾಡುತ್ತಿದ್ದವು. ಅವುಗಳದ್ದು ದಣಿವರಿಯದ ಕಾಮ. ಅವು ಕಾಳುಕಡ್ಡಿ ಕೊಡುವ ಅಥವಾ ಮೇಲಾಕಾಶದಲ್ಲಿ ಹೊಂಚು ಹಾಕುತ್ತಿರುವ ಹದ್ದುಗಳಿಂದ ರಕ್ಷಣೆ ಒದಗಿಸುವ ಅಥವಾ ಒಮ್ಮೆಲೇ ಮೇಲೆರಗಿ ಎಳೆದಾಡುವ ಇತರೆ ನಾಲ್ಕಾರು ಹುಂಜಗಳಿಂದ ಕಾಪಾಡುವ ನೆಪವೊಡ್ಡಿ ಯಾಟೆಗಳನ್ನು ತಮ್ಮತ್ತ ಆಕರ್ಷಿಸುತ್ತಿದ್ದವು. ಅಲ್ಲೊಂದು ಯಾಟೆ ಹೌದೋ ಅಲ್ಲವೋ ಎಂಬಂತೆ ಗುಲಗಂಜಿಯಷ್ಟು ಒಪ್ಪಿಗೆ ಸೂಚಿಸಿದ್ದೇ ತಡ, ಚುರುಕಾದ ಕಿಲಾಡಿ ಹುಂಜವೊಂದು ಅತ್ತ ಧಾವಿಸಿ ಬಂದಿತು. ವಯಸ್ಸಾದ ಅಥವಾ ಡುಮ್ಮ ಹುಂಜಗಳನ್ನು ಅದು ಲೆಕ್ಕಕ್ಕೆ ತೆಗೆದುಕೊಳ್ಳದೆ ಮುನ್ನುಗ್ಗುತ್ತಿತ್ತು. ಮುದಿ ಹುಂಜಗಳು ಯಾಟೆಯ ಬೆನ್ನೇರಲು ಸಿದ್ಧವಾಗುವಷ್ಟರಲ್ಲಿ, ಅದು ಎಲ್ಲ ಕೆಲಸ ಮುಗಿಸಿ ಪರಾರಿಯಾಗುತ್ತಿತ್ತು. ಅದು ಒಂದು ಬದಿಯ ರೆಕ್ಕೆಯನ್ನು ಪಂಕದಂತೆ ಬಿಚ್ಚಿ ಹರಡಿಕೊಂಡು ವೇಗವಾಗಿ ಮತ್ತು ಪುಟ್ಟ ಪುಟ್ಟ ಹೆಜ್ಜೆ ಹಾಕುತ್ತಾ ಹೆಣ್ಣಿನ ಸುತ್ತ ವೃತ್ತಾಕಾರದಲ್ಲಿ ನರ್ತಿಸುವಂತೆ ನಡೆಯುತ್ತಾ, ಧ್ವನಿ ತಗ್ಗಿಸಿ ಇನಿದನಿಯಲ್ಲಿ ಸಿಹಿಯಾದದ್ದೇನೋ ಹೇಳುತ್ತಾ ಕೊಕ್ಕಿನಿಂದ ಯಾಟೆಯ

ತಲೆಯ ಮೇಲಿನ ಚರ್ಮವನ್ನು ಕೊಕ್ಕಿನಲ್ಲಿ ಕುಕ್ಕಿ ಬಿಗಿಹಿಡಿದು ಹಾಗೆಯೇ ಅನಾಮತ್ತಾಗಿ ಬೆನ್ನಮೇಲೆ ಏರಿ ಕುಳಿತುಬಿಟ್ಟಿತು. ಕುಳಿತದ್ದೇ ಸರಿ ಮೈದುಂಬಿದಂತೆ, ಶಕ್ತಿಯ ಆವಾಹನೆಯಾದಂತೆ ಕೆಳಗಿನ ಯಾಟೆಯನ್ನು ಅಮುಕತೊಡಗಿತು. ಆಗ ಯಾಟೆಯು ತನ್ನ ಹಿಂದಿನ ಪುಕ್ಕಗಳನ್ನು ಮೇಲೆತ್ತುತ್ತಿರುವಂತೆಯೇ ಹುಂಜವು ತನ್ನ ಹಿಂದಿನ ಪುಕ್ಕಗಳನ್ನು ಕೆಳಗಿಳಿಸತೊಡಗಿತು.

ಅಲ್ಲಿಗೆ ಗಂಡು ಹೆಣ್ಣು ಕೋಳಿಗಳ ಸಮಾಗಮ ಸಂಪನ್ನವಾಯಿತು.

ಕಣ್ಣು ಮುಚ್ಚಿ ತೆರೆಯುವಷ್ಟರಲ್ಲಿ ಎಲ್ಲ ಮುಗಿದು ಹೋಗಿತ್ತು. ನವಿರಾದ ಸುಖಮಯ ಅನುಭವವನ್ನು ಅನುಭವಿಸಿದ ಯಾಟೆಯು ತನ್ನಿನಿಯನನ್ನು ಅಭಿಮಾನದಿಂದ ಮೈಕೊಡವಿಕೊಳ್ಳುತ್ತ ನೋಡುವಷ್ಟರಲ್ಲಿ ಹುಂಜವು ಬೇರೆ ಯಾಟೆಯ ಬೇಟೆಗೆ ಶುರು ಮಾಡಿತ್ತು. ಅಷ್ಟರಲ್ಲಿ ಎಲ್ಲೋ ಆಕಾಶದಲ್ಲಿ ಹಾರಾಡುತ್ತಿದ್ದ ಹದ್ದೊಂದು ಸುಂಯ್ಯನೆ ಹಿತ್ತಲಲ್ಲಿ ಕೋಳಿಗಳ ಹೊತ್ತೊಯ್ಯಲು ಇಳಿಯತೊಡಗಿತು. ಹದ್ದು ಕೆಳಗಿಳಿಯುವ ರಭಸಕ್ಕೆ ಕೆಲವು ಸಣ್ಣಪುಟ್ಟ ಮರಿಗಳು ತೂರಿಹೋಗಿ ಎಲ್ಲೆಲ್ಲೋ ಬಿದ್ದವು. ಇದ್ದಕ್ಕಿದ್ದಂತೆ ಅಲ್ಲೊಂದು ಕೋಳಿಗಳ ಕೋಲಾಹಲವೇ ಎದ್ದಿತು. ಹಿತ್ತಲಲ್ಲಿದ್ದವರೆಲ್ಲ ಗಲಭೆ ಎಬ್ಬಿಸಿ ಹದ್ದು ಇಳಿಯುತ್ತಿದ್ದ ಕಡೆ ದೌಡು ಹೊಡೆದರು. ಹದ್ದು ಯಾವ ಗಲಿಬಿಲಿ ಮಾಡಿಕೊಳ್ಳದೆ ಹಾಗೆಯೇ ಮೇಲ್ಮುಖವಾಗಿ ಏರಿ ಸಾವಕಾಶವಾಗಿ ಕಣ್ಮರೆಯಾಯಿತು. ಅಷ್ಟು ಜನರಿರುವಾಗಲೇ ಅದು ಕೆಳಗಿಳಿದದ್ದು ನೋಡಿದರೆ ಎಷ್ಟು ಹಸಿದಿತ್ತೋ ಏನೋ? ಆದರೆ ಅಲ್ಲಿದ್ದ ಕೋಳಿಗಳು ಹದ್ದು ಮತ್ತು ಜನರ ಗಲಾಟೆಯಿಂದ ಹಿತ್ತಲು ದಾಟಿ ಹತ್ತಿರದ ಮಾವಿನ ತೋಪಿನ ಕಡೆ ನುಗ್ಗಿದವು. ಆದರೆ ಆಗ ತಾನೇ ಪ್ರಣಯದಾಟ ಮುಗಿಸಿದ್ದ ಜೋಡಿ ಹಿತ್ತಲಲ್ಲೇ ಉಳಿದು ಕಾಳುಕಡ್ಡಿಯನ್ನು ಕೆದಕಿ ತಿನ್ನತೊಡಗಿದವು.

ಇತ್ತ ನರಲೋಕದ ಅತಿಮೌಲ್ಯದ ವಜ್ರದ ಮೂಗುಬೊಟ್ಟಿನ್ನೂ ಪತ್ತೆಯಾಗಿರಲಿಲ್ಲ. ದಸ್ತಗೀರನು ಎಲ್ಲೂ ಪತ್ತೆಯಾಗದ ಮೂಗುಬೊಟ್ಟಿಗಾಗಿ ಪರಿತಪಿಸುತ್ತಿದ್ದ ತಂಗಿಯನ್ನು ಕಂಡು ಕೆಂಡದಂಥ ಕೋಪದಲ್ಲಿ ಆಳುಗಳನ್ನು ವಾಚಾಮಗೋಚರವಾಗಿ ಬೈಯ್ಯುತ್ತಾ ಹಿತ್ತಲಲ್ಲೆಲ್ಲ ರುದ್ರನರ್ತನ ಮಾಡುತ್ತಿರುವಾಗ ಖತೀಜಮ್ಮ, 'ಅಣ್ಣ ಮೂಗುಬೊಟ್ಟು ಎಲ್ಲೂ ಸಿಗ್ವಲ್ದು. ಇಲ್ಲಿ ಎಲ್ಡು ಕೋಳಿಗಳು ಮೇಯ್ತುದವೆ. ಯಾವುದೋ ಕೋಳಿ ಮಿಂಚುತ್ತಿರುವ ಮೂಗುಬೊಟ್ಟಿನಿಂದ ಆಕರ್ಷಿತವಾಗಿ ಕುಕ್ಕಿ ನುಂಗಿ ಹಾಕಿರಬವ್ದು. ಕೊಯ್ದು ನೋಡೋಣ್ವಾ?' ಎಂದಳು. ತಂಗಿ ಹೇಳಿದ ಮಾತು ತೆಗೆದು ಹಾಕುವಂತಿರಲಿಲ್ಲ. ದಸ್ತಗೀರ್, 'ಹಿಡ್ಕಳ್ರೋ ನೋಡನ' ಎಂದು ಕೂಗಿದ. ಯಜಮಾನನನ್ನು ಮೆಚ್ಚಿಸಲು ಅಲ್ಲಿದ್ದ ಗಂಡಾಳು ಮತ್ತು ಹೆಣ್ಣಾಳುಗಳು ಒಟ್ಟಿಗೆ ಮೇಯುತ್ತಿದ್ದ ಕೋಳಿಗಳ ಮೇಲೆ ಮುಗಿಬಿದ್ದ ಕೂಡಲೆ ಗಾಬರಿಬಿದ್ದ ಅವು, ಒಂದೇ ಉಸುರಿಗೆ ಕಣ್ಣುಮುಚ್ಚಿ ಎಗರಿದವು. ಆ

ಎರಡು ಕೋಳಿಗಳ ಪೈಕಿ ಹುಂಜವು ತನ್ನ ಬಲದಿಂದಲೇ ಯಾರ ಕೈಗೂ ಸಿಗದೆ ಮೇಲಕ್ಕೆ ಹಾರಿ ಮೊದಲ ಮಹಡಿಯ ಜಂತಿನ ಮೇಲೆ ಕುಳಿತು, ಒಂದು ಕ್ಷಣ ಸಾವರಿಸಿಕೊಂಡು, ಹುಡುಗರು ಓದುವ ರೂಮಿನ ಮೇಲಿಂದ ಹಿತ್ತಲಿನ ಹೊರಕ್ಕೆ ಹಾರಿಹೋಯಿತು. ಇನ್ನೊಂದು ಕೋಳಿ ಯಾಟೆ, ಆಗತಾನೇ ಹುಂಜನೊಡನೆ ಆಟವಾಡಿದ್ದು ಉದ್ದೀಪನಗೊಂಡಿತ್ತು. ಯಾವ ದಿಕ್ಕಿಗೆ ಹಾರಬೇಕೆಂಬ ಗಟ್ಟಿನಿರ್ಧಾರ ಮಾಡಲು ಅಸಮರ್ಥವಾಗಿತ್ತು. ಹುಂಜಕ್ಕೆ ಹೋಲಿಸಿದರೆ ದುರ್ಬಲವಾಗಿತ್ತು. ಆದರೂ ಸಹ ತನ್ನೆಲ್ಲ ಶಕ್ತಿ ಬಿಟ್ಟು ರೆಕ್ಕೆ ಬಡಿದರೂ ಹಿಡಿಯಲು ಬಂದವರ ಕೈ ಅಳತೆ ಮೀರಿ ಮೇಲಕ್ಕೆ ಹಾರಲಾಗಲಿಲ್ಲ. ದುರ್ಬಲರನ್ನು ಯಾವ ಮುಲಾಜಿಲ್ಲದೆ ಸದೆಬಡಿಯುತ್ತಿದ್ದ ಜಬಿಯ ಕೈಗೆ ಸುಲಭವಾಗಿ ಸಿಕ್ಕುಬಿದ್ದಿತು. ಅದನ್ನು ಹಿಡಿದು ಪಟಪಟ ಬಡಿಯುತ್ತಿದ್ದ ರೆಕ್ಕೆಗಳನ್ನು ಮುದುರಿ ತನ್ನ ತಂದೆಗೆ ಕೊಟ್ಟ. ಅವನು ಒಂದು ಚೂರಿ ತರಿಸಿ ಯಾಟೆಯ ಕುತ್ತಿಗೆಯನ್ನು ಸವರುತ್ತ ಅದರ ಹೊಟ್ಟೆಯನ್ನು ಕೈಬೆರಳುಗಳಲ್ಲಿ ಮುಟ್ಟುತ್ತ ಮೂಗುಬೊಟ್ಟಿಗಾಗಿ ತಡಕಾಡಿದ. ಮಂಚದ ಮೇಲೆ ಎಲೆಡಿಕೆ ಅಗಿಯುತ್ತ ಕುಳಿತಿದ್ದ ಖತೀಜಮ್ಮ ಮತ್ತು ಜಬಿಯ ತಾಯಿ ಖಾತೂನ್ ಇಬ್ಬರೂ ತಡಕಾಡಿದರು. ಕೆಳ ಕುತ್ತಿಗೆಯ ಬಳಿ, ಹೊಟ್ಟೆಯ ಉಬ್ಬಿನ ತೆಳು ಚರ್ಮದ ಕೆಳಗೆ ಇಬ್ಬರಿಗೂ ಏನೋ ಗಟ್ಟಿಯಾದದ್ದು ಸಿಕ್ಕಂತಾಗಿ, 'ಐತೆ ಕಣೊ ಕೊಯ್ಯಿರಿ' ಎಂದು ಕೂಗಿದರು. ಅದರಂತೆ ದಸ್ತಗೀರನು ಯಾಟೆಯ ರೆಕ್ಕೆ, ತಲೆಯನ್ನು ಬಿಗಿಹಿಡಿದಿರಲು ಜಬಿಯು ಕತ್ತನ್ನು ಸವರುತ್ತಾ, ಹೊಟ್ಟೆಯನ್ನು ಚಕ್ಕನೆ ಕೊಯ್ದುಬಿಟ್ಟನು. ರಕ್ತವು ಚಿಮ್ಮಿತು. ಯಾಟೆಯು ನೋವು ತಾಳಲಾರದೆ ಬಿಡಿಸಿಕೊಳ್ಳಲು ಶಕ್ತಿಮೀರಿ ಪ್ರಯತ್ನಿಸುತ್ತಿತ್ತು. ತಂದೆ ಮಗನ ಕೈ ಮತ್ತು ಬಟ್ಟೆಗಳು ರಕ್ತದಿಂದ ಕೆಂಪಾದವು. ಕೊಯ್ದು ತೆಗೆದಿದ್ದ ಯಾಟೆಯ ಹೊಟ್ಟೆಯು ಉಸುರಿಲ್ಲದ ಬಲೂನಿನಂತಿತ್ತು. ಅದನ್ನು ಅಡ್ಡಡ್ಡ ಸೀಳಿ ಒಳಭಾಗವೆಲ್ಲ ಕಾಣುವಂತೆ ತೆರೆದು ತೋರಿಸಿದ. ಆಗ ತಾನೇ ತಿಂದಿದ್ದ ರಾಗಿ ಜೋಳದ ಕಾಳುಗಳು ಬಿಟ್ಟರೆ ಒಂದು ದೊಡ್ಡ ಮುಸುಕಿನ ಜೋಳದ ಕಾಳಿತ್ತು. ಅದೇ ಮೂಗುಬೊಟ್ಟಿನಂತೆ ಕಂಡದ್ದು. ನೋವು ತಡೆಯಲಾರದೆ ಯಾಟೆ ಕೂಗುತ್ತಿತ್ತು. ದಸ್ತಗೀರನು, 'ಅಲ್ಲೆಲ್ಲಾದ್ರು ಮುಲ್ಲಾ ಸಾಹೇಬರಿದ್ರೆ ಕರ್ಕಂಡು ಬನ್ರೋ. ಗಡಗಡ ಕೋಳೀನ ಜುಬಾ ಮಾಡ್ಬೇಕು. ಅದಕ್ಕೂ ಮುಂಚೆ ಸತ್ತೋದ್ರೆ ಚಿಕನ್ ವೇಸ್ಟಾಗ್ತತಿ' ಎಂದ. ಯಾರೋ ಮುಲ್ಲಾ ಸಾಹೇಬ್ರನ್ನು ಕರೆತರಲು ದೌಡಾಯಿಸಿದರು. ಎಷ್ಟು ಕೆಟ್ಟದ್ದಾಗಿ ಅರಚುತ್ತಿದೆ ಎಂದು ಬೈಯ್ಯುತ್ತ ಅಲ್ಲಿದ್ದವನೊಬ್ಬ ಯಾಟೆಯ ಕೊಕ್ಕನ್ನು ಮುಲ್ಲಾ ಸಾಹೇಬರು ಬರುವವರೆಗೆ ಅದುಮಿ ಹಿಡಿದು ಕೂಗದಂತೆ ಮಾಡಿದ. ಮುಲ್ಲಾ ಸಾಹೇಬರು ಬಂದವರೇ ಯಾಟೆಯ ಬಾಯಿಯಲ್ಲಿ ನೀರು ಹನಿಸಿ ದೇವರ ಹೆಸರಲ್ಲಿ ಜುಬಾ ಮಾಡಿದರು. ಆ ಯಾಟೆಯ ಎಲ್ಲ ಸಂಕಷ್ಟಗಳೂ ಸಾವಿನೊಂದಿಗೆ ಕೊನೆಗೊಂಡವು. ಮೂಗುಬೊಟ್ಟು ಸಿಗದಿದ್ದಕ್ಕೆ ಖತೀಜಮ್ಮ ತಲೆ ಮೇಲೆ ಕೈಹೊತ್ತು ಕುಳಿತಳು.

ಯಾಟೆಯ ಜೊತೆ ಪ್ರಣಯ ನಡೆಸಿ, ಹಿತ್ತಲಿಂದ ತಪ್ಪಿಸಿಕೊಂಡು ಸಾಹುಕಾರರ ಸುಪರ್ದಿನಿಂದ ಹಾರಿದ ಹುಂಜಕ್ಕೆ ಇದ್ದಕ್ಕಿದ್ದಂತೆ ಉಸಿರು ಕಟ್ಟಿದ ಅನುಭವವಾಗಿ, ಬಾಯಿ ಮತ್ತು ಮೂಗಿನ ಹೊಳ್ಳೆಯಿಂದ ರಕ್ತ ಚಿಮ್ಮತೊಡಗಿತು. ಯಾಟೆಯ ಜೊತೆ ಪ್ರಣಯಕ್ಕೆ ಅವಸರಿಸಿ ಬರುವಾಗ ನೆಲದ ಮೇಲೆ ಬಿದ್ದಿದ್ದ ಸೂರ್ಯನ ಬೆಳಕಲ್ಲಿ ಮಿಂಚುತ್ತಿದ್ದ ಮೂಗುಬೊಟ್ಟನ್ನು ಗಡಿಬಿಡಿಯಲ್ಲಿ ಕಾಳೆಂದು ಬಗೆದು ಕುಕ್ಕಿ ನುಂಗಿಬಿಟ್ಟಿತ್ತು. ಹಾರಲಾಗದೆ ನೆಲಕ್ಕೆ ರಪ್ಪನೆ ಬೀಳುವಷ್ಟರಲ್ಲಿ ಅಲ್ಲಿಯೇ ಹೊಂಚು ಹಾಕಿ ಮೇಲಾಗಸದಲ್ಲಿ ತೇಲುತ್ತಿದ್ದ ಹದ್ದು ಕ್ಷಣಮಾತ್ರದಲ್ಲಿ ಕೆಳಗಿಳಿದು ನೆಲಕ್ಕೆ ಬೀಳುತ್ತಿದ್ದ ಹುಂಜವನ್ನು ಅಂತರದಲ್ಲಿಯೇ ಹಿಡಿದು ದೂರ ದೂರ ಹಾರುತ್ತಾ ಕಣ್ಮರೆಯಾಯಿತು. ಸುಂದರಿಯರ ಮೂಗಿನಲ್ಲಿ ಮಿಂಚುತ್ತಾ ಸಂತಸ ಉಕ್ಕಿಸಿ ಸೌಂದರ್ಯ ವೃದ್ಧಿಸಬೇಕಿದ್ದ ಮೂಗುಬೊಟ್ಟು ಕಾಡು ಸೇರಿತು.

ಅಂದು ಮೂಗುಬೊಟ್ಟು ನಾಪತ್ತೆಯಾದದ್ದು ಮತ್ತು ನಂತರದ ಘಟನೆಗಳಿಂದ ಶಂಷಾದಳು ರೋಸಿ ಹೋಗಿದ್ದಳು. ಆದರೂ ಬೈಗುಳ ಹೊಡೆತಗಳಿಂದ ಪಾರು ಮಾಡಿದ ಜಬಿಯನ್ನು ಮತ್ತೆ ಮತ್ತೆ ನೆನೆದಳು. ಜಬಿ ಖತೀಜಮ್ಮನ ಮಗಳ ಜೊತೆ ತನ್ನ ಮದುವೆಯನ್ನು ಪ್ರಸ್ತಾಪಿಸಿ, 'ಆ ಮದುವೆ ಎಲ್ಲ ಸುಳ್ಳು, ನಿನ್ನನ್ನೇ ಮದುವೆಯಾಗುತ್ತೇನೆ' ಎಂದು ಆಣೆ ಮಾಡಿ ಹೇಳಿದ. ಈ ವಿಷಯವನ್ನು ಯಾರಿಗೂ ಹೇಳಕೂಡದೆಂದೂ ಶಂಷಾದಳಿಂದ ಆಣೆ, ಭಾಷೆ ಮಾಡಿಸಿದ ಮತ್ತು ಅವಳಿಗೊಂದು ಮುತ್ತನಿತ್ತು ರೋಮಾಂಚನಗೊಳಿಸಿದ.

ಜಬಿಯ ಕುಟಿಲತೆ ಎಂಥ ದಡ್ಡರಿಗೂ ತಿಳಿಯುವಂತಿತ್ತು. ಆದರೆ ಶಂಷಾದಳಿಗೆ ಅದರ ಸುಳಿವೂ ಸಹ ಗೊತ್ತಾಗುವಂತಿರಲಿಲ್ಲ. ಅವಳು ಜಬಿಯ ಪ್ರೇಮಪಾಶದಲ್ಲಿ ಬಂಧಿಯಾಗಿದ್ದಳು. ಹೊರಗಿನ ಲೋಕದ ನಿಜಕ್ಕೆ ತೆರೆದುಕೊಳ್ಳಲು ಅವಳಿಗೆ ಅವಕಾಶವೇ ಇರಲಿಲ್ಲ.

ಜಬಿಯ ಆಟ, ಬೇಟಗಳು ಮುಷೀರನಿಗೆ ಗೊತ್ತಿದ್ದವು. ಮೂಗುಬೊಟ್ಟಿನ ಬಗ್ಗೆ ಜಬಿ ಆಡಿದ್ದ ಮಾತುಗಳನ್ನು ಕಿವಿಯಾರೆ ಕೇಳಿದ್ದನು. ಆದರೆ ವಿಷಯವನ್ನು ಶಂಷಾದಳಿಗೆ ದಾಟಿಸಲು ಅವನ ಬಳಿ ತಕ್ಕ ಮಾತುಗಳಿರಲಿಲ್ಲ. 'ಮೂಗುಬೊಟ್ಟು ಎಂದರೇನು?' ಎಂದು ಶಂಷಾದ್ ಕೇಳಿದರೆ ಹೇಗೆ ಉತ್ತರಿಸಬೇಕೆಂದು ಅವನಿಗೆ ಹೊಳೆಯಲಿಲ್ಲ. ಶಂಷಾದಳ ಸಂಕೋಚ ಸ್ವಭಾವ ಅವಳನ್ನು ಯಾರೊಡನೆಯೂ ಮುಕ್ತವಾಗಿ ಮಾತನಾಡಲು ಬಿಡಲಿಲ್ಲ. ಜಬಿಯ ಆಣೆ, ಭಾಷೆಗಳು ಸಹ ಅವಳ ಬಾಯನ್ನು ಕಟ್ಟಿಹಾಕಿದ್ದವು. ಆಹಾ! ಜಬಿಯ ಮಾತುಗಳಿಗೆ ಎಷ್ಟು ಶಕ್ತಿಯಿತ್ತು! ಅವಳ ಕಣ್ಣೆದುರು ಜಬಿಯ ಪ್ರೇಮದ ಹೊರತು ಮತ್ತೇನೂ ಕಾಣದಂತಾಗಿತ್ತು. ಜಬಿಯು ಕೊಟ್ಟ ಮುತ್ತು ಅವಳನ್ನು ಹೊಸ ಸುಖಸಂತೋಷದ ಲೋಕದತ್ತ

ಸೆಳೆದಿತ್ತು. ಆ ಅರಮನೆಯಂಥ ಮನೆಯಲ್ಲಿ ಅನೇಕ ರೂಮುಗಳು, ಕತ್ತಲೆ ತುಂಬಿದ ಮೂಲೆಗಳೂ ಇದ್ದವು. ಅವು ಜಬಿ ಶಂಷಾದರ ಪ್ರಣಯದಾಟಕ್ಕೆ ಪ್ರಶಸ್ತವಾದ ಜಾಗಗಳಾಗಿದ್ದವು. ಶಂಷಾದಳದು ಕೇಡರಿಯದ ಎಳೆಯ ನಿಷ್ಕಲ್ಮಶ ಲೋಕವಾಗಿತ್ತು. ಅವಳು ಬಚ್ಚಿಟ್ಟುಕೊಳ್ಳುವ ಆಟವಾಡುತ್ತಿದ್ದ ಮುಷೀರನಿಗಿಂತ ಕೇವಲ ನಾಲ್ಕು ವರ್ಷಕ್ಕೆ ದೊಡ್ಡವಳಿದ್ದ ಬಾಲೆಯಾಗಿದ್ದಳು. ಮುಟ್ಟಿದರೆ ಮುನಿಯ ಎಲೆಯಂತೆ ಸುಕೋಮಲೆಯಾಗಿದ್ದಳು.

*('ತೇಜಸ್ವಿ ಕಥಾಸ್ಪರ್ಧೆ-2021'ರಲ್ಲಿ ಮೆಚ್ಚುಗೆ ಪಡೆದಿದೆ.)*

# ಇರುವನೊಬ್ಬನು ಚಂದಿರ

"ಕೇಳ್ರಿ. ಹುಡುಗ್ಯಾರಿಬ್ರೂ ಥಳಥಳ ಹೊಳೀತರೆ! ಕೈ ತೊಳ್ಕಂಡು ಮುಟ್ಬೇಕು. ಹಂಗದರೆ. ನಮ್ಮುಡುಗ್ರಿಗಾಗಿ ಖುದ್ದು ಅಲ್ಲಾಸ್ವಾಮಿ ಸ್ರುಷ್ಟಿ ಮಾಡಿರದು. ಈ ಸಲ ಮದುವೆ ಮಾಡ್ಲೇಬೇಕು" ಎಂದಳು ರಮೀಜಕ್ಕ, ಗಂಡ ಮಸ್ತಾನ್ ಸಾಹೇಬ್ರಿಗೆ.

"ಸರಿಯಾಗೇಳು ಅದೇನು. ಕೈ ತೊಳೆದು ಮುಟ್ಬೇಕೋ ಅಥ್ವ ಮುಟ್ಟಿದ ಮ್ಯಾಲೆ ಕೈ ತೊಳ್ಕೋಬೇಕೋ?" ಎಂದರು ಮಸ್ತಾನ್ ಸಾಹೇಬ್ರು.

"ನಿಮಿಗೆ ಬರೀ ತಮಾಷೆ ಕಣ್ರಿ. ಈ ವಾರ ನಾನೇ ಹೋಗಿ ಮಾತಾಡಿ ಡೇಟ್ ಗೊತ್ತು ಮಾಡ್ಕೆಂಡು ಬರ್ತ್ತನಿ. ನಿಮ್ಮುನ್ನಂಬಿಕಂಡ್ರೆ ಹುಡುಗ್ರಿಗೆ ಈ ಜನ್ಮದಾಗೆ ಮದ್ವೆ ಆಗದುಲ್ಲ".

"ಯಾತುರ್ ಮದುವೆ? ಎಲ್ನೋಡಿದ್ರು ಹಿಂದೂ ಮುಸ್ಲಿಂ ಗಲಾಟೆ. ಒಬ್ರಿಗೊಬ್ರು ಸಿಗೀತ ಕುಂತುದರೆ! ನೀನು ಮಕ್ಕಳ ಮದ್ವೆ ಅಂತ ಕುಣೀತಿಯ!"

"ಅಯ್ಯೋ ಇತ್ತಿತ್ಲಾಗೆ ಅದು ಇದ್ದದ್ದೇ ಬಿಡ್ರಿ. ನಮ್ಮ ಪಾಡಿಗೆ ನಾವು ಬಾಳ್ಳೇವು ಮಾಡಿದ್ರಾತು".

"ಬಾಳ್ಳೇವು ಮಾಡಕೆ ಬಿಡ್ಬೇಕಲ್ಲಾ!"

ಹಿಂದಿನ ದಿನವಷ್ಟೇ ದಾವಣಗೆರೆಯಲ್ಲಿ ಮಂಡಕ್ಕಿ ಭಟ್ಟೀಲಿ ಒಂದು ದೊಡ್ಡ ಚರಂಡೀಲಿ ಮತ್ತೊಂದು ಅಪರಿಚಿತ ವ್ಯಕ್ತಿಗಳ ಶವಗಳು ಪತ್ತೆಯಾಗಿದ್ವು. ಅವು ಹಿಂದೂ ಶವಗಳು ಅಂತ, ಮುಸ್ಲಿಂ ಶವಗಳು ಅಂತ ಮತ್ತೊಂದು ಹೊಡೆದಾಟವಾಗಿತ್ತು. ಶವಗಳಿಗೆ ಗಡ್ಡ ಇದ್ದವು ಎಂಬುದು ಮುಸಲ್ಮಾನರ ವಾದವಾದರೆ, ನಾಟಕದ ಗಡ್ಡಗಳನ್ನು ಅಂಟಿಸಲಾಗಿದ್ದ ಹಿಂದೂ ಶವಗಳು ಎಂದು

ಹಿಂದೂಗಳು ವಾದ ಹೂಡಿದ್ದರು. ಶವಗಳು ಸಂಸ್ಕಾರ ಕಾಣದೆ ಆಸ್ಪತ್ರೆಯ ಶವಾಗಾರದಲ್ಲಿ ದಿಕ್ಕಿಲ್ಲದೆ ಬಿದ್ದಿದ್ದವು. ಅವುಗಳ ವಾರಸುದಾರರು ಬೀದಿಯಲ್ಲಿ ಚಾಕು ಚೈನು ಹಿಡಿದು ವೀರಾವೇಶದಿಂದ ಕಾದಾಡುತ್ತಿದ್ದರು. ಧರ್ಮ, ದೇವರು, ದೇಶಗಳ ರಕ್ಷಣೆಯನ್ನವರು ತಲೆಯ ಮೇಲೆ ಹೊತ್ತಿದ್ದರು.

ನವಿಲೆಹಾಳು ಗ್ರಾಮದಲ್ಲಿ ಪಿಂಜಾರ ಮಸ್ತಾನ್ ಸಾಹೇಬ್ ಎಂದರೆ ಒಂದು ಘನತೆ, ಗೌರವ ಇತ್ತು. ಗಾಳಿಗಂಟ್ಲ, ಚಾಡಿಛಿದ್ರ, ಗಲಾಟೆ ಜಗಳ ಯಾವುದೂ ಇಲ್ಲದ ಸರಳ ಸಾಫ್‌ಸೀದಾ ಮನುಷ್ಯ ಆತ. ಹೊಲ, ಗದ್ದೆ, ತೋಟ, ಮನೆ, ದನಕರುಗಳನ್ನು ಹೊಂದಿದ್ದ ಅನುಕೂಲಸ್ಥರಾಗಿದ್ದರು. ಊರಿನ ಸಾಹುಕಾರರನ್ನೊಳಗೊಂಡಂತೆ ಯಾರಲ್ಲಿಯೂ ಇಲ್ಲದ ನೂರಾರು ಪುಸ್ತಕಗಳ ಭಂಡಾರ ಅವರಲ್ಲಿತ್ತು. ಊರಿನ ಶಾಲೆ ಮತ್ತು ಪಂಚಾಯ್ತಿಯ ಗ್ರಂಥಾಲಯಗಳಲ್ಲಿ ಇವರು ಕೊಡುಗೆಯಾಗಿ ಕೊಟ್ಟ ಪುಸ್ತಕಗಳೇ ತುಂಬಿಕೊಂಡಿದ್ದವು. ಅವರಿಗೆ ಅಸ್ಲಂ ಮತ್ತು ಆದಂ ಎಂಬ ಮದುವೆಗೆ ಬಂದ ಇಬ್ಬರು ಗಂಡುಮಕ್ಕಳಿದ್ದರು. ಮಕ್ಕಳು ಎಸ್ಸೆಸ್ಸೆಲ್ಸಿಯಲ್ಲಿ ಹಲವಾರು ಬಾರಿ ಡುಮ್ಕಿ ಹೊಡೆದು, ಏದುಸಿರು ಬಿಡುತ್ತಾ ಪಾಸಾಗಿ ಹೊಲ ಮನೆಯ ಉಸ್ತುವಾರಿಗೆ ಒಲವು ತೋರಿಸಿ ಊರಲ್ಲಿಯೇ ಉಳಿದುಕೊಂಡಿದ್ದರು. ಮಸ್ತಾನ್ ಸಾಹೇಬರು ವಿದ್ಯಾಭ್ಯಾಸವನ್ನು ಮುಂದುವರಿಸಲು ಒತ್ತಾಯಿಸದವರಲ್ಲ. ಕಾಲೇಜಿನಲ್ಲಿ ಕಲಿಸುವುದು ಮಾತ್ರ ವಿದ್ಯೆ ಎಂದು ಅವರು ತಿಳಿದಿರಲಿಲ್ಲ. ಕಾಲದ ಜೊತೆ ಹೆಜ್ಜೆ ಹಾಕುತ್ತ ದೇಶದ ಆಗುಹೋಗುಗಳನ್ನು ತಿಳಿದವರಾಗಿದ್ದರು. ಧರ್ಮ, ದೇಶ, ಭಾಷೆ, ಕಾಲಗಳನ್ನು ಮೀರಿ ಚಿಂತಿಸಬಲ್ಲವರಾಗಿದ್ದರು. ಜನರ ಮಧ್ಯೆಯೇ ಬೆಳೆದು ಬಾಳಿದ್ದ ಅವರ ಜೀವವು ವಿವೇಕದಿಂದ, ಕರುಣೆಯಿಂದ, ಆರ್ದ್ರತೆಯಿಂದ ತುಂಬಿತ್ತು. ಎಂತಹ ದ್ವೇಷಭರಿತ ವಿಚಾರವೂ ಅವರ ಮನದ ಶಾಂತತೆಯಲ್ಲಿ ತಿಳಿಯಾಗಿಬಿಡುತ್ತಿತ್ತು.

ತುಂಬಿದ ಕೊಡದಂಥ ಮಸ್ತಾನ್ ಸಾಹೇಬರ ಹೊಲ, ಮನೆ, ತೋಟ, ಕೊಟ್ಟಿಗೆಯ ಕೆಲಸದಲ್ಲಿ ಕರೀಂ ಎಂಬುವವನು ಸಂಬಳಕ್ಕಿದ್ದ. ಬಾಲಕನಿದ್ದಾಗಿಂದ ಅವರ ಮನೆಯಲ್ಲಿ ಕೆಲಸ ಮಾಡಿ ಕುಟುಂಬದ ಸದಸ್ಯರಂತೆಯೇ ಆಗಿದ್ದ. ರಮೀಜಕ್ಕನಿಗೆ ಅಣ್ಣನಂತಿದ್ದ. ಹುಡುಗರು ಮಾವ ಎನ್ನುತ್ತಿದ್ದರು. ಅವನು ಸಂಕೋಚ ಪ್ರವೃತ್ತಿಯವನೂ, ಪುಕ್ಕಲನೂ, ಮುಗ್ಧನೂ ಆಗಿದ್ದನು. ಅವನಿಗೆ ಒಬ್ಬರ ಮೇಲೊಬ್ಬರಂತೆ ನಾಲ್ಕು ಜನ ಹೆಣ್ಣುಮಕ್ಕಳು ಹುಟ್ಟಿದ್ದರು. ಗಂಡು ಬೇಕೇ ಬೇಕು ಎಂದು ಅವನು ಹರಕೆ ಹೊರದ ದೇವರಿಲ್ಲ, ಸಕ್ಕರೆ ಓದಿಸದ ದರ್ಗಾಗಳಿಲ್ಲ. ಆದರೆ ಅವನು ಮೊರೆಹೋದ ದೈವಗಳು ಹೇಗೆ ಕೇಳಿಸಿಕೊಂಡವೋ ಗೊತ್ತಿಲ್ಲ. ನಾಲ್ಕರ ನಂತರ ಅವನಿಗೆ ಮಕ್ಕಳಾಗಲೇ ಇಲ್ಲ. ಗಂಡೂ ಇಲ್ಲ, ಹೆಣ್ಣೂ ಇಲ್ಲ.

ನಾಲ್ಕರಲ್ಲಿ ಮೊದಲೆರಡು ಹೆಣ್ಣುಮಕ್ಕಳು ಏಕಕಾಲಕ್ಕೆ ದೊಡ್ಡವರಾಗಿದ್ದು, ಕರೀಮನಿಗೆ ಪೀಕಲಾಟಕ್ಕಿಟ್ಟುಕೊಂಡಿತು. ವರಾನ್ವೇಷಣೆಯಲ್ಲಿ ತೊಡಗಿಕೊಂಡು ಕರೀಮ ಹಣ್ಣುಹಣ್ಣಾಗಿ ಹೋಗಿದ್ದ. ಮಕ್ಕಳು ಸರ್ಕಾರಿ ಕನ್ನಡ ಶಾಲೆಯಲ್ಲಿ ಏಳರ ತನಕ ಓದಿದ್ದರು. ಅವರು ತಾಯಿಯ ಜೊತೆಗೂಡಿ ಕೂಲಿನಾಲಿ ಮಾಡಿಕೊಂಡು ಮನೆಯ ಆದಾಯ ಹೆಚ್ಚಿಸಿದ್ದರು. ಪಿಂಜಾರರಾದ ಅವರಿಗೆ ಕನ್ನಡ ಬಿಟ್ಟು ಬೇರೊಂದು ಭಾಷೆಯ ಗಂಧಗಾಳಿ ಇರಲಿಲ್ಲ. ಉರ್ದು, ಅರಬ್ಬಿ ಭಾಷೆಗಳು ಅವರಿಗೆ ಗೊತ್ತೇ ಇರಲಿಲ್ಲ.

ದಾವಣಗೆರೆಯಂಥ ನಗರ ಪ್ರದೇಶಗಳಲ್ಲಿ ಪಿಂಜಾರರೆಲ್ಲ ಉರ್ದು ಭಾಷೆ ಮತ್ತು ಮುಸ್ಲಿಮರ ರೀತಿ ರಿವಾಜುಗಳನ್ನು ಕಲಿತು ಪಕ್ಕಾ ಮುಸ್ಲಿಮರಂತೆ ಕಾಣುತ್ತಿದ್ದರು. ಪಿಂಜಾರರೋ, ಮುಸಲ್ಮಾನರೋ ಎಂಬುದೇ ತಿಳಿಯುತ್ತಿರಲಿಲ್ಲ. ಒಮ್ಮೆ ಕರೀಮ ವರಾನ್ವೇಷಣೆಯ ಸಲುವಾಗಿ ದಾವಣಗೆರೆಯಲ್ಲಿ ಒಬ್ಬ ಪಿಂಜಾರರ ಮನೆಗೆ ಹೋಗಿದ್ದ. ಕರೀಮ ಬಿಳಿಯ ಅಂಗಿ, ಲುಂಗಿ ಉಟ್ಟು ಶೇವಿಂಗ್ ಮಾಡಿಸಿಕೊಂಡಿದ್ದ. ಮನೆ ಪ್ರವೇಶಿಸುತ್ತಿದ್ದಂತೆ ಕರೀಮನಿಗೆ ಕಕ್ಕಾಬಿಕ್ಕಿಯಾಯಿತು. ಯಾಕೆಂದರೆ ಆ ಮನೆಯ ವಾತಾವರಣ ಉರ್ದುಮಯವಾಗಿತ್ತು. ಆ ಮನೆಯಲ್ಲಿ ಇಬ್ಬರು ಗಡ್ಡಧಾರಿಗಳು ಅಸ್ಸಲಾಮು ಅಲೈಕುಂ ಎಂದು ತಲೆ ಬಾಗಿ ವಂದಿಸಿ, 'ಆಯಿಯೇ ಆಯಿಯೇ ತಶ್ರೀಫ್ ರಖಿಯೆ' ಎಂದರು. ಆ ಮನೆಯ ಅತಿಥಿಗಳಂತೆ ತೋರುತ್ತಿದ್ದ ಇಬ್ಬರು ಬುರ್ಖಾಧಾರಿ ಹೆಣ್ಣುಮಕ್ಕಳು ಅಪರಿಚಿತ ಗಂಡಸಾದ ಕರೀಮ ಮನೆ ಪ್ರವೇಶಿಸುತ್ತಿದ್ದಂತೆಯೇ ಬುದೂರನೆ ಎದ್ದು ಮನೆಯೊಳಗಡೆ ಓಡಿಬಿಟ್ಟರು. ಆ ಮನೆಯಲ್ಲಿ ಘೋಷಾ ಪದ್ಧತಿ ತನ್ನ ಪರಾಕಾಷ್ಠೆ ಮುಟ್ಟಿತ್ತು. ಎಲ್ಲರೂ ಅತ್ತರನ್ನು ಬಳಿದುಕೊಂಡು ಘಮಘಮಿಸುತ್ತಿದ್ದರು. ಮನೆಯ ಎಲ್ಲಾ ಗೋಡೆಗಳೂ ಅರಬ್ಬಿ ಫೋಟೋಗಳಿಂದ ಶೋಭಿತವಾಗಿದ್ದವು. ಊದಿನ ಕಡ್ಡಿಯ ಪರಿಮಳ ಮತ್ತು ಕುರಾನು ಪಠಣದ ಸಂಗೀತದ ಅಲೆಗಳು ಮನೆಯಲ್ಲಿ ತುಂಬಿತುಳುಕುತ್ತಿದ್ದವು. ಎಲ್ಲ ಕಿಟಕಿ ಬಾಗಿಲುಗಳಿಗೂ ಪರದೆ ಇಳಿಬಿದ್ದಿದ್ದವು. ಕರೀಮನಿಗೆ, 'ವಲೈಕುಂ ಅಸ್ಸಲಾಮ್' ಎಂದು ಹೇಳಬೇಕೆಂದು ಗೊತ್ತಿತ್ತು. ಆದರೆ ಹೇಳಲು ಬರುತ್ತಿರಲಿಲ್ಲ. ಉಸಿರುಗಟ್ಟುವ ವಾತಾವರಣದಲ್ಲಿ ಹೆದರಿ ಅವನ ಬಾಯಿಂದ ಮಾತುಗಳೇ ಹೊರಡಲಿಲ್ಲ. ದಡ್ಡ ಹುಡುಗನು ಹೆದರುತ್ತಾ ಮೇಷ್ಟ್ರಿಗೆ ಮಾಡುವಂಥ ನಮಸ್ಕಾರ ಮಾಡಿ, 'ನಮಸ್ಕಾರ ಸ್ವಾಮಿ' ಎಂದ. ಆ ನಮಸ್ಕಾರದಿಂದ ಮನೆಯವರು ಕಕ್ಕಾಬಿಕ್ಕಿಯಾದರು. ಗೊತ್ತಿದ್ದ ಒಟ್ಟು ಎಂಟ್ಹತ್ತು ಉರ್ದು ಶಬ್ಧಗಳಲ್ಲಿ ಕರೀಮ ಮಾತುಕತೆ ನಿಭಾಯಿಸಬೇಕಿತ್ತು. ಪಿಂಜಾರರಾದರೂ ಉರ್ದು ಭಾಷೆಯನ್ನು ಪಳಗಿಸಿಕೊಂಡಿದ್ದ ಅವರು, ಕರೀಮನಿಗೆ ತಿಂಡಿ ಚಹಾ ಕೊಟ್ಟರು. ಉರ್ದು ಅರ್ಥವಾಗದ ಕರೀಮನ ಕಷ್ಟ ನೋಡಲಾಗದೆ ಮನೆಯವರು ಕನ್ನಡದಲ್ಲಿಯೇ ಮಾತಾಡತೊಡಗಿದರು. 'ಮುಸಲ್ಮಾನನೂ ಅಲ್ಲ,

ಹಿಂದೂನೂ ಅಲ್ಲ ಅಂತ ಹಳೇ ದಿನಗಳ ಥರ ಇದ್ರೆ ಆಗಲ್ಲ. ಎರಡು ದೋಣೀಲಿ ಕಾಲಿಡ್ಬಾರ್ದು. ಹಿಂದೂ ಮುಸ್ಲಿಂ ಗಲಾಟೆ ಆದ್ರೆ, ಇಬ್ರೂ ಬಂದು ತದುಕ್ತಾರೆ ಕರೀಂ. ಈಗ ಎಲ್ಲ ಪಿಂಜಾರರೂ ನಮಾಜು, ಕುರಾನು ಕಲೀತಿದಾರೆ. ನಿನ್ನ ಮಕ್ಕಳಿಗೆ ಎಲ್ಲ ಕಲಿಸು. ನೀನೂ ಕಲಿ. ನಂತರ ಮದುವೆ ಮಾತು' ಎಂದು ಹೇಳಿ ಬೀಳ್ಕೊಟ್ಟರು. ಅವರು ನಡೆನುಡಿಯಲ್ಲಿ ತಾವು ಉತ್ತಮರಾಗಿದ್ದೇವೆ ಎಂದು ತೋರಿಸಿಕೊಳ್ಳುತ್ತಿದ್ದರು. ಆದಷ್ಟು ಬೇಗ ಕರೀಮ ಬದುಕಿದೆಯಾ ಬಡಜೀವವೇ ಎಂದುಕೊಂಡು ಅಲ್ಲಿಂದ ಕಳಚಿಕೊಂಡ. ತನ್ನ ಮಕ್ಕಳಿಗೆ ರೋಜಾ, ನಮಾಜು ಕಲಿಸದಿದ್ದರೆ ಅವರ ಮದುವೆ ಆಗುವುದೇ ಇಲ್ಲ ಎಂಬ ಹೊಸ ತಿಳುವಳಿಕೆಯೊಂದಿಗೆ ಊರು ಸೇರಿದ. ತನ್ನ ಹಿರೀಕರು ಮತ್ತು ತಾನು ಇದುವರೆವಿಗೆ ಪಾಲಿಸಿಕೊಂಡು ಬಂದ ನಡೆನುಡಿ ಬಿಟ್ಟು ಬಿಡಬೇಕಾ ಎಂದು ಕರುಳು ಚುರುಕ್ ಎಂದವು.

ಕರೀಮನ ಹೆಸರು ಮತ್ತು ಸಣ್ಣವನಿದ್ದಾಗ ಮಾಡಿಸಿದ್ದ ಮುಂಜಿ ಬಿಟ್ಟರೆ ಅವನಲ್ಲಿ ಮುಸಲ್ಮಾನರ ಬೇರೆ ಚಹರೆಗಳೇ ಇರಲಿಲ್ಲ. ವರ್ಷದಲ್ಲಿ ರಂಜಾನ್ ಮತ್ತು ಬಕ್ರೀದ್‌ಗಳಲ್ಲಿ ಎರಡು ಸಲ ಮಾಡುವ ನಮಾಜು ಬಿಟ್ಟರೆ ಅವನೆಂದೂ ನಮಾಜು ಮಾಡಿದವನಲ್ಲ. ಸಾಬರ ಹಬ್ಬಗಳನ್ನು ಹೇಗೆ ಆಚರಿಸುತ್ತಿದ್ದನೋ ಅದೇ ರೀತಿ ಹಿಂದೂ ಹಬ್ಬಗಳನ್ನೂ ಆಚರಿಸುತ್ತಾ ಯಾವುದೇ ಧರ್ಮದ ಕುರುಹುಗಳಿಗೆ ಜೋತು ಬೀಳದೆ ನಿರುಮ್ಮಳವಾಗಿದ್ದನು.

ಇದೇ ಸಮಯದಲ್ಲಿ ಮತ್ತೊಂದು ಅನಾಹುತವಾಯಿತು. ಕರೀಮನ ಮನೆಗೆ ಹೆಣ್ಣು ನೋಡಲು ದುರ್ಗದ ಕಡೆಯ ನೆಂಟರೊಬ್ಬರು ಬರುವವರಿದ್ದರು. ಅವರು ದಾವಣಗೆರೆಯಲ್ಲಿ ಬಸ್ ಇಳಿದುದೇ ತಡ ದೊಡ್ಡ ಗಲಾಟೆ ಸ್ಫೋಟಗೊಂಡಿತು. ಯಾವುದೋ ಕ್ಷುಲ್ಲಕ ಜಗಳ, ಇದ್ದಕ್ಕಿದ್ದಂತೆ ಕೋಮುಗಲಭೆಯಾಗಿ ಪರಿವರ್ತಿತವಾಯಿತು. ಕರೀಮನ ಮನೆಗೆ ಬರಲಿದ್ದ ನಾಲ್ಕೈದು ಜನರ ಗುಂಪಿನಲ್ಲಿ ಇಬ್ಬರು ಹೆಂಗಸರೂ ಇದ್ದರು. ಜನರೆಲ್ಲ ಓಡತೊಡಗಿದರು. ಕರೀಮನ ಮನೆಗೆ ಹೋಗಬೇಕಿದ್ದ ಗುಂಪು ಹಿಂದೆ ಮುಂದೆ ನೋಡದೆ ಎದ್ದು ಬಿದ್ದು ಓಡಿ ಹೇಗೋ ತಪ್ಪಿಸಿಕೊಂಡಿತು. ಒಬ್ಬ ಹೆಣ್ಣುಮಗಳು ಬಿದ್ದು ಏಟು ಮಾಡಿಕೊಂಡಳು. ಅವರು ಅಲ್ಲಿಂದ ಹಾಗೆಯೇ ತಮ್ಮೂರಿಗೆ ಹಿಂತಿರುಗಿದರು.

ಅದರ ಮರುದಿನ ಕರೀಮ ಕೆಲಸಕ್ಕೆ ಮಸ್ತಾನ್ ಸಾಹೇಬರ ಮನೆಗೆ ಹೋದಾಗ, 'ನಿನ್ನೆ ದಾವಣಗೆರೆಯಲ್ಲಿ ಮತ್ತೆ ಇಬ್ಬರನ್ನು ಹೊಡೆದು ಹಾಕಿದ್ದಾರೆ' ಎಂದರು. ಕರೀಮನ ಬಾಯಿಂದ ಮಾತೇ ಹೊರಡಲಿಲ್ಲ. 'ಅಯ್ಯೋ ಗತಿಯೇ' ಎಂದು ತಲೆಮೇಲೆ ಕೈ ಹೊತ್ತು ಕುಳಿತ. ಕರೀಮನ ಮನೆಗೆ ಬರಬೇಕಿದ್ದ ನೆಂಟರು ಶಕುನ ಸರಿ ಬರಲಿಲ್ಲವೆಂದು ಮತ್ತೊಮ್ಮೆ ಇತ್ತ ತಲೆ ಹಾಕಲಿಲ್ಲ.

ಪುಕ್ಕಲು ಸ್ವಭಾವದ ಕರೀಮನಿಗೆ ನಿದ್ದೆಯೇ ಇಲ್ಲದ ರಾತ್ರಿಗಳು ಎದುರಾದವು. ನಿದ್ದೆ ಹತ್ತಿದರೆ ತನ್ನ ಹೆಣ್ಣುಮಕ್ಕಳು ಬೀದಿಯಲ್ಲಿ ರಕ್ಷಣೆಗಾಗಿ ಗೋಗರೆಯುತ್ತಾ ನಿಂತಿರುವಂತೆ ಕನಸುಗಳು ಬೀಳತೊಡಗಿದವು. ನಾಲ್ಕು ಜನ ಪರಿಚಯದವರು ಮಾತಾಡುತ್ತಾ ನಿಂತಿದ್ದರೆ ಹಿಂದೂಗಳೆಲ್ಲ ಸೇರಿ ತನ್ನ ವಿರುದ್ಧ ಮಸಲತ್ತು ನಡೆಸುತ್ತಿದ್ದಾರೆ ಎನಿಸುತ್ತಿತ್ತು. ಪಿಂಜಾರನಾದುದರಿಂದ ಮುಸಲ್ಮಾನರೊಡನೆಯೂ ಅವನು ಆತ್ಮೀಯ ಸಂಬಂಧ ಬೆಳೆಸದಾದ. ಪಿಂಜಾರ ಮತ್ತು ಮುಸಲ್ಮಾನರ ನಡುವೆ ಮದುವೆಗಳು ಸಹ ಆಗುತ್ತಿರಲಿಲ್ಲ. ಹಿಂದೂಗಳ ಜೊತೆಯಲ್ಲಿದ್ದಾಗ ಮುಸಲ್ಮಾನನಂತೆಯೂ, ಮುಸಲ್ಮಾನರ ಜೊತೆ ಹಿಂದೂವಿನಂತೆಯೂ ಕಾಣುತ್ತಿದ್ದ. ಇದರಿಂದ ಗಲಭೆಗಳಾದರೆ ಇಬ್ಬರ ಹಗೆತನಕ್ಕೆ ಗುರಿಯಾಗುವುದು ಖಂಡಿತ ಎನಿಸಿತು. ಇದ್ದಕ್ಕಿದ್ದಂತೆ ಸಮಾಜದಲ್ಲಿ ನಿಶ್ಚಿತ ಸ್ಥಾನಮಾನವೇ ಇಲ್ಲದಂತೆ ಅಭದ್ರತೆಯಿಂದ ನರಳತೊಡಗಿದ.

ಕೂಡಲೇ ಅವನು ಆಗೀಗ ಹಾಕುತ್ತಿದ್ದ ಟೋಪಿಯನ್ನು ಯಾವಾಗಲೂ ಹಾಕತೊಡಗಿದ. ನಿಕ್ಕರ್ ಕೈ ಬಿಟ್ಟು ಇಜಾರ ಉಡತೊಡಗಿದ. ಮೀಸೆ ಬೋಳಿಸಿ ಗಡ್ಡ ಬಿಟ್ಟ. ದಿನಕ್ಕೊಮ್ಮೆಯಾದರೂ ಮಸೀದಿ ಕಡೆ ಸುಳಿಯತೊಡಗಿದ. ನಮಾಜು ಮಾಡುವುದನ್ನು ಗಮನಿಸುತ್ತಾ ಕಲಿಯತೊಡಗಿದ. ಮಸೀದಿಯ ಕಸ ಹೊಡೆದು ನಮಾಜುದಾರರಿಗೆ ಚಾಪೆ, ಜಮಖಾನ ಹಾಸತೊಡಗಿದ. 'ವುಜು' ಮಾಡಿಕೊಳ್ಳುವವರಿಗೆ ಒಂದೆರಡು ಬಕೆಟ್ ನೀರು ತಂದಿಡುತ್ತಿದ್ದ. ಮಸೀದಿ ಕಡೆ ಬಂದಾಗಲೆಲ್ಲ ಒಂದು ಕಟ್ಟು ಊದಿನ ಕಡ್ಡಿ ತಂದು ಹಚ್ಚಿಡುತ್ತಿದ್ದ. ರಂಜಾನ್ ತಿಂಗಳಲ್ಲಿ ಈದ್ಗಾ ಮತ್ತು ಮಸೀದಿಯ ಸುಣ್ಣ ಹೊಡೆದ. ಮನೆಯ ಹೆಣ್ಣುಮಕ್ಕಳಿಗೆ ಕುರಾನು ಕಲಿಸಲು, ಯಾರಾದರೂ ಅರಬ್ಬೀ ಕಲಿಸುವ 'ಹಜರತ್‌ಬಿ' ಇದ್ದಾರೋ ಎಂದು ಹುಡುಕತೊಡಗಿದ. ತಾನು ನಮಾಜು ಮಾಡುವಾಗ ಪಠಿಸಬೇಕಾಗಿದ್ದ ಕುರಾನಿನ ಸೂರಾಗಳು ಅವನಿಗೆ ಬರುತ್ತಿರಲಿಲ್ಲ. ಅವು ಅರೇಬಿಕ್ ಭಾಷೆಯಲ್ಲಿದ್ದವು. ಕರೀಮ ಅನಕ್ಷರಸ್ಥನಾಗಿದ್ದ. ಮಸ್ತಾನ್ ಸಾಹೇಬರ ಸಲಹೆಯಂತೆ ಸದ್ಯಕ್ಕೆ 'ಬಿಸ್ಮಿಲ್ಲ' ಎಂಬ ಒಂದೇ ಶಬ್ಧವನ್ನು ನಮಾಜಿನುದ್ದಕ್ಕೂ ಪಠಿಸುತ್ತಿದ್ದ.

ಮಸೀದಿಯಲ್ಲಿ ಎಲ್ಲರೊಡನೆ ಸರಿಸಮಾನವಾಗಿ ನಿಂತಾಗ ಅವನಿಗೆ ಮಾನಸಿಕ ಸ್ಥೈರ್ಯವೂ, ಸಾಮಾಜಿಕ ಭದ್ರತೆಯೂ ಉಂಟಾಗುತ್ತಿತ್ತು. ಅಲ್ಲಾಹುವು ತನ್ನ ಕೂಗಳತೆಯಲ್ಲಿಯೇ ಇದ್ದು ತನ್ನ ಅಹವಾಲನ್ನು ಆಲಿಸುವ ಹಡೆದಪ್ಪನಂತೆ ತೋರುತ್ತಿದ್ದ. ತನ್ನ ಇತ್ತೀಚಿನ ಬದಲಾವಣೆಗಳನ್ನು ನೋಡಿಕೊಂಡ. ಅದು ತನ್ನ ಆತ್ಮದ ಏಳಿಗೆಯಂತೆಯೂ ಕಾಣಿಸಿತು.

ಇದಾಗಿ ಸ್ವಲ್ಪ ದಿನಗಳಲ್ಲಿ ರಮೀಜಕ್ಕ ಹಿಡಿದ ಪಟ್ಟನ್ನು ಬಿಡದೆ ತನ್ನಿಬ್ಬರು ಗಂಡುಮಕ್ಕಳಾದ ಅಸ್ಲಂ ಮತ್ತು ಆದಂರಿಗೆ ಉಜ್ವಲ ಸೌಂದರ್ಯದಿಂದ ಬೆಳಗುತ್ತಿದ್ದ

ದಿಲ್ಷಾದ್ ಮತ್ತು ಶಂಷಾದ್‌ರನ್ನು ಮದುವೆ ಮಾಡಿಕೊಂಡು ಬಂದರು. ಸೊಸೆಯರ ಸೌಂದರ್ಯದ ಬಗ್ಗೆ ರಮೀಜಕ್ಕ ಊರಲ್ಲೆಲ್ಲ ಎಷ್ಟು ಹೇಳಿಕೊಂಡಿದ್ದರೆಂದರೆ ಸೊಸೆಯರನ್ನು ಮನೆ ತುಂಬಿಸಿಕೊಳ್ಳುವ ದಿನ ಪಿಂಜಾರ ಹಟ್ಟಿಯ ಹೆಣ್ಣುಮಕ್ಕಳೆಲ್ಲ ರಮೀಜಕ್ಕನ ಮನೆ ಮುಂದೆ ನೆರೆದಿದ್ದರು! ಆದರೆ ಆ ದಿನ ಎಲ್ಲರ ನಿರೀಕ್ಷೆಗಳೂ ಠುಸ್ಸೆಂದವು. ನವಿಲೆಹಾಳು ತನ್ನ ಸಾವಿರಾರು ವರ್ಷದ ಇತಿಹಾಸದಲ್ಲಿ ಪ್ರಥಮ ಬಾರಿಗೆ ಬುರ್ಖಾ ಹೊದ್ದ ಪಿಂಜಾರ ಹೆಣ್ಣುಮಕ್ಕಳನ್ನು ಕಂಡಿತು. ಕಣ್ಣು ನಿಚ್ಚಳಿಲ್ಲದ ಹಟ್ಟಿಯ ಹಣ್ಣು ಹಣ್ಣು ಮುದುಕಿಯರಾದ ಸಣ್ಣಜ್ಜಿ, ರಾಜಜ್ಜಿ, ಪಾತಜ್ಜಿ, ರೋಸಜ್ಜಿ, ಬೀಬಜ್ಜಿಯರೆಲ್ಲ, "ರಮೀಜಳ ಸೊಸೆಯರನ್ನು ನೋಡಾಕೆ ಬಂದ್ರೆ ಇವ್ಯಾವೊ ಕಲ್ಡಿ ಮರಿಗಳು ಬಂದಂಗಾತು" ಎಂದು ಲೊಚಗರಿದರು. ಬುರ್ಕಾ ಎಂಬ ವಸ್ತ್ರವೊಂದಿದೆ ಎಂಬುದನ್ನು ಸಹ ಅವರು ಅರಿಯದವರಾಗಿದ್ದರು.

ಸೊಸೆಯರು ಬಂದ ಮೇಲೆ ಮಸ್ತಾನ್ ಸಾಹೇಬರ ಮನೆಯವರು ಕಿರಿಕಿರಿ ಅನುಭವಿಸಬೇಕಾಯಿತು. ಸೊಸೆಯರು ರಮೀಜಕ್ಕನ ಕಳ್ಳುಬಳ್ಳಿಯೇ ಆಗಿದ್ದರೂ ಸಹ ದಾವಣಗೆರೆಯಂಥ ನಗರದಲ್ಲಿ ಮುಸ್ಲಿಮರೇ ಹೆಚ್ಚಿರುವ ಇಜಾರ್ದರ ಗಲ್ಲಿಯಲ್ಲಿ ಹುಟ್ಟಿ ಬೆಳೆದು ದೊಡ್ಡವರಾಗಿದ್ದರು. ಅವರೆಂದೂ ಹಿಂದೂ ಮುಸ್ಲಿಂ ಸಾಮರಸ್ಯದ ದಿನಗಳನ್ನು ಕಂಡವರಲ್ಲ, ಕೇಳಿದವರಲ್ಲ. ಸುತ್ತಮುತ್ತಲ ಮುಸ್ಲಿಂ ಮಕ್ಕಳ ಜೊತೆ ಪ್ರತಿಯೊಂದಕ್ಕೂ ನಾಚುತ್ತಾ, ಹಿಂಜರಿಯುತ್ತಾ ಸರ್ಕಾರಿ ಶಾಲೆಯಲ್ಲಿ ಉರ್ದು ಮಾಧ್ಯಮದಲ್ಲಿ ಶಿಕ್ಷಣ ಪಡೆದಿದ್ದರು. ದೇಶದಲ್ಲಾಗುತ್ತಿದ್ದ ರಾಜಕೀಯ ಪಲ್ಲಟಗಳ ನೇರ ಪ್ರಭಾವದಲ್ಲಿ ಧರ್ಮಬೀರುಗಳಾಗಿಯೂ, ಅತಿ ಸಂಪ್ರದಾಯಸ್ಥ ಮನಃಸ್ಥಿತಿಯವರೂ ಆಗಿದ್ದರು. ಸಮಾಜದಲ್ಲಿದ್ದ ಹಿಂಸೆಯು ಅವರೆಲ್ಲರು ಮತ್ತಷ್ಟು ಚಿಪ್ಪೊಳಗೆ ಸೇರಿಕೊಳ್ಳಲು ಕಾರಣವಾಗಿದ್ದಿತು.

ಆಚರಣೆಗಳೇ ಧರ್ಮ ಮತ್ತು ದೇವರ ಮಾರ್ಗವೆಂದು ಬಲವಾಗಿ ನಂಬಿದ್ದ ಸೊಸೆಯರು, ತಮ್ಮೆಲ್ಲ ನಂಬಿಕೆಗಳನ್ನು ಗಂಡಂದಿರ ಮನೆಯಲ್ಲಿ ಕಾರ್ಯರೂಪಕ್ಕಿಳಿಸತೊಡಗಿದರು. ಮನೆಗೆ ಯಾರಾದರೂ ಬಂದರೆ ಹೋದರೆ ಮಸ್ತಾನ್ ಸಾಬ್ ಮನೆಯವರು "ನಮಸ್ಕಾರ" ಅಥವಾ "ಸಲಾಂ" ಎಂದು ಬಿಡುತ್ತಿದ್ದರು. ಆದರೆ ಸೊಸೆಯರು, "ಅಸಲಾಂ ಅಲೈಕುಂ" ಎನ್ನಬೇಕೆಂತಲೂ ಅದಕ್ಕೆ, "ವ ಅಲೈಕುಂ ಅಸಲಾಂ" ಎಂದು ಉತ್ತರಿಸಬೇಕೆಂದು, "ಖುದಾ ಹಫೀಜ್" ಎಂದು ಬೀಳ್ಕೊಡಬೇಕೆಂದು ಒತ್ತಾಯ ಮಾಡತೊಡಗಿದರು. ಪ್ರತಿ ಶುಕ್ರವಾರ ನಮಾಜಿಗೆ ಹೇಗೆ ಬೇಕೋ ಹಾಗೆ ಕೈ ಕಾಲು ಮುಖ ತೊಳೆದು ಮಸೀದಿಗೆ ಓಡುತ್ತಿದ್ದ ಗಂಡಂದಿರಿಗೆ "ವುಜು" ಮಾಡಿಕೊಳ್ಳುವ ವಿಧಾನವನ್ನು ಕಟ್ಟುನಿಟ್ಟಾಗಿ ಹೇಳಿಕೊಡತೊಡಗಿದರು. ನೀರು ಹೇಗೆ ಕುಡಿಯಬೇಕು, ಸೀನಿದಾಗ, ಆಕಳಿಸಿದಾಗ ಏನು ಹೇಳಿಕೊಳ್ಳಬೇಕು, ಸ್ನಾನ ಮಾಡುವ ವಿಧಾನ,

ಊಟ ಮಾಡುವ ವಿಧಾನ ಮುಂತಾಗಿ ಪ್ರತಿಯೊಂದಕ್ಕೂ ವಿಧಿವಿಧಾನಗಳು ಜಾರಿಗೊಳ್ಳತೊಡಗಿದವು. ಸೊಸೆಯರು ಹೇಳುವುದನ್ನು ಎಲ್ಲರೂ ಸಾರಾಸಗಟು ತಳ್ಳಿ ಹಾಕುತ್ತಿದ್ದರೇನೋ! ಆದರೆ ಅವರು ಪವಿತ್ರವೂ, ಬೃಹತ್ ಗಾತ್ರದ್ದೂ ಆದ ಕುರಾನನ್ನು ಮೊದಲಿಂದ ಕೊನೆವರೆಗೆ ಕಣ್ಣು ಮುಚ್ಚಿ ಹೇಳುತ್ತಿದ್ದ ಸೊಸೆಯರ ವಿದ್ವತ್ತಿಗೆ ದಂಗಾಗಿ ಹೋಗಿದ್ದರು. ಅತ್ತೆ ಮಾವರೊಂದಿಗೆ ಅವರು ತೋರುತ್ತಿದ್ದ ಅನುನಯ ಕಕ್ಕುಲಾತಿ, ಗಂಡಂದಿರೊಂದಿಗಿನ ಪ್ರೀತಿ, ನೆರೆಹೊರೆಯವರೊಂದಿಗೆ ತಗ್ಗಿ ಬಗ್ಗಿ ನಡೆದುಕೊಳ್ಳುತ್ತಿದ್ದ ರೀತಿ ಹಾಗೂ ಅವರ ನಡೆನುಡಿಗಳಲ್ಲಿನ ನಯ ನಾಜೂಕಿಗೆ ಮಾರು ಹೋಗಿದ್ದರು.

ಹೀಗಾಗಿ ಪ್ರತಿದಿನದ ಕೆಲಸ ಕಾರ್ಯಗಳಲ್ಲಿ ಕುಟುಂಬ ಸದಸ್ಯರ ನಡುವೆ ಏಳಬಹುದಾಗಿದ್ದ ಭಿನ್ನಾಭಿಪ್ರಾಯಗಳು ಏಳಲಿಲ್ಲ. ಇನ್ನು ಅವರ ಸೌಂದರ್ಯವಂತೂ ವರ್ಣಿಸಲಸದಳವಾಗಿತ್ತು. ಅವಳಿ ಜವಳಿಗಳಾಗಿದ್ದ ಅವರು ಮನೆಯಲ್ಲಿ ಅತ್ತಿಂದಿತ್ತ ಓಡಾಡಿದರೆ ಪ್ರಕಾಶಮಾನವಾದ ಗ್ಯಾಸ್ ಲೈಟೇ ಓಡಾಡಿದಂತಾಗುತ್ತಿತ್ತು. ಅವರ ಉರ್ದು ಉಚ್ಚಾರಣೆಯ ಕನ್ನಡ ಕೇಳಿದರಂತೂ ರಮೀಜಕ್ಕ ಬಿದ್ದು ಬಿದ್ದು ನಗುತ್ತಿದ್ದರು. ಈ ಮುದ್ದಿನ ಸೊಸೆಯರನ್ನು ರಮೀಜಕ್ಕ ಎಲ್ಲರೆದುರು 'ಅರಬ್ಬೀ ಸೊಸೆಯರು' ಎಂದೇ ಕೊಂಡಾಡುತ್ತಿದ್ದರು.

ಇಂಥ ಅರಬ್ಬೀ ಸೊಸೆಯರು ಅನಕ್ಷರಸ್ಥೆಯಾಗಿದ್ದ, ಯಾವ ಧರ್ಮಕ್ಕೂ ಸೇರದಂತಿದ್ದ, ತನ್ನ ಮನೆಯನ್ನು ಸುಸೂತ್ರವಾಗಿ ನಡೆಸುವುದೇ ತನ್ನ ಧರ್ಮ ಎಂದು ನಂಬಿದ್ದ ಅತ್ತೆಗೆ ಮುಸ್ಲಿಂ ರೀತಿರಿವಾಜುಗಳನ್ನು ಹೇಳಿಕೊಡುವಲ್ಲಿ ಸೋತು ಹೋದರು. ಮಾವನವರಾದ ಮಸ್ತಾನ್ ಸಾಹೇಬರ ಸಹಜ ನಡೆನುಡಿಯಲ್ಲೇ ಇದ್ದ ಧರ್ಮದ ಸಾರ ಗುರುತಿಸಿ ಸುಮ್ಮನಾಗಿಬಿಟ್ಟರು. ಆದರೆ ತಮ್ಮ ಗಂಡಂದಿರು ಮತ್ತು ಕರೀಮನ ಹೆಣ್ಣುಮಕ್ಕಳನ್ನು ಸಮಗ್ರವಾಗಿ ತರಬೇತುಗೊಳಿಸತೊಡಗಿದರು.

ಪಿಂಜಾರರಲ್ಲಿ ಆಗುತ್ತಿದ್ದ ಎಲ್ಲ ಬದಲಾವಣೆಗಳು ಸದ್ದುಗದ್ದಲವಿಲ್ಲದೆ, ಎಲ್ಲರ ಗಮನಕ್ಕೆ ಬಂದೂ ಬಾರದಂತೆ, ನಿಧಾನವಾಗಿ, ನಿರಂತರವಾಗಿ, ಎಲ್ಲರ ಮೌನಸಮ್ಮತಿಯನುಸಾರವಾಗಿ ನಡೆಯತೊಡಗಿದವು.

ಇಂತಹ ದಿನಗಳಲ್ಲಿ ಒಮ್ಮೆ ಮಸ್ತಾನ್ ಸಾಹೇಬರು ದಾವಣಗೆರೆಗೆ ಹೋಗಬೇಕಾಯಿತು. ಅವರ ಜೊತೆಗೆ ಕರೀಂ ಸಹ ಸಹಾಯಕ್ಕೆ ಹೊರಟಿದ್ದ. ಸಾಹೇಬರು ಸಡಗರದಿಂದಿದ್ದರು. ಇಬ್ಬರು ಸೊಸೆಯರೂ ಗರ್ಭಿಣಿಯಾಗಿದ್ದುದು ಅದಕ್ಕೆ ಕಾರಣವಾಗಿತ್ತು. ರಮೀಜಕ್ಕನ ಸಂಭ್ರಮಕ್ಕೆ ಎಣೆಯೇ ಇಲ್ಲದಾಗಿತ್ತು. ಏಳನೇ ತಿಂಗಳು ತುಂಬಿದಾಗ ಸೊಸೆಯರನ್ನು ತವರಿಗೆ ಕಳಿಸಲು ಯೋಚಿಸಿದ್ದರು. ಆದರೆ ಚೊಚ್ಚಲು ಬಸುರಿಯರಾದ ಅವರು ತಮ್ಮ ತವರಿನ ಆಸೆಯನ್ನು ವ್ಯಕ್ತಪಡಿಸಿದ

ಕೂಡಲೇ ಒಪ್ಪಿ, ಐದನೇ ತಿಂಗಳಲ್ಲಿ ಕಳಿಸಲು ಏರ್ಪಾಟು ಮಾಡತೊಡಗಿದರು. ಕರ್ಜಿಕಾಯಿ, ಖಜೂರ್, ಬೂಂದಿ, ಹೋಳಿಗೆ ಮಾಡಲು ಮನೆಯಲ್ಲಿ ಏನೇನಿದೆ ಏನೇನಿಲ್ಲ ಎಂಬುದನ್ನು ನೋಡಿಕೊಂಡರು. ಈಗಾಗಲೇ ಮಾಡಿದ್ದ ಹಪ್ಪಳ, ಸಂಡಿಗೆ, ಮಜ್ಜಿಗೆಮೆಣಸಿನಕಾಯಿಗಳನ್ನು ಬಟ್ಟೆ ಗಂಟು ಮಾಡಿ ಒಂದು ಕಡೆ ತೆಗೆದಿಟ್ಟರು. "ಬೇಕುಬೇಕಾದ್ದು ಮಾಡಿಕೆಂಡು ತಿನ್ನಿ ನನ್ನ ಸೊಸೇರ. ಹೊಟ್ಟ್ಯಾಗಿರ ಮಕ್ಳು ನೋಯ್ದಂಗೆ ಇರ್ರಿ. ಬಗ್ಗಿಸಿದ್ದನ್ನೆಲ್ಲ ತೃಪ್ತಿಯಾಗಂಗೆ ತಿನ್ರಿ. ನಿಮ್ಮ ಹೆರಿಗೆ ದಿನಾನೂ ನಾನು ನಿಮ್ಜೊತೆ ಇರ್ತೀನಿ. ನಿಮ್ಮಂತರಿಗಲ್ದೆ ಇನ್ನೆಂಥವರಿಗೆ ಸಹಾಯ ಮಾಡ್ತಾನೆ ಅಲ್ಲಾ ಸ್ವಾಮಿ. ನೀವೇನೂ ಹೆದಿರ್ಕಬ್ಯಾಡ್ರಿ" ಎಂದು ಕಿವಿಮಾತು ಹೇಳಿದರು. "ನಿಮ್ಮಾವ ದಾವಣಗೆರಿಗೆ ಹೋಗೇತಿ, ಸಾಲ್ದು ಬಿದ್ದಿರುವ ಎಲ್ಲ ಸಾಮಾನುಗಳ ಪಟ್ಟಿ ಕಳ್ಸಿದೀನಿ. ರಾತ್ರಿ ಹಾಲ್ಟ್ ಗಾಡಿಗೆ ವಾಪಸ್ ಬರ್ತತಿ" ಎಂದರು. ರಮೀಜಕ್ಕನ ವಯಸ್ಸು ಹತ್ತು ವರ್ಷದಷ್ಟು ಕಡಿಮೆಯಾಗಿತ್ತು!

ಅಂದು ಬೆಳಿಗ್ಗೆ ದಾವಣಗೆರೆಗೆ ಬಸ್ಸು ಹತ್ತಿ ಕುಂತಾಗ ಮಸ್ತಾನ್ ಸಾಹೇಬರ ಪಕ್ಕದಲ್ಲಿ ಗ್ರಾಮ ಪಂಚಾಯ್ತಿ ಅಧ್ಯಕ್ಷ ಚಂದ್ರಣ್ಣ ಬಂದು ಕೂತರು. ದಾವಣಗೆರೆ ಬರುವವರೆಗೆ ಅವರಿಬ್ಬರು ಮಾತಾಡುತ್ತಲೇ ಇದ್ದರು. ಚಂದ್ರಣ್ಣ ತಮ್ಮ ಅನೇಕ ಸಮಸ್ಯೆಗಳನ್ನು ಹೇಳಿಕೊಂಡರು. ಮಸ್ತಾನ್ ಸಾಹೇಬರ ಹತ್ತಿರ ಕಷ್ಟ ಸುಖ ಹೇಳಿಕೊಂಡರೆ ಕೈಲಾದಷ್ಟು ಸಹಾಯ ಅವರಿಂದ ದೊರಕುವುದು ಚಂದ್ರಣ್ಣನಿಗೆ ಗೊತ್ತಿತ್ತು. ಹೊಸದಾಗಿ ಕಟ್ಟಿಸುತ್ತಿದ್ದ ಊರ ಹನುಮಂತನ ಗುಡಿಗೆ ಹತ್ತು ಸಾವಿರ ಕೊಡುವುದಾಗಿ ಸಾಹೇಬರು ಅಲ್ಲೇ ಮಾತು ಕೊಟ್ಟರು. ಬಸ್ಸಿಂದಿಳಿದು ಹತ್ತಿರದ ಹೋಟೆಲಲ್ಲಿ ಚಹಾ ಕುಡಿದು ತಮ್ಮ ಗುರಿಗಳತ್ತ ಬೇರೆ ಬೇರೆ ರಸ್ತೆ ಹಿಡಿದು ಹೊರಟರು.

ಮಸ್ತಾನ್ ಸಾಹೇಬರಿಗೆ ಒಂದೆರಡು ಸರ್ಕಾರಿ ಕಛೇರಿಗಳಲ್ಲಿ ಕೆಲಸವಿತ್ತು. ಕಛೇರಿಗಳಲ್ಲಿ ಆ ದಿನ ನೌಕರರು ಬಹಳ ಕಡಿಮೆ ಇದ್ದರು. ವಿಚಾರಿಸಲಾಗಿ ಅಂದು ಹಲವಾರು ಸಂಘಟನೆಗಳು ನಗರದ ಬಂದ್‌ಗೆ ಕರೆ ನೀಡಿದ್ದವು. ಹಿಂದಿನ ದಿನವಷ್ಟೇ ನಗರದ ಪ್ರಮುಖಬೀದಿಯಲ್ಲಿ ಯಾರೋ ಗೊತ್ತು ಗುರಿಯಿಲ್ಲದವನೊಬ್ಬನನ್ನು ಬರ್ಬರವಾಗಿ ಕೊಲೆ ಮಾಡಿದ್ದರು. ಕೊಲೆಯಾದವನು ಹಿಂದೂ ಎಂದು ಹೇಳಲಾಗಿತ್ತು. ನಗರದ ಬೀದಿ ಬೀದಿಗಳಲ್ಲಿ ಹಿಂಸೆಯ ಹಸಿವಾಸನೆ ಹಬ್ಬಿ ನಿಂತಿತ್ತು. ಧರ್ಮವೆಂಬುದು ಗುಮಾನಿಯಾಗಿತ್ತು. ದ್ವೇಷವಾಗಿತ್ತು. ಹೊಡೆದುರುಳಿಸುವ ಅಸ್ತ್ರವಾಗಿತ್ತು. ಮನುಷ್ಯನ ಪಶುಪ್ರವೃತ್ತಿಯ ದ್ಯೋತಕವಾಗಿತ್ತು. ಅದು ರಕ್ತಕ್ಕಾಗಿ ಕಾತರಿಸುತ್ತಾ ಬೀದಿ ಬೀದಿ ಅಲೆಯುತ್ತಿತ್ತು. ಅದು ಪಾಪಿಗಳ, ಅಜ್ಞಾನಿಗಳ, ಅಧರ್ಮೀಯರ ಕೈಗೊಂಬೆಯಾಗಿತ್ತು.

"ಧರ್ಮದಿಂದ ಸ್ವರ್ಗದ ಬದಲು ನಾವು ನರಕವನ್ನು ಸೃಷ್ಟಿಸಿಕೊಂಡಿದ್ದೇವೆ ಕಣಪ್ಪ ಕರೀಮ್. ಮನುಷ್ಯರ ಬದಲು ರಾಕ್ಷಸರಾಗಿದ್ದೇವೆ" ಎಂದರು ಮಸ್ತಾನ್ ಸಾಹೇಬರು.

ಕರೀಮ, "ನಾವಿವತ್ತು ಬರಬಾರ್ದಿತ್ತು ಅಣ" ಎಂದ. ಅವನ ಗಂಟಲು ಒಣಗಿತ್ತು. ಧ್ವನಿ ನಡುಗುತ್ತಿತ್ತು,

ರಸ್ತೆಗಳು ಬರುಬರುತ್ತಾ ನಿರ್ಜನವಾದವು. ಬಿಸಿಲು ಸುರಿಯುತ್ತಿತ್ತು. ಬೆವರು ಹರಿಯುತ್ತಿತ್ತು. ಅಲ್ಲಲ್ಲಿ ಭಿಕ್ಷುಕರು, ಹುಚ್ಚರು ಮಾತ್ರ ಹಗಲು ಪಿಶಾಚಿಗಳಂತೆ ಒರಲುತ್ತಿದ್ದರು. ಬೀದಿನಾಯಿಗಳು ಮುಂಬರಲಿರುವ ಅಪಾಯವನ್ನು ಮುಂಗಂಡಂತೆ ಅಲ್ಲಲ್ಲಿ ಗರ ಹೊಡೆದಂತೆ ಬಿದ್ದುಕೊಂಡಿದ್ದವು. ಮಸ್ತಾನ್ ಸಾಹೇಬರು ಕೂಡ, "ನಾವಿವತ್ತು ಇಲ್ಲಿಗೆ ಬರಲೇಬಾರದಿತ್ತು" ಎಂದರು. ಅವರ ಅಂಗಿಯ ಜೇಬಲ್ಲಿ ರಮೀಜಕ್ಕ ಹೇಳಿ ಬರೆಸಿದ್ದ ಸಾಮಾನುಗಳ ಪಟ್ಟಿಯಿತ್ತು. 'ಬರ್ದಿರೋದಕ್ಕಿಂತ ಕಾಲು ಕೆಜಿ ಹೆಚ್ಚು ತರಬೇಕೇ ಹೊರ್ತು ಕಮ್ಮಿ ತರಬ್ಯಾಡ್ರಿ, ಸೊಸ್ಯಾರು ಮೊಮ್ಮಕ್ಕಳ ಜೀವ!' ಎಂಬ ರಮೀಜಕ್ಕನ ಮಾತುಗಳು ಕಿವಿಯಲ್ಲಿ ಆಡುತ್ತಿದ್ದವು. ಅವರು ಯಾವಾಗಲೂ ಬರುತ್ತಿದ್ದ ಕಿರಾಣಿ ಅಂಗಡಿ ಮುಚ್ಚಿತ್ತು. ಎದುರಿದ್ದ ಗಡಿಯಾರದಕಂಭ ಒಂದು ಗಂಟೆ ತೋರಿಸುತ್ತಿತ್ತು.

"ಜಲ್ದಿ ಹೋಗನ ನಡಿಯಣ" ಎಂದ ಕರೀಮ. ಮತ್ತೆ ಬೀದಿಗಿಳಿದರು. ಅವರ ಹೆಜ್ಜೆ ಸಪ್ಪಳಕ್ಕೆ ಅವರಿಗೇ ಹೆದರಿಕೆಯಾಗತೊಡಗಿತು.

ಆಗ ಇದ್ದಕ್ಕಿದ್ದಂತೆ ಎಲ್ಲಿಂದಲೋ ಎಂಟತ್ತು ಜನ ಓಡೋಡಿ ಬರುವ 'ದಪ್ ದಪ್' ಶಬ್ದ ಕೇಳಿಬಂದಿತು. 'ಅಗ ಇಗ' ಎನ್ನುವಷ್ಟರಲ್ಲಿ ಅವರು ಇವರಿಬ್ಬರನ್ನು ಸುತ್ತುವರಿದು ನಿಂತರು. ಅವರ ಕೈಗಳಲ್ಲಿ ಅನೇಕ ವಿಧದ ಅಸ್ತ್ರಗಳಿದ್ದವು. ದೊಣ್ಣೆ, ಚಾಕು, ಮಚ್ಚು, ಲಾಂಗು.

ಒಬ್ಬ: "ಯಾರೋ ನೀವು?"

ಇನ್ನೊಬ್ಬ: "ಕೇಳೋದೇ ಬ್ಯಾಡ. ವೇಷ ನೋಡಿದ್ರೇ ಗೊತ್ತಾಗುತ್ತೆ! ದೇಶದ್ರೋಹಿಗಳು".

ಆ ಮಾತು ಮುಗಿಯುವಷ್ಟರಲ್ಲಿ ದೊಣ್ಣೆ ಹಿಡಿದವರು ಮಸ್ತಾನ್ ಸಾಹೇಬ್ ಮತ್ತು ಕರೀಮರನ್ನು ಬಾರಿಸತೊಡಗಿದರು. ನಾಲ್ಕಾರು ಏಟು ಬೀಳುವಷ್ಟರಲ್ಲಿ ಇಬ್ಬರೂ ನೆಲದ ಮೇಲೆ ಬಿದ್ದಿದ್ದರು. ಕೈ ಅಥವಾ ಕಾಲು ಅಡ್ಡಹಿಡಿದು ಏಟು ತಪ್ಪಿಸಿಕೊಳ್ಳಲು ಸಾಧ್ಯವಿರಲಿಲ್ಲ. ಯಾಕೆಂದರೆ ಏಕಕಾಲಕ್ಕೆ ನಾಲ್ಕಾರು ಜನ ಸಿಕ್ಕಲ್ಲಿ ಹೊಡೆಯುತ್ತಿದ್ದರು. ಕೆಲವು ಏಟುಗಳು ತಲೆಗೆ ಮುಖಕ್ಕೆ ಬಿದ್ದು ರಕ್ತ

ಜಿನುಗತೊಡಗಿತು. ಕೈಯಲ್ಲಿ ಚಾಕು ಹಿಡಿದವ ಎರ್ರಾಬರ್ರಿ ಬೀಸತೊಡಗಿದ. ಅದು ಮಸ್ತಾನ್ ಸಾಹೇಬರ ಬೆನ್ನಿಗೆ ತಾಗಿದ್ದೇ ಕಚ್ಚು ಹಾಕಿದಂತಾಗಿ ಅವರು ತೊಟ್ಟಿದ್ದ ಶರ್ಟು ಅರ್ಧಕ್ಕೆ ತುಂಡಾಗಿ ಜೋತಾಡತೊಡಗಿತು. ಅಲ್ಲಿಂದ ರಕ್ತದ ಮತ್ತೊಂದು ಚಿಲುಮೆ ಉಕ್ಕಿತು. ವಿಶೇಷ ದಿನಗಳಲ್ಲಿ ಮಾತ್ರ ಉಡುತ್ತಿದ್ದ ಕರೀಮನ ಬಿಳಿ ಇಜಾರ ರಕ್ತದೋಕುಳಿಯಾಡಿದಂತೆ ಕೆಂಪಾಗಿತ್ತು. ಪುಕ್ಕಲು ಕರೀಮ ಉಚ್ಚೆ ಹುಯ್ದುಕೊಂಡಿದ್ದ. ಇಜಾರದಿಂದ ಜಿನುಗಿದ ರಕ್ತಮಿಶ್ರಿತ ಉಚ್ಚೆಯಿಂದ ಅವರು ಬಿದ್ದಿದ್ದ ಜಾಗವು ಕೆಸರುಕೆಸರಾಗಿತ್ತು. ಹುಟ್ಟಿನಿಂದ ಜೋಪಾನವಾಗಿ ಕಾಪಾಡಿಕೊಂಡು ಬಂದಿದ್ದ ಅವರ ದೇಹಗಳು ಛಿದ್ರವಾಗತೊಡಗಿದವು. ನೋವಿನಿಂದ ಭಯದಿಂದ ಅವಮಾನದಿಂದ ಕಂಪಿಸತೊಡಗಿದವು. ಕಿರುಚಿಕೊಳ್ಳುತ್ತಿದ್ದ ಅವರ ಧ್ವನಿ ಬಿದ್ದು ಹೋಗತೊಡಗಿತು.

"ಅಲ್ಲಾಹು ಮುರ್ದಾಬಾದ್ ಅಂತ ಹೇಳ್ರೋ"

"           "

"ಬೊಗಳ್ರೋ"

"ಯಾವ ದೇವ್ರಿಗೂ ಮುರ್ದಾಬಾದ್ ಹೇಳಲ್ಲ"

"ಜೈ ಶ್ರೀರಾಂ ಅನ್ರೋ"

"ಹೇ ರಾಂ" ಮೆಲ್ಲಗೆ ಉಸುರಿದರು ಮಸ್ತಾನ್ ಸಾಹೇಬರು. ಜೋರಾಗಿ ಹೇಳಲು ತ್ರಾಣವಿರಲಿಲ್ಲ.

ಮತ್ತೊಂದು ಸುತ್ತು ದೊಣ್ಣೆ ಏಟುಗಳು ಬಿದ್ದವು. ಇಬ್ಬರೂ ಅರೆಪ್ರಜ್ಞಾವಸ್ಥೆ ತಲುಪಿದರು. ಹೊಡೆಯುತ್ತಿದ್ದ ಗುಂಪು ಸಾಕಾಗಿ ಸುಧಾರಿಸಿಕೊಳ್ಳತೊಡಗಿತು. ಇನ್ನು ಸತ್ತು ಹೋಗುವುದು ಇಬ್ಬರಿಗೂ ಖಚಿತವಾಯಿತು. ಕರೀಮ ಇಷ್ಟು ವರ್ಷದಲ್ಲಿ ಹೊಡೆಯುವುದಿರಲಿ ಎಂದೂ ಬೈದಾಡದ ತನ್ನೊಡೆಯನ ಕಾಲು ಮುಟ್ಟಲು ಹತ್ತಿರಕ್ಕೆ ಸರಿದ. ಮಸ್ತಾನ್ ಸಾಹೇಬರು ನಿಧಾನಕ್ಕೆ ಕರೀಮನ ಕೈ ಹಿಡಿದುಕೊಂಡರು. ಇಬ್ಬರಿಗೂ ಮಾತಾಡಲು ಚೈತನ್ಯವಿರಲಿಲ್ಲ. ಧಾರಾಕಾರ ಕಣ್ಣೀರು ಸುರಿಯುತ್ತಿದ್ದವು.

ಕರೀಮ ತನ್ನ ಸೀಮಿತ ಲೋಕದ ಪರಿಧಿಯಲ್ಲಿ ಸುತ್ತತೊಡಗಿದ. ಹೆಂಡತಿ ಮಕ್ಕಳು ಮುತ್ತಿಕೊಂಡರು. ತನ್ನ ಮನೆದೇವರಾದ ಯಲ್ಲಮ್ಮ ನೆನಪಾದಳು. ತಾನು ಹಲವು ಬಾರಿ ಹೋಗಿ ಬಂದ ನಾಯಕನಹಟ್ಟಿ ಜಾತ್ರೆ, ಹೊನ್ನೂರಲಿ ಉರುಸು, ಚಮನ್ ಶಾವಲಿ ದರ್ಗಾ, ಮಸೀದಿ ಮತ್ತು ಅಲ್ಲಿಯ ಅಭಯ ನೀಡುತ್ತಿದ್ದ ಅಲ್ಲಾಸ್ವಾಮಿ ಎಲ್ಲ ಗೋಜಲು ಗೋಜಲಾಗಿ ತೇಲತೊಡಗಿದವು. ನಾಯಕನಹಟ್ಟಿ

ಜಾತ್ರೆ, ಹೊನ್ನೂರಾಲಿ ಉರುಸಾಯಿತು. ಚಮನ್ ಶಾವಲಿ ದರ್ಗಾ ಉರುಸು, ಯಲ್ಲಮ್ಮನ ಜಾತ್ರೆಯಾಯಿತು. ಭ್ರಮೆ ವಾಸ್ತವಗಳು ಕಲಸಿಹೋದವು. ಆದರೆ ಅವನ ಭಕ್ತಿ ಮಾತ್ರ ಏಕಪ್ರಕಾರವಾಗಿತ್ತು. ನಿಷ್ಠೆ ಅಚಲವಾಗಿತ್ತು.

ರಮೀಜಕ್ಕ, ಮಕ್ಕಳು, ಸೊಸೆಯರು ಮಸ್ತಾನ್ ಸಾಹೇಬರ ಮನಸ್ಸು ತುಂಬಿ ಬಂದರು. ಮೊಮ್ಮಕ್ಕಳು ಕಿಲಕಿಲನೆ ನಕ್ಕವು. ಮೊಮ್ಮಕ್ಕಳಿಗೆ ಮುತ್ತಿಟ್ಟರು. ಅಳುತ್ತಳುತ್ತಾ ರಮೀಜಕ್ಕ ಬಂದು ಮಸ್ತಾನ್ ಸಾಹೇಬರನ್ನು ತಬ್ಬಿಕೊಂಡರು. ಅವರ ಪ್ರಾಣ ಹೋಗಲು ಬಿಡಲ್ಲ ಎಂದು ಕೂಗಿದರು. ನಾಯಕನಹಟ್ಟಿ ತಿಪ್ಪೇಸ್ವಾಮಿಯಿಂದ ಹಿಡಿದು ಅಲ್ಲಾಸ್ವಾಮಿಯವರೆಗೆ ಹಲವು ಹರಕೆಗಳನ್ನು ಹೊತ್ತುಕೊಂಡರು. ಗಂಡನ ಮೈಗೆ ಹತ್ತಿದ ರಕ್ತವನ್ನು ಬಟ್ಟೆಯಿಂದ ಒರೆಸಿ ಮುಲಾಮು ಹಚ್ಚತೊಡಗಿದರು. ಮಸ್ತಾನ್ ಸಾಹೇಬರು ನರಳತೊಡಗಿದರು. ಮೈಯ್ಯೊಳಗೆ ಮುರಿದ ಯಾವುದೋ ಮೂಳೆ ಲಟಲಟ ಶಬ್ದ ಮಾಡಿತು. ಯಾವುದೋ ಗಾಯ ಉಸಿರು ಸಿಕ್ಕಿಕೊಳ್ಳುವಂತೆ ನೋಯತೊಡಗಿತು. ಸಾಹೇಬರ ಮತ್ತು ಕರೀಮನ ರಕ್ತ ನಿಧಾನಕ್ಕೆ ಬಸಿದುಕೊಂಡು ತೊಟ್ಟು ತೊಟ್ಟಾಗಿ ಮಣ್ಣು ಸೇರಿ ಅಲ್ಲಲ್ಲಿ ಉಂಡೆ ಕಟ್ಟಿಕೊಂಡಿತು. ಬಯಲಲ್ಲಿ ಬಿದ್ದಿದ್ದ ಮಸ್ತಾನ್ ಸಾಹೇಬರು ತಮ್ಮ ರಕ್ತ ಸುರಿಯುತ್ತಿದ್ದ ನಡುಗುವ ಕೈಗಳಲ್ಲಿ ಕರೀಮನ ಕೈಗಳನ್ನು ಎತ್ತಿ ಅಲ್ಲಾಹುವಿನಲ್ಲಿ ದುವಾ ಮಾಡಲು ಪ್ರಯತ್ನಿಸಿದರು. ಪ್ರಾರ್ಥನೆಯ ಶಬ್ದಗಳು ಅಸ್ಪಷ್ಟವಾಗಿದ್ದವು. ಉಚ್ಚಾರಣೆಯಲ್ಲಿ ಶುದ್ಧತೆಯಿರಲಿಲ್ಲ. ಪ್ರಾರ್ಥನೆಯ ಸಾಲುಗಳು ಹಿಂದುಮುಂದಾಗುತ್ತಿದ್ದವು. ಆದರೆ ಅವರ ಅಂತರಂಗವು ಶುದ್ಧವಾಗಿತ್ತು. ಆರ್ದ್ರತೆಯಿಂದ ಕೂಡಿದ್ದಿತು. ಪ್ರಾರ್ಥನೆಯ ಪ್ರತಿ ಶಬ್ದವೂ ವಿನಯದಲ್ಲಿ ಅದ್ದಿದಂತಿದ್ದವು. ಅವರು ಅಲ್ಲಾಹುವಿನೊಡನೆ ನೇರ ಸಂಭಾಷಣೆಯಲ್ಲಿದ್ದಂತೆ ತೋರುತ್ತಿತ್ತು. ಅವರಿಬ್ಬರನ್ನು ಥಳಿಸಿದ ಗುಂಪು ತಮ್ಮ ಘನಕಾರ್ಯವನ್ನು ವೀರಾವೇಶದಿಂದ ಹೇಳಿಕೊಳ್ಳುತ್ತಾ, ವಿಜಯೋತ್ಸವ ಆಚರಿಸುತ್ತಾ ತೆರಳಿತು.

ಇದಾಗಿ ಎಷ್ಟೋ ಹೊತ್ತಿನ ನಂತರ ಕತ್ತಲೆ ಒಡೆದು ಹೌದೋ ಅಲ್ಲವೋ ಎನ್ನುವಂತೆ, ತಾಯಿಯ ಗರ್ಭದಿಂದ ಹೊರಬಂದ ಕೂಸು ಕಣ್ಣು ಮಿಟುಕಿಸಿ ಮೊದಲ ಬಾರಿಗೆ ಬೆಳಕು ಒಳ ಪ್ರವೇಶಿಸುವಂತೆ ಮಸ್ತಾನ್ ಸಾಹೇಬರು ಮತ್ತು ಕರೀಮರ ಕಣ್ಣು ಪ್ರವೇಶಿಸಿದಾಗ ಇನ್ನೂ ಜೀವವಿರುವ ಸೂಚನೆ ಕೊಟ್ಟಿತು. ಕಣ್ಣ ಗೋಲಿಗಳು ಅತ್ತಿತ್ತ ತಿರುಗುತ್ತಾ ಎಲ್ಲೋ ಬಹುದೂರದಲ್ಲಿ ಕರುಣೆಯ ಮುಖವನ್ನು ಕಂಡಂತಾಯಿತು. ಮಸುಕಾಗಿದ್ದ ಪ್ರಜ್ಞೆಗೆ, ಮಂಕಾಗಿದ್ದ ದೃಷ್ಟಿಗೆ ಒಮ್ಮೆಲೆ ಯಾರೆಂದು ಗುರುತಾಗಲಿಲ್ಲ. ಯಾರಿವರು ಜೀವಜಲ ಮುಖಕ್ಕೆ ಸಿಂಪಡಿಸುತ್ತಾ ದುಃಖಿಸುತ್ತಿರುವವರು? ಯಾರಿವರು ಹೂ ಸ್ಪರ್ಶಿಸಿದಂತೆ ಎತ್ತಿಳುಕುತ್ತಾ, ಆದ ಅನಾಹುತಕ್ಕೆ ಕಣ್ಣೀರು ಸುರಿಸುತ್ತಿರುವವರು? ಕಣ್ಣೀರಿಂದ ತಮ್ಮ ಆತ್ಮಗಳನ್ನು

ತೊಳೆದುಕೊಳ್ಳುತ್ತಿರುವ ಇವರಾರು? ಗಂಟೆಗಳುರುಳಿದವು. ಆಸ್ಪತ್ರೆಯ ಹಾಸಿಗೆಯಲ್ಲಿ ಮೆಲ್ಲಮೆಲ್ಲನೆ ಪ್ರಜ್ಞೆ ನಿಚ್ಚಳವಾದ ಹಾಗೆ ಎದುರಿನ ಮುಖ ಸ್ಪಷ್ಟವಾಯಿತು. ಅದು ಪಂಚಾಯ್ತಿ ಅಧ್ಯಕ್ಷ ಚಂದ್ರಣ್ಣನ ಮುಖ! ಆ ಮುಖ ಉಗಾದಿ ಚಂದ್ರನಂತೆ, ರಂಜಾನ್ ಚಂದ್ರನಂತೆ ಕಂಡು ಇಬ್ಬರಲ್ಲಿಯೂ ಸಮಾಧಾನವನ್ನು ತಂದಿತು. ಅದರ ಹಿಂದೆಯೇ ಗೋಚರಿಸಿದವು ಮಸ್ತಾನ್ ಸಾಬ್ ಮತ್ತು ಕರೀಮನ ಮನೆಯವರೆಲ್ಲರ ಪ್ರೀತಿಪಾತ್ರ ಮುಖಗಳು.

*('ಸಮಾಜಮುಖಿ ಪತ್ರಿಕೆಯ ಕಥಾಸ್ಪರ್ಧೆ–2021' ರಲ್ಲಿ ಮೆಚ್ಚುಗೆ ಪಡೆದಿದೆ.)*

# ಕೊಶ್ಚನ್ ಆಫ್ ಟೈಮ್

ಎಷ್ಟು ಕಷ್ಟಪಟ್ಟು ದುಡಿದು, ಹೊಟ್ಟೆಬಟ್ಟೆ ಕಟ್ಟಿ ಬದುಕಿದ್ರೂ, ಹೊಟ್ಟೆಗಿದ್ರೆ ಬಟ್ಟೆಗಿಲ್ಲ, ಬಟ್ಟೆಗಿದ್ರೆ ಹೊಟ್ಟೆಗಿಲ್ಲ ಎನ್ನುವಂಥ ಪರಿಸ್ಥಿತಿಯಲ್ಲಿ ಏಗಿ ಏಗಿ ಚಿಕ್ಕಮ್ಮನಿಗೆ ಸಾಕಾಗಿ ಹೋಗಿತ್ತು. ಎಂದೋ ಕಾಲವಾಗಿ ಹೋದ ತನ್ನ ಗಂಡನ ಪಾಲಿಗೆ ಪಿತ್ರಾರ್ಜಿತವಾಗಿ ಬಂದದ್ದು ಬರೀ ಹನ್ನೆರಡು ಮುದಿ ತೆಂಗಿನಮರಗಳು ಮತ್ತು ಅರ್ಧ ಗೋಡೆ, ಅರ್ಧ ತಡಿಕೆಯ ಮನೆ. ಅವಳ ಪರವಾಗಿದ್ದದ್ದು ಏನೆಂದರೆ ಮನೆತುಂಬ ಮಕ್ಕಳಿರದೆ ಒಬ್ಬನೇ ಮಗನಿದ್ದದ್ದು. ಅವನೇ ಲೋಕಿ. ತಾಯಿಯ ಮಾತುಗಳನ್ನು ತೆಗೆದು ಹಾಕದ ವಿಧೇಯ. ತನ್ನಮ್ಮ ಯಾವ ಶಬ್ಧಗಳನ್ನು ಬಳಸಿ ಮಾತನಾಡುತ್ತಾಳೋ ಅದೇ ಶಬ್ಧಗಳನ್ನು ಅವನೂ ಬಳಸಿ ಮಾತನಾಡುತ್ತಿದ್ದ. ತಾಯಿ ಮಾತನಾಡುತ್ತಾ ಆಗಾಗ ಬಾಯಿ ತೆರೆದು ಆಶ್ಚರ್ಯಭಾವ ವ್ಯಕ್ತಪಡಿಸಿದಂತೆ ಇವನೂ ಮಾಡುತ್ತಿದ್ದ. ಲೋಕಿಗೆ ಒಮ್ಮೊಮ್ಮೆ ಹೇಳಿದ್ದನ್ನೇ ಎರಡೆರಡು ಬಾರಿ ಹೇಳುವ ಅಭ್ಯಾಸವಿತ್ತು. ಇದರಿಂದ ಅವನು ಹೊಸಬರಿಗೆ ದಡ್ಡನೂ, ಬುದ್ಧಿಮಾಂದ್ಯನೂ ಎನಿಸಿಬಿಡುತ್ತಿತ್ತು. ಆದರೆ ಅವನು ಆ ಎರಡೂ ಆಗಿರದೆ ಸಹಜ ವ್ಯಕ್ತಿಯೇ ಆಗಿದ್ದ. ಸಾಮಾನ್ಯ ಜನರಿಗಿರುವಷ್ಟೇ ಬುದ್ಧಿಮತ್ತೆ ಇತ್ತು.

ಇಂಥ ಚಿಕ್ಕಮ್ಮನ ಮನೆಗೆ ಒಂದು ದಿನ ಬೆಳ್ಳಂಬೆಳಗ್ಗೆಯೇ ಲೋನ್ಲಿಂಗ ಬಂದ. ಲೋನ್ಲಿಂಗನಿಗೆ ತಾಲ್ಲೂಕಿನ ಎಲ್ಲ ಸರ್ಕಾರಿ ಇಲಾಖೆಗಳ ಅಧಿಕಾರಿಗಳು, ಬ್ಯಾಂಕ್ ಸಿಬ್ಬಂದಿ, ಎಮ್ಮೆಲ್ಲೆ, ಎಂಪಿ, ಪಕ್ಷಭೇದವಿಲ್ಲದೆ ಎಲ್ಲ ರಾಜಕೀಯ ಪುಢಾರಿಗಳು, ಕೆಲವು ಜಿಲ್ಲಾಮಟ್ಟದ ಅಧಿಕಾರಿಗಳ ನಿಕಟ ಪರಿಚಯವಿತ್ತು. ಪ್ರತಿ ಇಲಾಖೆಯಿಂದ ದೊರೆಯುವ ಸಾಲ ಸೌಲಭ್ಯಗಳನ್ನು ಇವನು ಬಲ್ಲವನಾಗಿದ್ದ. ಅಷ್ಟೇ ಅಲ್ಲ ಇಲಾಖೆಗಳಿಗೆ ಸರ್ಕಾರದಿಂದ ನಿಗದಿಯಾದ ಗುರಿಗಳನ್ನು ಸಹ ತಿಳಿದಿದ್ದ. ಪತ್ರಕರ್ತರನ್ನು ಬೇಕಾದಂತೆ ಬಳಸಿಕೊಳ್ಳುವ ಚಾಕಚಕ್ಯತೆಯನ್ನು ಹೊಂದಿದ್ದ. ಹೆದರುವವರನ್ನು ಹೆದರಿಸುತ್ತಿದ್ದ. ಹೆದರಿಸಿದರೆ ಬೆಣ್ಣೆ ಹಚ್ಚಿ ಪಾರಾಗುತ್ತಿದ್ದ.

ಒಟ್ಟಿನಲ್ಲಿ ಹಿಡಿದ ಕೆಲಸವಾವುದೂ ಹುಸಿ ಹೋಗುತ್ತಿರಲಿಲ್ಲ. ಅವನು ಎಂತಹ ಭಾಷೆ ಬೆಳೆಸಿಕೊಂಡಿದ್ದ ಎಂದರೆ, ಎದುರಿದ್ದ ಅಧಿಕಾರಿಯ ಜಾತಿ, ಅವನ ಗಾಡ್‌ಫಾದರ್‌ಗಳು, ಕೆಲಸವಾಗಬೇಕಾದಲ್ಲಿ ಅವನ ರೇಟು ಮುಂತಾದ ಎಲ್ಲವನ್ನೂ ಅನಾಯಾಸವಾಗಿ ತಿಳಿದುಕೊಳ್ಳುತ್ತಿದ್ದ. ಯಾವುದೇ ಇಲಾಖೆಯ ಯಾವುದೇ ಸಾಲವನ್ನು ಕೊಡಿಸುವಲ್ಲಿ ಏಕಮೇವಾದ್ವಿತೀಯನಾಗಿದ್ದ ಲಿಂಗನಿಗೆ 'ಲೋನ್ಲಿಂಗ' ಎಂಬ ಹೆಸರೇ ಶಾಶ್ವತವಾಗಿ ಉಳಿದುಬಿಟ್ಟಿತ್ತು. ಇಂಥ ಲೋನ್ಲಿಂಗ ಎರಡಂತಸ್ತಿನ ಮನೆ, ಕಾರು ಹೊಂದಿದ್ದರೂ ಸೈಕಲ್ಲಲ್ಲಿ ಓಡಾಡುತ್ತಿದ್ದ.

ಚಿಕ್ಕಮ್ಮನು ಇದುವರೆಗೆ ಯಾವ ಬ್ಯಾಂಕ್ ಹತ್ತಿರವೂ ಸುಳಿದವಳಲ್ಲ. ಯಾವ ಸಬ್ಸಿಡಿ ಸಾಲ ಪಡೆದವಳಲ್ಲ. ಅಷ್ಟೇ ಅಲ್ಲ ಅವಳು ಯಾವುದೇ ಬ್ಯಾಂಕ್ ಖಾತೆಯನ್ನೂ ಸಹ ಹೊಂದಿರಲಿಲ್ಲ. ಚಿಕ್ಕಮ್ಮ ಮತ್ತು ಲೋಕಿ ಉಳ್ಳವರ ಹೊಲ, ತೋಟ, ಮನೆಗಳಲ್ಲಿ ಕೂಲಿ ಕೆಲಸ ಮಾಡಿಕೊಂಡಿದ್ದರು. ಚಿಕ್ಕಮ್ಮ ಒಬ್ಬಿಬ್ಬರು ಆಫೀಸರುಗಳ ಮನೆಯಲ್ಲಿ ಬಟ್ಟೆ, ಕಸ, ಮುಸುರೆ ಕೆಲಸವನ್ನು ಮಾಡುತ್ತಿದ್ದಳು. ಮನೆಯ ಹಿಂಡುವ ಎಮ್ಮೆಯನ್ನು ಮೇಯಿಸಿಕೊಂಡು ಬರಲು ಸಹ ಒಮ್ಮೊಮ್ಮೆ ಹೋಗುತ್ತಿದ್ದಳು. ದಿನವೂ ಸೊಸೆ ವಿಜಯಮ್ಮನು ಆ ಕೆಲಸ ಮಾಡುತ್ತಿದ್ದಳು. ಚಿಕ್ಕಮ್ಮ ಯಾವಾಗಲೂ ಒಂದೋ ಎರಡೋ ಚೀಟಿಗಳನ್ನು ಹಾಕಿಕೊಂಡಿರುತ್ತಿದ್ದಳು. ಹತ್ತಿಪ್ಪತ್ತು ಸಾವಿರ ರೂಪಾಯಿಗಳ ಚೀಟಿಗಳವು. ಹಾಕಿಕೊಂಡ ಚೀಟಿಗೆ ಬಡ್ಡಿ ಚೀಟಿಗಳೇನಾದರೂ ಬಂದರೆ ಚಿಕ್ಕಮ್ಮನ ಮನೆಯಲ್ಲಿ ಕೋಳಿ ಊಟ ಗ್ಯಾರಂಟಿ ಇರುತ್ತಿತ್ತು.

ಅವರ ಮನೆಯಿಂದ ಸ್ವಲ್ಪ ದೂರದಲ್ಲಿ ಮುಖ್ಯರಸ್ತೆಯ ಪಕ್ಕದಲ್ಲಿ ಒಂದು ಮಠವಿತ್ತು. ಅದರಾಚೆ ಒಂದು ದರ್ಗಾ ಇತ್ತು. ಚಿಕ್ಕಮ್ಮನ ಮನೆಯವರು ಎರಡೂ ಪವಿತ್ರವೆಂದು ನಡೆದುಕೊಳ್ಳುತ್ತಿದ್ದರು. ಮಠದಲ್ಲಿ ಪೂಜೆಯಾದಾಗ ಪ್ರಸಾದ ಸೇವಿಸುತ್ತಾ, ದರ್ಗಾದಲ್ಲಿ ವಾರಕ್ಕೊಮ್ಮೆ ಕಲ್ಲುಸಕ್ಕರೆ, ಉತ್ತುತ್ತಿ ತಿನ್ನುತ್ತಾ ತಮ್ಮ ನೇಮನಿಷ್ಠೆಯನ್ನು ಎರಡೂ ಕಡೆ ಇಟ್ಟುಕೊಂಡಿದ್ದರು. ಹೀಗೆ ಸಾಲಸೋಲ ಮಾಡದೆ ಜೀವನ ಸಾಗಿಸುತ್ತಿದ್ದರು.

ಇದನ್ನು ಲೋನ್ಲಿಂಗ ಬಲ್ಲವನಾಗಿದ್ದ. ತನ್ನ ಏರಿಯಾದಲ್ಲಿ ಯಾರ್‍ಯಾರು, ಯಾವ್ಯಾವ ಸಾಲಗಳನ್ನು ಪಡೆದಿದ್ದಾರೆ, ಅದರಲ್ಲಿ ಯಾರು ಯಾವ ಥರ ಮೋಸ ಮಾಡಿ ಯೋಜನೆಗಳ ದುರ್ಬಳಕೆ ಮಾಡಿಕೊಂಡಿದ್ದಾರೆ, ಮೋಸದಲ್ಲಿ ಯಾರ್‍ಯಾರ ಕೈವಾಡವಿದೆ ಮುಂತಾದ ವಿವರಗಳನ್ನು ಗುಪ್ತವಾಗಿ ತಿಳಿದುಕೊಂಡಿರುತ್ತಿದ್ದ. ಅಂಥ ಲಿಂಗ ಚಿಕ್ಕಮ್ಮನ ಮನೆಗೆ ಒಂದು ದಿನ ಬಂದವನೇ ಚಿಕ್ಕಮ್ಮನಿಗೆ ಸೀಮೆಹಸು ಸಾಲದ ಯೋಜನೆ ಬಗ್ಗೆ ವಿವರಿಸಿದ. 'ಈ ಯೋಜನೆಯಲ್ಲಿ ಒಂದು ಲಕ್ಷದ ಇಪ್ಪತ್ತೈದು ಸಾವಿರ ಮಂಜೂರಾಗುತ್ತದೆ. ಆ ದುಡ್ಡಿಗೆ ಎರಡು ಮಜಬೂತಾದ

ಸೀಮೆಹಸು ಕೊಡುಸ್ತಾರೆ. ಮೂವತ್ತೊಂದು ಸಾವಿರ ಸಹಾಯಧನವಿರುತ್ತದೆ. ಮಿಕ್ಕ ತೊಂಭತ್ನಾಲ್ಕು ಸಾವಿರ ರೂಪಾಯಿಗಳನ್ನು ಮಾತ್ರ ಸಾಲವಾಗಿ ಐದು ವರ್ಷದಲ್ಲಿ ತೀರಿಸಬೇಕಾಗುತ್ತದೆ. ಅಷ್ಟರಲ್ಲಿ ಸಾಲಮನ್ನಾ ಆದರೆ ಎಲ್ಲ ನಿನ್ನದೇ' ಎಂದ. ಅಷ್ಟೊಂದು ದುಡ್ಡನ್ನು ಎಂದೂ ಕಂಡಿರದ, ಕೇಳಿರದ ಚಿಕ್ಕಮ್ಮ ಮತ್ತು ಲೋಕಿ ಇಬ್ಬರೂ ಅದು ತಮ್ಮ ಕಡೆ ಪುಗಸಟ್ಟೆ ಹರಿದು ಬರುವುದನ್ನು ಊಹಿಸಿಯೇ ಆಶ್ಚರ್ಯ ವ್ಯಕ್ತಪಡಿಸುತ್ತಾ ದಂಗಾಗಿ ಕುಳಿತುಬಿಟ್ಟರು.

'ಏನೇನು ರೆಕಾರ್ಡ್ ಕೊಡಬೇಕಣ್ಣ ಅದ್ಕೆ' ಅಂದಳು ಚಿಕ್ಕಮ್ಮ.

'ನೀನೇನು ಯೋಚ್ನೆ ಮಾಡ್ಬೇಡ. ಎಲ್ಲವನ್ನೂ ನಾನು ರೆಡಿ ಮಾಡ್ತೀನಿ. ನೀನು ಬ್ಯಾಂಕಲ್ಲಿ ಒಂದು ಅಕೌಂಟ್ ಓಪನ್ ಮಾಡು ಸಾಕು' ಅಂದ ಲೋನ್ಲಿಂಗ.

ಅಲ್ಲಿಂದ ಹದಿನೈದು ದಿನಗಳ ಕಾಲ ಎಲ್ಲ ಕೆಲಸ ಬಿಟ್ಟು ಚಿಕ್ಕಮ್ಮ ಅನೇಕ ಸರ್ಕಾರಿ ಕಛೇರಿಗಳನ್ನು, ಬ್ಯಾಂಕ್‌ಗಳನ್ನು ಸುತ್ತುತ್ತಾ ಕಾಲ ಕಳೆಯಬೇಕಾಯಿತು. ಅಷ್ಟೂ ದಿನ ಒಂದು ಪೈಸೆಯನ್ನೂ ದುಡಿಯಲಾಗಲಿಲ್ಲ. ಸಬ್ಸಿಡಿ ಹಣದ ಜಪ ಮಾಡುತ್ತಾ ಲೋಕಿಯು ಸರಿಯಾಗಿ ಕೆಲಸ ಮಾಡದೆ ದಿನಗಳನ್ನು ವ್ಯರ್ಥವಾಗಿ ಕಳೆದ. ಇಷ್ಟು ವರ್ಷ ಇಂಥ ಸಾಲಗಳಿಗೆ ಪ್ರಯತ್ನಿಸದ ಬಗ್ಗೆ ಅವನಿಗೆ ಪಶ್ಚಾತ್ತಾಪವಾಯಿತು.

ಹಸು ಸಾಲದ ಬಗ್ಗೆ ಏರ್ಪಡಿಸಿದ್ದ ಗ್ರಾಮಸಭೆಗೆ ಚಿಕ್ಕಮ್ಮನಾಗಲಿ, ಲೋಕಿಯಾಗಲಿ ಹಾಜರಾಗಿರಲಿಲ್ಲವೆಂದು ತಕರಾರೆತ್ತಿದ ಗ್ರಾಮ ಪಂಚಾಯ್ತಿ ಕಾರ್ಯದರ್ಶಿ. 'ಏನಾರ ಕೊಡ್ತೀವಿ' ಅಂದ ಲೋಕಿ. ಆಫೀಸರ್ ಸಿಟ್ಟುಸಿಟ್ಟಾಗಿ ತಾನು ಲಂಚ ತಿನ್ನುವ ಅಧಿಕಾರಿಯಲ್ಲವೆಂದು ಕೂಗಾಡಿದ. ಇಂಥ ಆಟಗಳನ್ನು ಬಲ್ಲ ಲೋನ್ಲಿಂಗ ಏನೂ ಮಾತಾಡದೆ ಚಿಕ್ಕಮ್ಮ, ಲೋಕಿಯರನ್ನು ಕರೆದುಕೊಂಡು ವಾಪಸ್ ಬಂದ. ಅದೇ ದಿನ ರಾತ್ರಿ ಲೋನ್ಲಿಂಗನು ಕಾರ್ಯದರ್ಶಿ ಜೊತೆ ಗುಟ್ಟಾಗಿ ಮಾತಾಡಿ ವ್ಯವಹಾರ ಕುದುರಿಸಿದನು. ಅದರ ಪ್ರಕಾರ ಚಿಕ್ಕಮ್ಮ ಕೋಂ ತಿಮ್ಮರಾಯಪ್ಪ ಸೋಪನಹಳ್ಳಿ ಹೆಸರನ್ನು ಗ್ರಾಮಸಭೆಯಲ್ಲಿ ಆಯ್ಕೆ ಮಾಡಲಾದ ಫಲಾನುಭವಿಗಳ ಪಟ್ಟಿಯಲ್ಲಿ ಸೇರಿಸಿ ಆಯ್ಕೆ ಮಾಡಲು ಐದು ಸಾವಿರ ರೂಪಾಯಿ ಲಂಚಕ್ಕೆ ತೀರ್ಮಾನವಾಯಿತು. ಚಿಕ್ಕಮ್ಮ ಮತ್ತು ಲೋಕಿಗೆ ಸಿಡಿಲು ಹೊಡೆದಂತಾಯ್ತು. ಆದರೆ ಲೋನ್ಲಿಂಗನು, 'ಸಬ್ಸಿಡಿಗೆ ಹೋಲಿಸಿದರೆ ಐದು ಸಾವಿರ ರೂಪಾಯಿ ಏನೂ ಅಲ್ಲ. ದೊಡ್ಡ ಸಬ್ಸಿಡಿ ಬರುವಾಗ ಸಣ್ಣ ಅಮೌಂಟಿಗೆ ಯಾಕೆ ವರಿ ಮಾಡ್ತೀಯ. ಇದೆಲ್ಲ ಇದ್ದದ್ದೇ. ಈ ಆಫೀಸರ್ರೇ ಬೆಟ್ರು. ಬ್ಯಾರೇರಾಗಿದ್ರೆ ಇದರ ಡಬ್ಬಲ್ ಕೇಳ್ತಿದ್ರು' ಎಂದು ಸಮಜಾಯಿಷಿ ಕೊಟ್ಟ ಲೋನ್ಲಿಂಗನ ಬಳಿ ಎಲ್ಲ ಸಮಸ್ಯೆಗಳಿಗೂ ಪರಿಹಾರಗಳಿದ್ದವು.

'ಸಬ್ಸಿಡಿ ಎಷ್ಟು ಬರ್ತೈತಂತೆ ಅಂತ ಹೇಳ್ದೆ ನಾನು?' ಎಂದು ಕೇಳಿದ.

'ಮೂವತ್ತೊಂದು ಸಾವಿರ ಅಂದ್ಯಲ್ಲ' ಅಂದಳು ಚಿಕ್ಕಮ್ಮ.

'ಮತೆ? ಐದು ಸಾವಿರಕ್ಕೆ ಯಾಕೆ ಹಿಂದೇಟು ಹಾಕ್ತೀಯ? ಬೆನೆಫಿಷಿಯರಿ ಸೆಲೆಕ್ಟ್ ಮಾಡಕೆ ಒಂದು ಕಮಿಟಿ ಇರ್ತತೆ. ಕಮಿಟಿ ಮೆಂಬರಿಗೆಲ್ಲ ಒಂದೊಂದು ಸಾವಿರ ಬ್ಯಾಡೇನವ್ವ? ಇಡೀ ಹೋಬ್ಳಿಗೆ ಹತ್ತು ಜನಕ್ಕೆ ಮಾತ್ರ ಈ ಸ್ಕೀಮು! ಆಫೀಸರುಗಳು ಎಮ್ಮೆಲ್ಲೆ ಮಂತ್ರಿಗಳಿಗೆ ಉತ್ತರ ಕೊಡ್ಬೇಕು. ಅವ್ರಿಗೆಲ್ಲಾ ಊಟ ಹಾಕಿಸ್ಬೇಕಲ್ಲವ್ವ ಚಿಕ್ಕಮ್ಮ, ಅವ್ರು ಕುಡಿಯೋ ಕಾಫಿ ನೂರು ರೂಪಾಯಿಗೊಂದು ಕಪ್ಪು' ಎಂದ.

ಚಿಕ್ಕಮ್ಮ, 'ಆಯ್ತು ತಗ ಕೊಡ್ತೀನಿ' ಎಂದಳು. ಅದರಲ್ಲಿ ಯಾರ‍್ಯಾರ ಪಾಲು ಎಷ್ಟು ಎಂಬುದು ಯಾರಿಗೂ ಗೊತ್ತಾಗದಂತಿತ್ತು. ಅದೇ ಮೊದಲ ಬಾರಿಗೆ ಚಿಕ್ಕಮ್ಮ ಲಂಚ ಪ್ರಪಂಚಕ್ಕೆ ಎದುರಾದದ್ದು.

ಮುಂದೆ ಚಿಕ್ಕಮ್ಮನ ಓಡಾಟ ಪಶು ಆಸ್ಪತ್ರೆಗೆ ಶುರುವಾಯ್ತು. ಲೋನ್ಲಿಂಗನಿಲ್ಲದೆ ಚಿಕ್ಕಮ್ಮನ ಕೈಕಾಲು ಸಹ ಆಡದಂತಾಗಿದ್ದವು. ಮನೆ ಹತ್ರ ದನಗಳ ಚಿಕಿತ್ಸೆಗೆ ಬಂದಾಗ ಡಾಕ್ಟರ್‌ಗಳು ಬಹಳ ಸುಲಭವಾಗಿ ಮಾತಿಗೆ ಸಿಗುತ್ತಿದ್ದರು. ಆದರೆ ಕಛೇರಿಗಳಲ್ಲಿ ಅವರನ್ನು ಮಾತನಾಡಿಸುವುದೇ ಕಷ್ಟವಾಗುತ್ತಿತ್ತು.

'ಚಿಕ್ಕಮ್ಮ, ಸರ್ಕಾರದ ಎಲ್ಲ ಯೋಜನೆಗಳೂ ಹಿಂಗೆಯ! ಸರ್ಕಾರ ಏನಾದ್ರೂ ರೂಲ್ಸ್ ಮಾಡ್ಲಿ, ಈ ಹೆಗ್ಗಣಗಳು ರೂಲ್ಸುಗಳನ್ನೇ ಬಗೆದು ಬಿಲ ತೋಡಿಕೊಳ್ತವೆ. ರೂಲ್ಸುಗಳನ್ನು ಬೇಕರೀಲಿ ಬ್ರೆಡ್ ಕೂದಂಗೆ ಕೂದಾಕ್ಬಹುದು' ಎಂದ ಲೋನ್ಲಿಂಗ.

ಅಂತೂ ಇಂತೂ ಚಿಕ್ಕಮ್ಮನ ಹೆಸರು ಫಲಾನುಭವಿಗಳ ಪಟ್ಟಿಯಲ್ಲಿ ಸೇರ್ಪಡೆಯಾಯಿತು. ಅವಳಿಗೆ ಸೀಮೆಹಸು ಸಾಕಣೆ ಬಗ್ಗೆ ಮೂರು ದಿನದ ತರಬೇತಿ ನೀಡಲಾಯಿತು. ಹುಟ್ಟಿನಿಂದ ಇಲ್ಲಿಯವರೆಗೂ ದನದ ಕೊಟ್ಟಿಗೆಯಲ್ಲಿ ಬೆಳೆದು ಬಂದವಳಿಗೆ ಮೂರು ದಿನದ ತರಬೇತಿಯ ನಾಟಕ ನಗು ಉಕ್ಕಿಸುತ್ತಿತ್ತು. ತರಬೇತಿಯಲ್ಲಿ ಊಟಕ್ಕೆ, ಪ್ರಯಾಣದ ವೆಚ್ಚಕ್ಕೆ ಎಂದು ಅಧಿಕಾರಿಗಳು ಲೆಕ್ಕ ಹಾಕಿ ಕೊಡುತ್ತಿದ್ದ ದುಡ್ಡು ಇಸಿದುಕೊಳ್ಳುವಾಗ ತಾನೊಬ್ಬ ತಿರುಪೆಯವಳಂತೆ ಅನಿಸುತ್ತಿತ್ತು.

ಚಿಕ್ಕಮ್ಮನ ಮನೆಯ ಗೋಡೆಗೆ ಲಗತ್ತಾಗಿರುವಂತೆ ಕೊಟ್ಟಿಗೆ ಇತ್ತು. ಅಲ್ಲಿಯೇ ಅವರ ಎಮ್ಮೆಗಳು ತಲೆತಲಾಂತರದಿಂದ ಮಹದಾನಂದದಿಂದ ಬಾಳಿ ಬದುಕಿದ್ದವು. ಒಡತಿಯಾದ ಚಿಕ್ಕಮ್ಮ ಹಾಕಿದ ಮೇವನ್ನು ತಿಂದು, ಇಟ್ಟ ಮುಸುರೆ ಕುಡಿದು, ಅಡವಿಯಲ್ಲಿ ಮೇದು, ಏನನ್ನೂ ಬೇಡದೆ, ಕಾಯಿಲೆ ಕಸಾಲೆಯೆನ್ನದೆ ಗಾಂಧಿ ಮಹಾತ್ಮನಂತೆ ಸರಳವಾಗಿದ್ದವು. ಪ್ರಕೃತಿ ಒಪ್ಪಿದಾಗ ಗರ್ಭವಾಗಿದ್ದವು. ಕರು ಹಾಕಿದ್ದವು. ಬೇಡವೆಂದಾಗ ಸತ್ತು ಹೋಗಿದ್ದವು. ಸದ್ಯ ಚಿಕ್ಕಮ್ಮನ ಕೊಟ್ಟಿಗೆಯಲ್ಲಿ ಒಂದು ಕರಾವಿನ ಎಮ್ಮೆ ಇತ್ತು. ಕರ‍್ರಗೆ ಮಿಂಚುತ್ತಿದ್ದ ಎಮ್ಮೆ ಮುಲಾಜಿಲ್ಲದೆ ಎರಡು ವರ್ಷ ಹಾಲು ಕೊಡುತ್ತಿತ್ತು. ಅಲ್ಲಿಯವರೆಗೂ ಲೋಕಿಯ ಇಬ್ಬರು ಹೆಣ್ಣುಮಕ್ಕಳ ಬಟ್ಟೆಬರೆ, ವಿದ್ಯಾಭ್ಯಾಸ, ಆರೋಗ್ಯ ಹೆಚ್ಚುಕಡಿಮೆ ಸುರಕ್ಷಿತವೇ ಆಗಿರುತ್ತಿದ್ದವು.

ಆ ಕೊಟ್ಟಿಗೆಯನ್ನು ಲೋನ್ಲಿಂಗನ ಸಲಹೆಯಂತೆ ರಿಪೇರಿ ಮಾಡಿ ಎರಡು ಮೂರು ಹಸುಗಳು ನಿಲ್ಲುವಂತೆ ದೊಡ್ಡದು ಮಾಡಿ ಫೋಟೋ ತೆಗೆದು ಪಶು ಆಸ್ಪತ್ರೆಗೆ ಕೊಟ್ಟು ಬಂದರು. ಡಾಕ್ಟ್ರು ಅದನ್ನು ಒಪ್ಪದೇ ಹೋದರು. ಚಿಕ್ಕಮ್ಮ, ಲೋಕಿ ಇಬ್ಬರೂ ಸೇರಿ ಗಾರೆಯವರ ಜೊತೆ ಮತ್ತೆ ಗೋಡೆಗಳ ಗಿಲಾವು ಮಾಡಿ, ನೆಲಕ್ಕೆ ಕಲ್ಲುಚಪ್ಪಡಿ ಹಾಕಿಸಿ, ಹೆಂಚಿನ ಮೇಲ್ಛಾವಣಿ ಮಾಡಿಸಿ, ಎಂಟತ್ತು ಸಾವಿರ ಖರ್ಚು ಮಾಡಿದರು. ಸ್ಕೀಮಿನಲ್ಲಿ ಕೊಟ್ಟಿಗೆ ನಿರ್ಮಾಣಕ್ಕೆಂದು ಮೀಸಲಿರಿಸಿದ ದುಡ್ಡನ್ನು ಡಾಕ್ಟ್ರಿಂದ ಪಡೆದಾಗ ಚಿಕ್ಕಮ್ಮನ ಜೊತೆ ಲೋನ್ಲಿಂಗ ಇದ್ದ. ಹದಿಮೂರು ಸಾವಿರದ ಬದಲು ಹತ್ತು ಸಾವಿರ ಮಾತ್ರ ಚಿಕ್ಕಮ್ಮನ ಕೈಸೇರಿತು.

ಕೊನೆಗೊಮ್ಮೆ ಹಸು ತರಲು ಎಂಟು ರೈತರು ಜೊತೆಯಾಗಿ ಮೈಸೂರು ಕಡೆ ಹೊರಟರು. ಅವರ ಜೊತೆ ಬ್ಯಾಂಕ್ ಸಿಬ್ಬಂದಿ ಮತ್ತು ಡಾಕ್ಟ್ರು ಇದ್ದರು. ಸ್ಕೀಮಿನ ಪ್ರಕಾರ ಎಲ್ಲರಿಗೆ ಒಂದೊಂದು ಹಸು ಕೊಡಿಸಬೇಕಿತ್ತು. ಆರು ತಿಂಗಳ ನಂತರ ಎರಡನೆಯ ಹಸು ಖರೀದಿಸಬೇಕಿತ್ತು.

ಹಸು ಖರೀದಿಸಲು ಚಿಕ್ಕಮ್ಮ ಮತ್ತು ಲೋಕಿ ಇಬ್ಬರೂ ಹೋಗಿದ್ದರು. ಇವರು ಹಸು ಖರೀದಿಸಲು ಹೋದ ಹಳ್ಳಿಯು ಬರೀ ದಲ್ಲಾಳಿಗಳಿಂದ ತುಂಬಿ ಹೋಗಿತ್ತು. ಅದು ಹಳ್ಳಿಯಾದರೂ ಪಟ್ಟಣದ ಎಲ್ಲ ಚಹರೆಗಳನ್ನು ಪಡೆದಿತ್ತು. ಹಲವಾರು ಸಣ್ಣ ದೊಡ್ಡ ಹೋಟೆಲುಗಳು, ಲಾಡ್ಜುಗಳು, ಬಾರ್ ಅಂಡ್ ರೆಸ್ಟೋರೆಂಟ್‌ಗಳು, ಒಂದರಿಂದ ಹಿಡಿದು ಹತ್ತಾರು ಹಸುಗಳನ್ನು ಸಾಗಣೆ ಮಾಡಲು ಬೇಕಾದಂತಹ ವಿಧವಿಧವಾದ ವಾಹನಗಳು, ಗ್ಯಾರೇಜು, ಪೆಟ್ರೋಲ್ ಬಂಕು, ಹಲವಾರು ಭಾಷೆಯ ಬೋರ್ಡುಗಳು, ಹತ್ತಾರು ಬ್ಯಾಂಕುಗಳು, ಎಟಿಎಂಗಳು ಇದ್ದವು. ಇವೆಲ್ಲಕ್ಕಿಂತ ವಿಶೇಷವಾಗಿ ರಸ್ತೆಗಳಲ್ಲಿ, ಚರಂಡಿ, ತಿಪ್ಪೆಗುಂಡಿ, ಬೀಳು ಬಿಟ್ಟ ಹೊಲ ತೋಟಗಳಲ್ಲಿ, ರಸ್ತೆಯ ಇಕ್ಕೆಲಗಳಲ್ಲಿ ಕಣ್ಣಿಗೆ ಕಾಣುವಷ್ಟು ದೂರಕ್ಕೂ ಕೊನೆಯಿಲ್ಲದಂತೆ ಪ್ಲಾಸ್ಟಿಕ್ಕಿನ ಕವರುಗಳು, ಶೀಟುಗಳು, ಗುಟ್ಕಾಚೀಟಿಗಳು, ಬ್ರೆಡ್ಡು ಬನ್ನು ಕವರುಗಳು, ಖಾಲಿ ಪ್ಲಾಸ್ಟಿಕ್ ಬಾಟಲುಗಳು ರಾಶಿ ರಾಶಿಯಾಗಿ ಬಿದ್ದಿದ್ದವು. ಅಲ್ಲಿ ಕರ್ನಾಟಕ, ತಮಿಳುನಾಡು, ಕೇರಳ ಮುಂತಾದ ರಾಜ್ಯಗಳ ವಿವಿಧ ಭಾಗಗಳಿಂದ ಹಸು ಖರೀದಿಸಲು ರೈತರು ಬಂದಿದ್ದರು. ಬ್ಯಾಂಕ್ ಸಿಬ್ಬಂದಿ ಮತ್ತು ದನದ ಡಾಕ್ಟ್ರುಗಳಿಗೆ ದಲ್ಲಾಳಿಗಳು ಮುಗಿಬೀಳುತ್ತಿದ್ದರು. ಅವರೆಲ್ಲ ಬಹಳ ವರ್ಷಗಳಿಂದ ಪರಸ್ಪರ ಬಲ್ಲವರಾಗಿದ್ದರು. ದಲ್ಲಾಳಿಗಳು ಅಧಿಕಾರಿಗಳಿಗೆ ಹಣ್ಣು, ಬಿಸ್ಕತ್ತು, ಕೋಕೋಕೋಲಾ, ಪೆಪ್ಸಿ, ಸಿಗರೇಟು ತರಿಸುವುದು, ಛತ್ರಿ ಹಿಡಿದು ನೆರಳು ಮಾಡುವುದು, ಪಕ್ಕಕ್ಕೆ ಕರೆದುಕೊಂಡು ಹೋಗಿ ಕಿವಿಮಾತು ಹೇಳುವುದು ನಡೆದೇ ಇತ್ತು. ಹಸು ಮಾರಾಟಗಾರರೂ ಸಹ ದಲ್ಲಾಳಿಗಳನ್ನು ಅವಲಂಬಿಸಿದ್ದರು. ಇಡೀ ಹಳ್ಳಿಯೇ ದಲ್ಲಾಳಿಗಳ ಸಂತೆಯಾಗಿತ್ತು. ಅಲ್ಲಿ ಎಲ್ಲರ ನಡೆನುಡಿಗಳು ಸುಳ್ಳಿನ ಮೇಲೆ

ನಿಂತಿದ್ದವು. ಅದು ಎಲ್ಲರಿಗೂ ಗೊತ್ತಿತ್ತು. ಆದ್ದರಿಂದ ಅವರು ಒಬ್ಬರನ್ನೊಬ್ಬರು ನಂಬುತ್ತಿರಲಿಲ್ಲ. ಆದರೂ ವ್ಯವಹಾರ ಸರಾಗವಾಗಿ ನಡೆಯುತ್ತಿತ್ತು.

ಚಿಕ್ಕಮ್ಮನಿಗೆ ಡಾಕ್ಟ್ರು, ಬ್ಯಾಂಕ್ ಸಿಬ್ಬಂದಿ ಅಥವಾ ದಲ್ಲಾಳಿಗಳ ಮಧ್ಯೆ ವ್ಯತ್ಯಾಸವೇ ಕಾಣದಂತಾಯಿತು. ಅವರು ತನ್ನ ದುಡ್ಡನ್ನು ಇರಿದುಕೊಂಡು ತಿನ್ನುವ ಬೇರೆ ಬೇರೆ ಪಾತ್ರಧಾರಿಗಳಷ್ಟೇ ಆಗಿದ್ದು, ತಮ್ಮ ಸರದಿಗೆ ಕಾಯುತ್ತಿದ್ದಾರೆ ಎನಿಸಿತು. ಅಲ್ಲಿದ್ದ ಹಸುಗಳಲ್ಲಿ ಚೆನ್ನಾಗಿದ್ದ ಎಚ್‌ಎಫ್ ಮಿಶ್ರತಳಿಯ ಹಸುವನ್ನು ಕೊಳ್ಳಲು ಒಪ್ಪಿದಳು. ಚಿಕ್ಕಮ್ಮ ಒಪ್ಪಿದ ಹಸು ಹದಿನೈದು ದಿನದ ಕೆಳಗೆ ಗಂಡು ಕರು ಹಾಕಿತ್ತೆಂದು ದಲ್ಲಾಳಿ ತಿಳಿಸಿದ. ಮಿಶ್ರತಳಿ ಹಸುಗಳು ಗಂಡು ಕರು ಹಾಕಿದರೆ ಕರುಗಳು ನಿಷ್ಪ್ರಯೋಜಕವೆಂದು ರೈತರು ಮಾರಿಬಿಡುತ್ತಿದ್ದರು. ಅವು ಕಟುಕರ ಪಾಲಾಗುತ್ತಿದ್ದವು. ಇಲ್ಲೂ ಹಾಗೇ ಆಗಿತ್ತು ಎಂದು ದಲ್ಲಾಳಿ ಹೇಳಿದ. ಯಾರಿಗೆ ಗೊತ್ತು ಕರು ಹಾಕಿ ತಿಂಗಳಾಗಿತ್ತೋ? ಮೂರು ತಿಂಗಳಾಗಿತ್ತೋ? ಹಾಕಿದ ಕರು ಗಂಡೋ ಹೆಣ್ಣೋ? ಕಂಡೋರು ಯಾರು?

ಚಿಕ್ಕಮ್ಮ, ಲೋಕಿ ಅಲ್ಲೇ ಉಳಿದು ಎರಡು ಹೊತ್ತು ಹಾಲು ಹಿಂಡಿಸಿ ನೋಡಿದರು. ಹಸು ದಿನವೊಂದಕ್ಕೆ ಇಪ್ಪತ್ತು ಲೀಟರ್ ಹಾಲು ಕೊಡುತ್ತಿದ್ದುದರಿಂದ ಐವತ್ತು ಸಾವಿರ ರೂಪಾಯಿಗೆ ಕಡಿಮೆಯಿಲ್ಲ ಎಂದು ದಲ್ಲಾಳಿ ಹಿಡಿದ ಪಟ್ಟು ಬಿಡಲಿಲ್ಲ. ಬೇರೆ ಸಂದರ್ಭದಲ್ಲಾಗಿದ್ದರೆ ಕಡಿಮೆ ಮಾಡುತ್ತಿದ್ದ. ಆದರೆ ಚಿಕ್ಕಮ್ಮ ಸಬ್ಸಿಡಿ ಸಾಲದ ಫಲಾನುಭವಿಯಾದುದರಿಂದ ಒಂದು ರೂಪಾಯಿ ಕೂಡ ಕಡಿಮೆ ಮಾಡಲಿಲ್ಲ. ಯಾವುದೋ ದೇಶದ ಯಾವುದೋ ವಾತಾವರಣಕ್ಕನುಗುಣವಾಗಿ ಸೃಷ್ಟಿಯಾಗಿದ್ದ ಹೆಚ್‌ಎಫ್ ಮತ್ತು ಜರ್ಸಿ ಹಸುಗಳು ಎಲ್ಲಿ ನೋಡಿದರಲ್ಲಿ ಉರುಬಿಸಿಲಲ್ಲಿ ಏದುಸಿರು ಬಿಡುತ್ತಾ, ಬಿಕರಿಯಾಗುತ್ತಾ ನಿಂತಿದ್ದವು. ಕೆಲವು ಹಸುಗಳ ವ್ಯಾಪಾರ ಚೌಕಾಸಿಯ ಹಂತದಲ್ಲಿ ಸ್ಥಗಿತಗೊಂಡಿತ್ತು. ಮತ್ತೆ ಕೆಲವು ವ್ಯಾಪಾರವಾಗಿ ರವಾನೆಯಾಗುವ ಗಳಿಗೆಗೆ ಕಾಯುತ್ತಿದ್ದವು. ಕೆಲವು ಮತ್ತೆ ಮತ್ತೆ ಕೆಚ್ಚಲು ಪರೀಕ್ಷೆ, ಗರ್ಭಪರೀಕ್ಷೆಗೊಳಪಟ್ಟು ಹೈರಾಣಾಗಿದ್ದವು. ತಮ್ಮನ್ನು ಖರೀದಿಸಿದ ರೈತರ ಮನೆ ತಲುಪಲು ಅವು ಒಂದೆರಡು ದಿನ ಲಾರಿಯಲ್ಲಿ, ಇಕ್ಕಟ್ಟಿನಲ್ಲಿ ಪ್ರಯಾಣಿಸಬೇಕಾಗಿತ್ತು. ಇದೆಲ್ಲ ಇತಿಹಾಸದಲ್ಲಿ ಆಗಿ ಹೋಗಿದ್ದ ಗುಲಾಮರ ವ್ಯಾಪಾರವನ್ನು ನೆನಪಿಗೆ ತರುವಂತಿತ್ತು.

ಡಾಕ್ಟ್ರು ಹಸು ಕಿವಿಗೆ ವಾಲೆ ಹಾಕಿ, ಹಸುವಿನ ಚಹರೆಗಳನ್ನು ಬರೆದು ದೃಢೀಕರಣಪತ್ರ ಸಿದ್ಧ ಮಾಡಿದರು. ಬ್ಯಾಂಕ್ ಸಿಬ್ಬಂದಿ ತಲುಪಿಸಬೇಕಾದವರಿಗೆ ದುಡ್ಡು ತಲುಪಿಸಿದರು. ಲೋನ್ಲಿಂಗ ಮೊದಲೇ ತಿಳಿಸಿದಂತೆ ಮ್ಯಾನೇಜರ್ ಮತ್ತು ಡಾಕ್ಟ್ರಿಗೆ ಒಂದೊಂದು ಸಾವಿರ ರೂಪಾಯಿ ಫೀಸ್ ಹೆಸರಲ್ಲಿ ಲಂಚ ಚಿಕ್ಕಮ್ಮನಿಂದ ಸಂದಾಯವಾಯಿತು. ಹೀಗೆ ಖರೀದಿಸಿದ ಹಸುಗಳಿಗೆ ಮೂರು ವರ್ಷಗಳ ಕಾಲ

ವಿಮೆ ಇರುತ್ತದೆಂದು, ಅವಧಿಯೊಳಗೆ ಹಸುಗಳು ಮರಣ ಹೊಂದಿದರೆ ವಿಮೆಯ ಮೊತ್ತವು ವಿಮಾ ಕಂಪನಿಯಿಂದ ಹಸು ಮಾಲೀಕರಿಗೆ ಬರುತ್ತದೆಂದು ತಿಳಿಸಿದರು. ಇದೇ ರೀತಿ ಮಿಕ್ಕ ಫಲಾನುಭವಿಗಳ ಹಸುಗಳು ಖರೀದಿಯಾಗಿ ಮರುದಿನ ಮಧ್ಯರಾತ್ರಿ ಲಾರಿ ಸೋಪನಹಳ್ಳಿಗೆ ವಾಪಸಾಯಿತು. ಲಾರಿಯವನಿಗೆ ಬಾಡಿಗೆ ಚುಕ್ತಾ ಮಾಡಿ ಹಸುಗಳನ್ನು ಕೆಳಗಿಳಿಸಿಕೊಳ್ಳಲಾಯಿತು. ಮೂರು ಸಾವಿರ ರೂಪಾಯಿಗಳು ಲಾರಿ ಬಾಡಿಗೆಯೆಂದು ಚಿಕ್ಕಮ್ಮನ ಕೈಬಿಟ್ಟವು. ಮರುದಿನ ಬ್ಯಾಂಕಿನವರು ಹಸುವಿನ ಮೂರು ವರ್ಷದ ವಿಮಾ ಕಂತಿನ ಬಾಬ್ತು ಆರು ಸಾವಿರ ರೂಪಾಯಿ ಎಂದು ತಿಳಿಸಿ ಸಾಲದ ಲೆಕ್ಕಕ್ಕೆ ಸೇರಿಸಿದರು.

ಆದ ಖರ್ಚನ್ನೆಲ್ಲ ಮರೆತು ತಮ್ಮ ಕೊಟ್ಟಿಗೆ ಸೇರಿದ್ದ ಭಾರೀ ಗಾತ್ರದ ಎಚ್‌ಎಫ್ ಹಸುವನ್ನು ಚಿಕ್ಕಮ್ಮನ ಮನೆಯವರು ಹೊಸ ಅಳಿಯನಂತೆ ನೋಡಿಕೊಳ್ಳತೊಡಗಿದರು. ದಿನವಿಡೀ ಚಿಕ್ಕಮ್ಮ, ಲೋಕಿ ಅಥವಾ ವಿಜಯಮ್ಮ ಒಬ್ಬರಲ್ಲಾ ಒಬ್ಬರು ನೋಡಿಕೊಳ್ಳುತ್ತಿದ್ದರು. ಅದರ ಮೈ ತೊಳೆಯೋದು, ಹಿಂಡಿ, ಬೂಸಾ, ಒಣಮೇವು, ಹಸಿಮೇವು ಹಾಕೋದು, ನೀರು ಮುಸುರೆ ಕುಡಿಸೋದು, ಮೈ ಉಜ್ಜೋದು, ಅದರ ಜೊಲ್ಲು ಸಿಂಬಳ ಸೀಟಿ ಬಟ್ಟೇಲಿ ಒರೆಸೋದು, ಸಗಣಿ ಗಂಜಲ ಬಳಿದು ಕೊಟ್ಟಿಗೆಯನ್ನು ಆಗಾಗ ತೊಳೆದು ಶುಚಿ ಮಾಡೋದು ಮಾಡುತ್ತಿದ್ದರು. ಅವರೆಲ್ಲರ ಆರೈಕೆಯಿಂದ ಹಸು ದಿನವೊಂದಕ್ಕೆ ಇಪ್ಪತ್ತು ಲೀಟರ್‌ಗೆ ಕಡಿಮೆಯಿಲ್ಲದಂತೆ ಹಾಲು ಕೊಡುತ್ತಿತ್ತು. ಆದರೆ ಚಿಕ್ಕಮ್ಮನ ಮನೆಯವರು ಹಸು ತಿನ್ನುವ ಆಹಾರದ ಪ್ರಮಾಣ ಕಂಡು ಕಂಗಾಲಾಗಿ ಹೋದರು. “ಯವ್ವಾ ಇದೇನೇ ಇದು. ನಾಲ್ಕು ಎಮ್ಮೆ ಮೇವು ಒಂದೇ ತಿಂತತಿ” ಎಂದು ಲೋಕಿ ಮಕ್ಕಳು ಆಶ್ಚರ್ಯ ವ್ಯಕ್ತಪಡಿಸಿದರು. ಪ್ರತಿಯೊಂದನ್ನೂ ಕೊಂಡು ತರುತ್ತಿದ್ದ ಅವರಿಗೆ ಹಸು ಸಾಕಾಣಿಕೆ ಅಷ್ಟೇನೂ ಲಾಭದಾಯಕವಾಗಿ ಕಾಣಿಸಲಿಲ್ಲ.

ಹಸು ಬಂದು ಎರಡು ತಿಂಗಳಾಗಿತ್ತು. ಬ್ಯಾಂಕಿನವರು ಕೇಳಲಿ ಬಿಡಲಿ ಚಿಕ್ಕಮ್ಮ ಹಾಲಿನಿಂದ ಬಂದ ದುಡ್ಡನ್ನು ಕಾಸಿಗೆ ಕಾಸು ಸೇರಿಸಿ ಸಾಲದ ಎರಡು ಕಂತುಗಳನ್ನು ಬ್ಯಾಂಕಿಗೆ ಕಟ್ಟಿ ಬಂದಳು. ಇಷ್ಟರಲ್ಲಿಯೇ ಹಸು ಹೀಟಿಗೆ ಬಂದರೆ ಗರ್ಭವಾಗಲು ವೀರ್ಯ ಕೊಡಿಸಬೇಕೆಂದು ಮನೆಯಲ್ಲಿ ಮಾತಾಡಿಕೊಂಡರು. ಡಾಕ್ಟನ್ನು ವಿಚಾರಿಸಲಾಗಿ ಅವರು ಹಸುಗೆ ದೈಹಿಕ ಚಟುವಟಿಕೆಯ ಅವಶ್ಯಕತೆಯ ಬಗ್ಗೆ ತಿಳಿಸಿ, ದಿನಕ್ಕೆ ಮೂರ್‍ನಾಲ್ಕು ಕಿಲೋಮೀಟರ್ ನಡೆದಾಡಿಸಬೇಕೆಂದರು.

ಡಾಕ್ಟರ ಸಲಹೆಯ ಪ್ರಕಾರ ಹಸುವನ್ನು ದಿನವೂ ನಡೆದಾಡಿಸುತ್ತಿದ್ದರು. ಚಿಕ್ಕಮ್ಮ ತನ್ನ ತೆಂಗಿನಮರಗಳ ನಡುವೆ ಮೇವು ಬೆಳೆಯಲು ಕಾಲು ಎಕರೆಯಷ್ಟು ಭೂಮಿ ಇತ್ತು. ಆದರೆ ನೀರಿನ ಸೌಲಭ್ಯವಿರಲಿಲ್ಲ. ಹಸುವನ್ನು ಗೋಮಾಳಕ್ಕೆ ಹಿಡಿದುಕೊಂಡು

ಹೋಗುತ್ತಿದ್ದರು. ಅದು ಮಠ ಮತ್ತು ದರ್ಗಾಗಳ ಹತ್ತಿರವಿದ್ದು ಹತ್ತಾರು ಎಕರೆಯಷ್ಟು ವಿಸ್ತಾರವಾಗಿತ್ತು. ಮೊದಲೆಲ್ಲ ಅಲ್ಲಿ ಊರ ದನಗಳು ಮೇಯುವಷ್ಟು ಹುಲ್ಲು ಬೆಳೆದುಕೊಂಡಿರುತ್ತಿತ್ತು. ಆದರೆ ಇತ್ತೀಚೆಗೆ ಮಠ ಮತ್ತು ದರ್ಗಾಗಳಿಗೆ ಭಕ್ತಾದಿಗಳು ಹೆಚ್ಚಾಗತೊಡಗಿದಂತೆ ಅಲ್ಲೆಲ್ಲ ಅನೇಕ ಅಂಗಡಿಗಳು, ಹೋಟೆಲುಗಳು ಪ್ರಾರಂಭವಾದವು. ಮಠ ಮತ್ತು ದರ್ಗಾಗಳ ನಡುವೆ ಕಾಂಪೌಂಡ್ ಎದ್ದು ನಿಂತಿತ್ತು. ತಮ್ಮ ವ್ಯಾಪಾರ ಹೆಚ್ಚಿಸಿಕೊಳ್ಳಲು ಎಲ್ಲ ಅಂಗಡಿ ಹೋಟೆಲ್‌ಗಳವರು ಭಕ್ತಾದಿಗಳನ್ನು ಆಕರ್ಷಿಸತೊಡಗಿದರು. ಮೈಕುಗಳು ಭಕ್ತಿಗೀತೆಗಳನ್ನು ಮೊಳಗಿಸತೊಡಗಿದವು. ಎರಡೂ ಕಡೆಯವರು ಸರ್ಕಾರಿ ಜಮೀನನ್ನು ತಮ್ಮ ಜಾಗವೆಂದು ಒತ್ತರಿಸಿಕೊಂಡಿದ್ದರು. ಓಟಿನಾಸೆಗೆ ಜನಪ್ರತಿನಿಧಿಗಳು ಯಾವ ನಿಷ್ಠುರ ಕ್ರಮ ಕೈಗೊಳ್ಳದೆ ಸುಮ್ಮನಿದ್ದರು. ಭಯ, ಮೂಢನಂಬಿಕೆ, ದುರಾಸೆಗಳು ಅಧಿಕಾರಿ ವರ್ಗವನ್ನು ನಿರ್ವೀರ್ಯಗೊಳಿಸಿತ್ತು. ತಹಸೀಲ್ದಾರ್, ಎಸಿ, ಡಿಸಿಗಳು ಸಂಬಂಧವಿಲ್ಲದಂತೆ ತೆಪ್ಪಗಿದ್ದರು. ಮಠದವರು ದರ್ಗಾದವರ ವಿರುದ್ಧ ಹಾಗೂ ದರ್ಗಾದವರು ಮಠದವರ ವಿರುದ್ಧ ಕತ್ತಿ ಮಸೆಯುತ್ತಿದ್ದರು. ಅವರು ತಮ್ಮ ಲಾರಿ, ಆಟೋಗಳಿಗೆ ಕೇಸರಿ ಬಾವುಟ ಹಾರಿಸಿಕೊಂಡು ಓಡಾಡಿದರೆ, ಇವರು ಹಸಿರು ಬಾವುಟ ಹಾರಿಸುತ್ತಿದ್ದರು. ಅವರು ಜುಟ್ಟು ಬಿಟ್ಟು ನಾಮ ಎಳೆದುಕೊಂಡು ಓಡಾಡಿದರೆ, ಇವರು ಗಡ್ಡ ಬಿಟ್ಟು ಟೋಪಿ ಹಾಕಿಕೊಂಡು ಓಡಾಡುತ್ತಿದ್ದರು. ಅದು ಹಾಗೇ ಮುಂದುವರಿದು ಚಿಕ್ಕಮಕ್ಕಳ ಮೂರುಗಾಲಿಯ ಸೈಕಲ್ಲಿಗೂ ಕೇಸರಿ ಇಲ್ಲವೇ ಹಸಿರು ಬಣ್ಣದ ಬಾವುಟಗಳು ಬಂದಿದ್ದವು. ಚಿಕ್ಕಮ್ಮ ಇಂಥವುಗಳ ಬಗ್ಗೆ ದಿವ್ಯ ನಿರ್ಲಕ್ಷ್ಯದಿಂದಿದ್ದಳು. ದಿನವೂ ಭಕ್ತಾದಿಗಳ ನೂರಾರು ವಾಹನಗಳು ಗೋಮಾಳದಲ್ಲಿ ಬಂದು ನಿಲ್ಲುತ್ತಿದ್ದವು. ದನಗಳಿಗೆ ಎಲ್ಲೋ ಸಂದಿಮೂಲೆಯಲ್ಲಿ ಮೇಯಲು ಸ್ವಲ್ಪ ಜಾಗವಿತ್ತು. ಅಲ್ಲೆಲ್ಲ ಪ್ಲಾಸ್ಟಿಕ್ ಕವರುಗಳು, ಶೀಟುಗಳು, ಖಾಲಿ ಗುಟ್ಕಾ, ಅಡಿಕೆ ಪುಡಿ ಕವರುಗಳು, ತಿಂದೆಸೆದ ತಿಂಡಿಯ ಕವರುಗಳು, ಖಾಲಿ ಪ್ಲಾಸ್ಟಿಕ್ ಬಾಟಲುಗಳು ರಾಶಿ ರಾಶಿಯಾಗಿ ಬಿದ್ದಿರುತ್ತಿದ್ದವು. ಗಾಳಿ ಬೀಸಿತೆಂದರೆ ಈ ಪ್ಲಾಸ್ಟಿಕ್ ರದ್ದಿಯ ರಾಶಿ ಪರಪರ ಶಬ್ದ ಮಾಡುತ್ತಾ ಇಡೀ ಮೈದಾನವನ್ನು ಸುತ್ತು ಹೊಡೆಯುತ್ತಿತ್ತು. ಆಗಮಿಸಿದ ಭಕ್ತಾದಿಗಳು ಎಲ್ಲೆಂದರಲ್ಲಿ ಊಟ ಮಾಡಿ ಉಳಿಕೆ ಬಳಿಕೆಯನ್ನು ಎಸೆದು ಹೋಗಿರುತ್ತಿದ್ದರು. ಊರ ದನಕರುಗಳು ಹೂವು, ಹಣ್ಣು, ಅನ್ನ, ರೊಟ್ಟಿ, ಹುಗ್ಗಿ ಆಸೆಗೆ ಪ್ಲಾಸ್ಟಿಕ್ ಕವರುಗಳನ್ನು ತಿನ್ನುತ್ತಿದ್ದವು. ಬರುಬರುತ್ತ ಪ್ಲಾಸ್ಟಿಕ್ ಕವರುಗಳಲ್ಲಿ ತಿನ್ನಲೇನಾದರೂ ಇದ್ದೇ ಇರುತ್ತದೆ ಎಂದು ಬಗೆದು ಕವರುಗಳನ್ನು ಕಂಡಲ್ಲಿ ಮುಕ್ಕುತ್ತಿದ್ದವು. ಮಠದವರು ದರ್ಗಾದವರ ಮೇಲೆ ಹಾಗೂ ದರ್ಗಾದವರು ಮಠದವರ ಮೇಲೆ ಬೆಟ್ಟು ಮಾಡುತ್ತಾ ಇದ್ದುದರಿಂದ ಈ ಪ್ಲಾಸ್ಟಿಕ್ ರಾಶಿ ಹೆಚ್ಚುತ್ತಲೇ ಹೋಯಿತು.

ಹೀಗಿದ್ದಾಗ ಚಿಕ್ಕಮ್ಮನ ಹಸುವು ಶುರುವಿಗೆ ಹೊಟ್ಟೆಗೆ ತಿನ್ನುವುದು ಕಡಿಮೆ ಮಾಡಿತು. ಹಸು ಮೊದಲಿನ ಗೆಲುವು ತೋರದಂತಾಯಿತು. ನಿಯಮಿತವಾಗಿ ಮೆಲುಕು ಹಾಕುವುದು ತಪ್ಪಿತು. ಪರಿಣಾಮವಾಗಿ ಹಾಲಿನ ಇಳುವರಿ ಕಡಿಮೆಯಾಯಿತು. ಕೂಡಲೇ ಹಸುವನ್ನು ಆಸ್ಪತ್ರೆಗೆ ಹೊಡೆದುಕೊಂಡು ಹೋದರು. ಹಸು ಸ್ವಲ್ಪ ಮಂಕಾಗಿರುವುದನ್ನು ಬಿಟ್ಟರೆ ಬೇರೆ ಲಕ್ಷಣ ತೋರಲಿಲ್ಲ. ಜ್ವರ ಇರಲಿಲ್ಲ. ಹೊಟ್ಟೆ ಸ್ವಲ್ಪ ಬಿಗಿಯಾಗಿತ್ತು. ಡಾಕ್ಟ್ರು ಹಸಿವು ಹೆಚ್ಚಲು ಇಂಜೆಕ್ಷನ್ ಮಾಡಿ, ಮಾತ್ರೆ ಮತ್ತು ಪುಡಿ ಔಷಧವನ್ನು ಕೊಟ್ಟರು. ಚಿಕ್ಕಮ್ಮ ಮೂರ್‍ನಾಲ್ಕು ದಿನ ಹೊಟ್ಟೆಗೆ ಪುಡಿಗಳನ್ನು ಬೆಲ್ಲದ ಜೊತೆಗೆ ಮಿದ್ದು ತಿನ್ನಿಸಿದಳು. ಹಸು ಸ್ವಲ್ಪವೇ ಸ್ವಲ್ಪ ಹುಷಾರಾಯಿತೆನಿಸಿತು ಚಿಕ್ಕಮ್ಮನಿಗೆ. ಆದರೆ ಹಸು ಮೊದಲು ತಿಂದಷ್ಟು ಆಹಾರವನ್ನು ತಿನ್ನದಾಯಿತು. ದಿನಕಳೆದಂತೆ ಕರೆಯುವ ಹಾಲಿನ ಪ್ರಮಾಣ ಇಳಿಯುತ್ತಲೇ ಹೋಯಿತು. ಚಿಕ್ಕಮ್ಮನ ಮನೆಮಂದಿಗೆಲ್ಲ ಆರೋಗ್ಯ ತಪ್ಪಿದಂತಾಯಿತು. ಎಲ್ಲರೂ ಮುಖ ಇಳಿಬಿಟ್ಟುಕೊಂಡು ಹಸುವಿನ ಮುಂದೆ ಜಪ ಮಾಡುವಂತೆ ಕುಳಿತುಕೊಳ್ಳುತ್ತಿದ್ದರು. ಒಂದು ವಾರವಾಯಿತು, ಎರಡು ವಾರವಾಯಿತು. ದಿನವೂ ಆಸ್ಪತ್ರೆಗೆ ಹೋಗಿ ಬರುತ್ತಿದ್ದರು. 'ಏನಾರ ಮಾಡಿ ಸಾ. ಹಸು ಹಪ್ಪಳ ಆಗೋತು. ನಮ್ಮನೇಲಿ ಯಾರ್‍ಗೂ ತಿಂದ ಮುದ್ದೆ ಮೈಗೆ ಹತ್ತುತ್ತಿಲ್ಲ', ಎಂದು ಚಿಕ್ಕಮ್ಮ ತನ್ನ ಗೋಳು ತೋಡಿಕೊಂಡಳು. ಲೋಕಿಯ ಮಕ್ಕಳು ಹಸು ಬಳಿ ಕುಳಿತುಕೊಂಡು ಕಾಣತೊಡಗಿದ್ದ ಪಕ್ಕೆಲುಬುಗಳನ್ನು ಎಣಿಸುತ್ತಿದ್ದರು. ಚಿಕ್ಕಮ್ಮನಿಗೆ ದುಃಖ ತಡೆಯಲಾಗುತ್ತಿರಲಿಲ್ಲ. ಲೋಕಿ, ವಿಜಯಮ್ಮರು ಗರಬಡಿದಂತಾದರು. 'ಹುಷಾರಾಗುತ್ತೋಗ್ರಿ. ಟ್ರೀಟ್‌ಮೆಂಟ್ ಕೊಟ್ಟ ಕೂಡ್ಲೇ ಹುಷಾರಾಗುತ್ತಾ? ಸ್ವಲ್ಪ ಟೈಮ್ ಬೇಕು' ಎಂದು ಜೋರು ಮಾಡಿ ಕಳುಹಿಸುತ್ತಿದ್ದ ಡಾಕ್ಟ್ರಿಗೆ ಪೀಕಲಾಟಕ್ಕೆ ಇಟ್ಟುಕೊಂಡಿತು. ಅವನ ಉಡಾಫೆ ಕಡಿಮೆಯಾಯಿತು. ಯಾಕೋ ಈ ಹಸು ಸ್ಥಿತಿ ಕೈಮೀರಿ ಹೋಗುತ್ತಿದೆ ಎನ್ನಿಸಿತು. ಬಹಳ ವಿವರವಾಗಿ ಹಸುವನ್ನು ಪರೀಕ್ಷಿಸಿದ. ಹೊಟ್ಟೆ ಬಿಗಿದುಕೊಂಡು ಗಟ್ಟಿಯಾಗಿರುತ್ತಿತ್ತು. ಮುಟ್ಟಿದರೆ ರಾಗಿ ಅಥವಾ ಜೋಳದ ಹಿಟ್ಟಿನ ಚೀಲವನ್ನು ಮುಟ್ಟಿದಂತಿರದೆ ಸಿಮೆಂಟಿನ ಮೂಟೆಯನ್ನು ಮುಟ್ಟಿದಂತಾಗುತ್ತಿತ್ತು. ಹಸು ನಿಧಾನಕ್ಕೆ ಸವೆದು ಹೋಗುತ್ತಿತ್ತು. ಅವನಿಗೆ ಭಯವಾಗತೊಡಗಿತು. ತನಗೆ ಬರಬಹುದಾದ ಕೆಟ್ಟ ಹೆಸರಿನಿಂದ ತನ್ನ ಪ್ರಾಕ್ಟೀಸು ಕಮ್ಮಿಯಾದರೇನು ಗತಿ ಎಂದು ಹಳಹಳಿಸಿದ.

ಚಿಕ್ಕಮ್ಮನ ಮನೆಯ ಸ್ಥಿತಿ ಶೋಚನೀಯವಾಗತೊಡಗಿತು. ಐವತ್ತು ಸಾವಿರ ರೂಪಾಯಿಯ ಹಸು! ಬ್ಯಾಂಕಿನಲ್ಲಿ ಬೆಳೆಯುತ್ತಿರುವ ಸಾಲ! ಹುಷಾರಾಗದ ಖಾಯಿಲೆ! ಹಸು ಮೇಲೆ ಪ್ರಯೋಗಿಸುತ್ತಿರುವ ಅಸಂಖ್ಯಾತ ಔಷಧಗಳು! ಇದರ ಹಾಲು ಕುಡಿದರೇನು ಕೇಡೋ? ಎಲ್ಲರಿಗೂ ನಿದ್ದೆ ಇಲ್ಲದ ರಾತ್ರಿಗಳು

ದೀರ್ಘವಾಗತೊಡಗಿದವು. ಕೆಟ್ಟ ಕನಸುಗಳು ಬೆಚ್ಚಿ ಬೀಳಿಸತೊಡಗಿದವು. ಬಡವಿ ಚಿಕ್ಕಮ್ಮ ಕಾಲ್ನಡಿಗೆಯಲ್ಲಿ ಸುತ್ತ ಹತ್ತಾರು ದೇವಸ್ಥಾನಗಳ ಅಲೆದು ಬಂದಳು. ಹತ್ತಾರು ಹರಕೆಗಳ ಹೊತ್ತು ನಿಂತಳು. ದೇವರೆದುರು ಗೋಗರೆದಳು.

ಆಗ ಊರ ಹನುಮಂತನ ಗುಡಿಯಲ್ಲಿ ಬಿದ್ದುಕೊಂಡಿರುತ್ತಿದ್ದ ಹುಚ್ಚ ಮೂಡ್ಲಿ, "ಚಿಕ್ಕಮ್ಮ, ನಾವೆಲ್ಲ ಎಷ್ಟು ಕೆಟ್ಹೋಗಿದೀವಿ ಅಂದ್ರೆ ಆ ದೇವ್ರು ನಮ್ಮಾತು ಕೇಳಿಸಿಕಣಲ್ಲ. ಭಂಡ ಬಾಳು ಬಾಳ್ತಿದೀವಿ ನಾವು. ನಮಿಗೆ ದೇವರಲ್ಲಿ ಬೇಡಿಕೊಳ್ಳೋ ಯೋಗ್ಯತೆ ಸೈತ ಇಲ್ಲ. ದೇವ್ರು ನಮ್ಮಾತು ಯಾಕೆ ಕೇಳ್ಬೇಕು?" ಎಂದು ಊರಿಗೂರೇ ನಡುಗುವಂತೆ ಕೂಗು ಹಾಕಿದ. ಹೇಳೋರು ಕೇಳೋರು ಹಿಂದೆ ಮುಂದೆ ಯಾರೂ ಇಲ್ಲದ ಮೂಡ್ಲಿ "ಇದ್ದರಿಲ್ಲಿ ಎದ್ದರೆಲ್ಲೋ" ಎನ್ನುವಂತಿದ್ದ.

ಮನೆಗೆ ಮರಳಿದ ಚಿಕ್ಕಮ್ಮನಿಗೆ ಆಶ್ಚರ್ಯ ಕಾದಿತ್ತು. ಹಸು ಬಾಯಾಡುತ್ತಿತ್ತು. ಹತ್ತಿರಕ್ಕೆ ಹೋಗಿ ನೋಡಿದರೆ ಬಾಯಲ್ಲಿದ್ದದ್ದು ತೆಳುವಾದ ಪ್ಲಾಸ್ಟಿಕ್ ಹಾಳೆಯಾಗಿತ್ತು. ಪ್ಲಾಸ್ಟಿಕ್ ಹಾಳೆ ಗಾಳಿಯಲ್ಲಿ ತೇಲಿಬಂದು ಕೊಟ್ಟಿಗೆ ಸೇರಿತ್ತೋ ಏನೋ? ಹಸು ಬಾಯಿಂದ ಹೊರಗೆ ಇಳಿಬಿದ್ದಿದ್ದ ಪ್ಲಾಸ್ಟಿಕ್ಕನ್ನು ಕಿತ್ತೆಸೆದಳು. ಸರ್ವಾಂತರ್ಯಾಮಿ ಪ್ಲಾಸ್ಟಿಕ್ಕಿಗೆ ಚಿಕ್ಕಮ್ಮ ಅತಿಕೆಟ್ಟದಾಗಿ ಬೈದಳು. ಅವತ್ತು ಸಾಯಂಕಾಲ ಮನೆಗೆ ಬಂದ ಡಾಕ್ಟ್ರಿಗೆ ಪ್ಲಾಸ್ಟಿಕ್ ವಿಷಯ ತಿಳಿಸಿದಳು. ಆಗ ಅವರಿಗೆ ಹಸುವಿನ ರೋಗದ ಕಾರಣ ಮಿಂಚಿನಂತೆ ಹೊಳೆಯಿತು.

'ಚಿಕ್ಕಮ್ಮ, ಹಸುಗೆ ನಾಳೆಯೇ ಹೊಟ್ಟೆಯ ಆಪರೇಷನ್ ಮಾಡ್ಬೇಕು. ಹೊಟ್ಟೆ ಕೊಯ್ದು ಅದು ಎಂದಿನಿಂದಲೋ ತಿನ್ನುತ್ತಾ ಬಂದಿರುವ ಪ್ಲಾಸ್ಟಿಕ್ಕನ್ನು ತೆಗೆದುಹಾಕಿದರೆ ಮಾತ್ರ ಹಸು ಬದುಕುಳಿಯುತ್ತದೆ. ಯಾಕೆಂದರೆ ಪ್ಲಾಸ್ಟಿಕ್ ಹೊಟ್ಟೆಯಲ್ಲಿ ಜೀರ್ಣವಾಗುವುದಿಲ್ಲ ಮತ್ತು ಸಗಣಿಯಲ್ಲಿ ಹೊರಗೆ ಬರುವುದೂ ಇಲ್ಲ', ಎಂದು ಕೆಲಹೊತ್ತು ಸುಮ್ಮನಿದ್ದ. ನಂತರ 'ಆಪರೇಷನ್ನಿಗೆ ಬಹಳ ದುಡ್ಡು ಬೇಕಾಗುತ್ತೆ', ಎಂದ. ಚಿಕ್ಕಮ್ಮನಿಗೆ ಒಪ್ಪದೆ ಬೇರೆ ದಾರಿಯಿರಲಿಲ್ಲ.

ಮರುದಿನ ಬೆಳಿಗ್ಗೆ ಎಂಟು ಗಂಟೆಗೆಲ್ಲ ಡಾಕ್ಟ್ರು ಹಸುವನ್ನು ಬಲಗಡೆ ಪಕ್ಕೆಯ ಮೇಲೆ ಮಲಗಿಸಿಕೊಂಡು ಎಡಪಾರ್ಶ್ವದಿಂದ ಹೊಟ್ಟೆಯನ್ನು ಕೊಯ್ದು ಒಳಗಡೆ ಎಷ್ಟೋ ತಿಂಗಳುಗಳಿಂದ ಅಗಾಧ ಪ್ರಮಾಣದಲ್ಲಿ ಶೇಖರಣೆಯಾಗಿದ್ದ ಪ್ಲಾಸ್ಟಿಕ್ಕನ್ನು ಹೊರಗೆ ತೆಗೆಯತೊಡಗಿದ. ಹೊಟ್ಟೆಯ ನಿರಂತರ ಚಲನೆಗೆ ಸಿಕ್ಕು ಪ್ಲಾಸ್ಟಿಕ್ಕು ಹಾಳೆಗಳು ವಿವಿಧ ಆಕಾರ, ಗಾತ್ರಗಳಲ್ಲಿ ಗಂಟು ಹಾಕಿಕೊಂಡಿದ್ದವು. ಕೆಲವಂತೂ ನೂರಾರು ಸಂಖ್ಯೆಯಲ್ಲಿ ಜಡೆಯಂತೆ ಹೆಣೆದುಕೊಂಡು ಅಲ್ಲಾಡಲೂ ಆಸ್ಪದವಿಲ್ಲದಷ್ಟು ದೊಡ್ಡದಾಗಿದ್ದವು. ಪ್ಲಾಸ್ಟಿಕ್ಕು ಹೊಟ್ಟೆಯ ಒಳಾಯವನ್ನೆಲ್ಲ ಆವರಿಸಿದ್ದರಿಂದ ಹಸುಗೆ ಯಾವಾಗಲೂ ಹೊಟ್ಟೆ ತುಂಬಿರುವಂತೆನಿಸುತ್ತಿತ್ತು ಮತ್ತು

ಜೀರ್ಣಕ್ರಿಯೆಗೆ ಅಡಚಣೆಯಾಗಿತ್ತು. ಇದಕ್ಕೇ ಹಸು ತಿನ್ನುವುದನ್ನು ನಿಲ್ಲಿಸಿದ್ದು ಎಂದು ಡಾಕ್ಟ್ರು ವಿವರವಾಗಿ ಹೇಳಿದ. ಚಿಕ್ಕಮ್ಮ ಮತ್ತು ಮನೆಯವರೆಲ್ಲ ರೆಪ್ಪೆ ಮಿಟುಕಿಸದಂತೆ ಡಾಕ್ಟ್ರು ಮಾಡುತ್ತಿದ್ದ ಆಪರೇಷನ್ನಿನಲ್ಲಿ ಸಂಪೂರ್ಣ ಮಗ್ನರಾಗಿದ್ದರು. ಪ್ಲಾಸ್ಟಿಕ್ಕಿನ ರಾಶಿಯನ್ನು ಇಡೀ ಹಳ್ಳಿಗೆ ಹಳ್ಳಿಯೇ ಆಶ್ಚರ್ಯದಿಂದ ನೋಡುತ್ತಾ ನಿಂತಿತ್ತು. ತಾವು ತಿಂದೆಸೆಯುತ್ತಿದ್ದ ಪ್ಲಾಸ್ಟಿಕ್ ಕವರುಗಳು ಏನು ಅನಾಹುತ ಮಾಡಿವೆಯೆಂಬುದನ್ನು ಕಣ್ಣಾರೆ ಕಂಡರು.

'ಇಷ್ಟು ಗಲೀಜು ದೇಹ ಸರ್ಕಂಡ್ರೆ ಯಾವ ಜೀವ ಬದುಕುತ್ತೇಳು' ಎಂದ ಒಬ್ಬ ರೈತ. ಅವನ ಧ್ವನಿಯಲ್ಲಿ ಪಶ್ಚಾತ್ತಾಪವಿತ್ತು.

'ಮಿತಿಮೀರೈತಲೇ ಮನುಷ್ಯನ ಅಹಂಕಾರ! ಭೂಮ್ತಾಯಿಗಿನ್ನ ದೊಡ್ಡೋರೇನಲೇ ನಾವು? ನೋಡತನಕ ನೋಡಿ ನಮ್ಮನ್ನೆಲ್ಲ ಭೂಮ್ತಾಯಿ ಸದೆಬಡಿತಾಳೆ. ನೋಡ್ತಿರ್ರಲೇ, ನೋಡ್ತಿರ್ರಿ. ನಮ್ಮ ಅಹಂಕಾರನೇ ನಮ್ಮನ್ನ ಧ್ವಂಸ ಮಾಡುತ್ತೆ. ಇನ್ನೇನಿದ್ರೂ ಕೊಶ್ಚನ್ ಆಫ್ ಟೈಮ್' ಎಂದು ಹುಚ್ಚ ಮೂಡ್ಲಿ ಹನುಮಂತನ ಗುಡಿಯಿಂದ ಕೂಗು ಹಾಕಿದ. ಹಾಗೆ ಕೂಗಿದ್ದು ಮೂಡ್ಲಿಯೋ, ಸಾಕ್ಷಾತ್ ಹನುಮಪ್ಪನೋ ಎಂದು ಗ್ರಾಮಸ್ಥರು ಬೆಚ್ಚಿಬಿದ್ದರು. ಭಯವೆಂಬುದು ಅವರ ಬೆನ್ನುಹುರಿಗುಂಟ ಹರಿದಾಡಿತು. ಮೂಡ್ಲಿ ಸಿಟ್ಟಲ್ಲಿ ಎತ್ತಲೋ ದೇಶಾಂತರ ಹೊರಟಂತಿದ್ದ. ಗ್ರಾಮಸ್ಥರಿಗೆ ತಮ್ಮ ಮಾರ್ಗದರ್ಶಿ ಊರನ್ನು ತೊರೆದು ಹೋಗುತ್ತಿದ್ದಾನೆನಿಸಿತು. ಆದರೆ ಅವನನ್ನು ತಡೆದು ನಿಲ್ಲಿಸಲು ಯಾರಿಗೂ ಧೈರ್ಯ ಬರಲಿಲ್ಲ.

ಮನೆಯವರೆಲ್ಲ ಕೂಲಿನಾಲಿ ಮಾಡಿ ಕೂಡಿಟ್ಟಿದ್ದ ದುಡ್ಡನ್ನೆಲ್ಲ ಗೋರಿಕೊಂಡು ಬಂದ ಚಿಕ್ಕಮ್ಮ ಡಾಕ್ಟ್ರಿಗೆ ಕೊಡುತ್ತಾ, 'ಹಸು ಬದುಕ್ತತಾ ಸಾ? ಹುಷಾರಾದ ಕೂಡ್ಲೆ ಅದನ್ನ ಮಾರಿ ಸಾಲ ತೀರುಸ್ತಿನಿ' ಅಂದಳು. ಚಿಕ್ಕಮ್ಮ ಆಕಾಶಕ್ಕೆ ಮುಖ ಮಾಡಿ, 'ನನ್ನ ಮಕ್ಳು ಮಮ್ಮಕ್ಳು ಇಂಥ ಹಲ್ಲಂಡೆಗೆ ಬೀಳ್ದಿದ್ದರೆ ಸಾಕು ದೇವ್ರೇ!' ಎಂದು ಹತ್ತೂ ದಿಕ್ಕಿಗೆ ಕೈಮುಗಿದಳು.

'ಅಯ್ಯೋ! ಇದೇ ಕಂಪ್ಲೇಂಟಿನ ಮೂರ್ನಾಲ್ಕು ಕೇಸು ಇದಾವೆ. ಅವಕ್ಕೂ ಆಪರೇಷನ್ ಮಾಡ್ಬೇಕೋ ಏನೋ? ನಾನು ಮನೆ ಸೇರೋದು ಯಾವ ಕಾಲಕ್ಕೋ?' ಎನ್ನುತ್ತಾ ಪಶುವೈದ್ಯ ದುಡ್ಡನ್ನು ಜೇಬಿಗೆ ಇಳಿಬಿಟ್ಟು, ಅವಸರಿಸುತ್ತಾ ಜಾಗ ಖಾಲಿ ಮಾಡಿದ.

ಅಲ್ಲಿಯೇ ಹತ್ತಿರದಲ್ಲಿ ಚಿಕ್ಕಮ್ಮನ ಎಮ್ಮೆ ನೆರಳಿನಲ್ಲಿ ಕಣ್ಣುಮುಚ್ಚಿಕೊಂಡು ಸಾವಧಾನದಿಂದ ಮೆಲುಕು ಹಾಕುತ್ತಿತ್ತು. ಅದರ ಸುತ್ತ ಕರು ಆಡುತ್ತಿತ್ತು.

*(ಮಯೂರ ಮಾಸಪತ್ರಿಕೆ ಏಪ್ರಿಲ್–2022 ರ ಸಂಚಿಕೆಯಲ್ಲಿ ಪ್ರಕಟ)*

# ಲಾಕ್‌ಡೌನ್

ಜನ ಮನೆ ಬಿಟ್ಟು ಈಚೆ ಸುಳಿಯುತ್ತಿರಲಿಲ್ಲ. ಮುಚ್ಚಿದ ಅಂಗಡಿಗಳು. ಹೋಟೆಲುಗಳು. ನಿಂತು ಹೋದ ವಾಹನಗಳು. ರಸ್ತೆಯಲ್ಲಿ ಪೊಲೀಸರ ಸರ್ಪಗಾವಲು. ನಿಕೃಷ್ಟ ಕರೋನಾ ವೈರಸ್‌ದು ಮಾತ್ರ ಖಂಡಾಂತರ ಜಿಗಿತ. ಜನ ಪಕ್ಕದ ಮನೆಗೆ ಹೋಗಲು ಭಯಪಟ್ಟರೆ, ಹಂದಿ, ನಾಯಿ, ಬೆಕ್ಕುಗಳು ಆರಾಮಾಗಿ ಅಡ್ಡಾಡಿಕೊಂಡಿದ್ದವು. ವೈರಸ್ ಬಾಯಿ ಮೂಗು ಕಣ್ಣಿನ ಮುಖಾಂತರ ದೇಹ ಪ್ರವೇಶಿಸುತ್ತದಂತೆ! ಕಾಯಿಲೆಯವನು ದೂರದಲ್ಲಿ ಸೀನಿದರೆ, ಕೆಮ್ಮಿದರೆ ಸಾಕಂತೆ! ಎಂಜಲು ಮತ್ತು ಸಿಂಬಳದ ಸಣ್ಣ ಹನಿಗಳಲ್ಲಿ ತೇಲಿ ಬರುವ ವೈರಾಣು! ಹಾಲು ಮೊಸರಿನ ಪ್ಯಾಕೆಟ್ಟು, ದಿನಪತ್ರಿಕೆ, ತರಕಾರಿಗಳ ಮೂಲಕ ಹಬ್ಬುವ ಅನಿಷ್ಟವಂತೆ! ವೈರಸ್ಸು ದೇಹ ಪ್ರವೇಶಿಸಿದರೆ ಮುಗಿದೇ ಹೋಯಿತು. ಉಸಿರಾಡಲೂ ಸಹ ಕಷ್ಟವಾಗಿ ಜನ ಯಮನ ಪಾಲಂತೆ. ನದಿ ತೊರೆಗಳಲ್ಲಿ ತೇಲಿ ಸಾಗುವ ಹೆಣದ ಮೆರವಣಿಗೆ. ಇದನ್ನು ಟಿವಿಯಲ್ಲಿ ನೋಡಿ ಜನರು ನಡುಗಿ ಹೋಗಿದ್ದರು. ಮನೆಯ ಕಿಟಕಿ ಬಾಗಿಲುಗಳನ್ನು ಭದ್ರ ಮಾಡಿ ಗೃಹಬಂಧನದಲ್ಲಿದ್ದರು. ಬಡತನವೇನೆಂದರಿಯದ ಆ ಬೀದಿಯ ನಿವಾಸಿಗಳು ಮನೆಯಲ್ಲಿಯೂ ಎ–95 ಮುಖಗವಸು ಧರಿಸಿ ಒಬ್ಬರಿಗೊಬ್ಬರು ಕನಿಷ್ಠ ಎರಡು ಮೀಟರ್ ದೂರದಿಂದ ವ್ಯವಹರಿಸುತ್ತಿದ್ದರು. ಬಾಯಿ, ಮೂಗು, ಕಣ್ಣಲ್ಲಿ ಕೈತಾಗಿಸದೆ ತಮಗೆ ತಾವೇ ಅಸ್ಪೃಶ್ಯರಾಗಿದ್ದರು. ಬಿಸಿನೀರು ಕುಡಿಯುತ್ತಾ, ವಿಟಮಿನ್ ಸಿ ಮಾತ್ರೆಗಳ ತಿನ್ನುತ್ತಾ, ನೆನಪಾದಾಗಲೆಲ್ಲ ಕೈಗಳನ್ನು ಸೋಪಿನಲ್ಲಿ ಇಪ್ಪತ್ತು ಸೆಕೆಂಡಿಗೂ ಹೆಚ್ಚು ಸಮಯ ತೊಳೆದು ಸ್ಯಾನಿಟೈಸರ್‌ನಲ್ಲಿ ಅದ್ದಿ ಸಮಾಧಾನದ ಉಸಿರು ಬಿಡುತ್ತಿದ್ದರು. ಗಂಟೆಗೊಮ್ಮೆ ಚಹಾ ಗುಟುಕರಿಸಿದರು.

ಇಮ್ಯುನಿಟಿ ಹೆಚ್ಚಿಸುತ್ತದೆ ಎಂದು ಹೇಳಲಾದ ಔಷಧಗಳನ್ನು ಯಥೇಚ್ಛವಾಗಿ ತಿಂದರು. ತಮ್ಮ ಪ್ರೀತಿಯ ಬೆಕ್ಕು, ನಾಯಿಗಳಿಂದಲೂ ದೂರವಿದ್ದರು. ಆಕ್ಸಿಜನ್ ಸಿಲಿಂಡರ್ ತರಿಸಿ ದಾಸ್ತಾನಿಟ್ಟರು. ಔಷಧಗಳನ್ನು ಮುಂಚೆಯೇ ತರಿಸಿ ಸಮರ ಸಿದ್ಧತೆ ಮಾಡಿಕೊಂಡರು. ಅಂಥದ್ದರಲ್ಲಿ ಹೊರಗೆ ಯಾರೋ ಓಡಾಡಿದಂತೆ ಸದ್ದಾಯಿತು. ಯಾರೋ ಕಳ್ಳಕಾಕರಿರಬೇಕು ಎಂದು ಕಿಟಕಿ ಪರದೆಯನ್ನು ಸರಿಸಿ ನೋಡಿದವರು ಥಂಡಾ ಹೊಡೆದು ಹೋದರು. ಅಲ್ಲಿದ್ದ ಆಕೃತಿಯು ತಮ್ಮ ಕಡೆಗೇ ನುಗ್ಗಿ ಬರತೊಡಗಿತು. ಪರದೆ ಇಳಿಬಿಟ್ಟಿದ್ದೇ ಒಳಕೋಣೆಗೆ ಪರಸ್ಪರ ಡಿಕ್ಕಿ ಹೊಡೆಯುತ್ತಾ, 'ದೆವ್ವ ದೆವ್ವ' ಎಂದು ಕೂಗುತ್ತಾ ಒಳಗೆ ಓಡಿದರು.

ಆ ಆಕೃತಿಯು ಬಾವಲಿಯಂತೆ ಬಾಯಿ ಕಳೆದು ಮುಚ್ಚುತ್ತಿತ್ತು. ಆಕಾರದಲ್ಲಿ ಮನುಷ್ಯನಂತೆಯೇ ಇತ್ತು. ಆದರೆ ಅದು ನರಲೋಕದ ಯಾವುದೇ ಭಾಷೆಯನ್ನು ಬಳಸುತ್ತಿರಲಿಲ್ಲ. ಅದು ಹೊರಡಿಸುತ್ತಿದ್ದ ಶಬ್ಧ ಮನುಷ್ಯ ಮಾಡುವ ಶಬ್ಧದಂತಿರದೆ ಹಂದಿ ಅರಚಿದಂತಿತ್ತು. ಅದು ಸೊಂಟ ಮತ್ತು ಎದೆಯ ಸುತ್ತ ಚಿಂದಿ ಬಟ್ಟೆಯನ್ನು ಸುತ್ತಿಕೊಂಡಿತ್ತು. ತಲೆಕೂದಲು ಕೆಂಪು ಬಣ್ಣಕ್ಕೆ ತಿರುಗಿ ಕೆದರಿ ಚೆಲ್ಲಾಪಿಲ್ಲಿಯಾಗಿದ್ದವು. ಚಪ್ಪಲಿಯಿಲ್ಲದ ಕಾಲು ಸ್ವಲ್ಪ ಬಾತುಕೊಂಡಿದ್ದವು. ಮುಖ ಬತ್ತಿತ್ತು. ಕಣ್ಣು ನಿಸ್ತೇಜವಾಗಿ ಹೆಣದ ಕಣ್ಣಿನಂತಿದ್ದವು. ಒಂದು ಕೈಯಲ್ಲಿ ಕೂಸಿತ್ತು, ಮತ್ತೊಂದರಲ್ಲಿ ರಕ್ಷಣೆಗೆ ಮತ್ತು ಆಧಾರಕ್ಕೆ ಊರುಗೋಲು. ಆಕೃತಿಯು ಮಗುವನ್ನು ಮನುಷ್ಯರೆತ್ತಿಕೊಂಡಂತೆ ಎತ್ತಿಕೊಂಡಿತ್ತು. ಎದೆಗೆ ಸುತ್ತಿದ್ದ ಬಟ್ಟೆಯಲ್ಲಿ ಆಗೀಗ ತನ್ನ ಮತ್ತು ಕೂಸಿನ ಕಣ್ಣೀರೊರೆಸಿ ಲೊಚಗುಟ್ಟಿ ಹಣೆ ಬಡಿದುಕೊಂಡು ಮಗುವಿಗೆ ಮುತ್ತನ್ನಿಟ್ಟು ಮುನ್ನಡೆಯುತ್ತಿತ್ತು. ಗಮನವಿಟ್ಟು ನೋಡಿದರೆ ಅದೊಂದು ದೆವ್ವವಾಗಿರದೆ ನರಪ್ರಾಣಿಯೆಂದು ತಿಳಿಯಬಹುದಿತ್ತು. ಹಾಗೆ ತಿಳಿದುಕೊಳ್ಳಲು ಕನಿಷ್ಠ ತಾಳ್ಮೆ ಮತ್ತು ಧೈರ್ಯ ಬೇಕಿದ್ದವು. ಆದರೆ ಆ ಶ್ರೀಮಂತ ಓಣಿಯ ಜನರಿಗೆ ಅವು ಇದ್ದಂತಿರಲಿಲ್ಲ.

ಹುಟ್ಟಿನಿಂದ ಅವರು ದೆವ್ವದ ಕಥೆ, ಅಂತೆ ಕಂತೆ, ವದಂತಿಗಳನ್ನು ಕೇಳಿದ್ದರು. ಇಲ್ಲವೇ ಸುಂಟರಗಾಳಿ, ನಾಯಿ, ಬೆಕ್ಕು ರೂಪದಲ್ಲಿ ನೋಡಿದ್ದರು. ಆದರೆ ಇವತ್ತಿನಂತೆ ಸಾಕ್ಷಾತ್ ಎದುರು ನಿಂತು ಕೂಗಿಕೊಂಡಿರಲಿಲ್ಲ. ಪ್ರಜ್ಞೆ ತಪ್ಪಿ ಬೀಳದೆ ಇದ್ದುದು ಅವರ ಪುಣ್ಯವಷ್ಟೇ. ಈ ಕಲಿಗಾಲದಲ್ಲಿ ಇನ್ನೇನೇನು ಕಾಣಬೇಕಿದೆಯೋ ಎಂದು ಭಯಭೀತರಾಗಿ ದೇವರ ಕೋಣೆಗೆ ನುಗ್ಗಿ ತುಪ್ಪದ ದೀಪ ಹಚ್ಚಿಟ್ಟರು. ಒಂದಕ್ಕಿಂತ ಒಂದು ಹೆಚ್ಚು ರೇಟಿನ ಹರಕೆ ಹೊತ್ತರು. ದೊಡ್ಡ ಕೆಲಸಕ್ಕೆ ದೊಡ್ಡ ಲಂಚ ಪಡೆಯುವ ಸರ್ಕಾರಿ ಅಧಿಕಾರಿಯ ಮಟ್ಟಕ್ಕಿತ್ತು ಅವರ ದೇವರು. ಕೆಲಹೊತ್ತು ದೆವ್ವವು ಸದ್ದು ಮಾಡುತ್ತಾ ಮನೆಗಳ ಹಿಂದೆ ಮುಂದೆಲ್ಲ ಏನನ್ನೋ ಹುಡುಕುತ್ತಿತ್ತು. ಮಗು ಅರಚುತ್ತಿತ್ತು. ಮನೆಮಂದಿಯೆಲ್ಲ ತಾವು ಮೊಬೈಲ್‌ನಲ್ಲಿ ಮಾಡಿಕೊಂಡಿದ್ದ ಫೋಟೋಗಳನ್ನು, ವಿಡಿಯೋಗಳನ್ನು ನೆರೆಹೊರೆಯವರಿಗೆ, ಸ್ನೇಹಿತರಿಗೆ ಕಳಿಸಿ ಎಚ್ಚರಿಸಿದರು. ಅವರೂ ಸಹ ಕಿಟಕಿ ಬಾಗಿಲು ಮುಚ್ಚಿ ಸಣ್ಣಪುಟ್ಟ ಮಕ್ಕಳನ್ನು ಒಳಕೋಣೆಗಳಲ್ಲಿ ಕೂಡಿಹಾಕಿದರು. ಕಂಟಕ ಪರಿಹಾರಕ್ಕೆ ನಾನಾ ದೇವರುಗಳಲ್ಲಿ ಬೇಡಿಕೆಯಿಟ್ಟು ಮೈಯೆಲ್ಲಾ ಕಣ್ಣಾಗಿ ಕುಳಿತರು. ಕೆಲವೇ ಕ್ಷಣಗಳಲ್ಲಿ ಈ ದೆವ್ವವು ರಾಷ್ಟ್ರೀಯ ಚಾನೆಲ್ಲುಗಳಲ್ಲಿ ಬ್ರೇಕಿಂಗ್ ನ್ಯೂಸ್ ಆಗಿ ಮಿಂಚತೊಡಗಿತು. ಅದು ಭೂಮ್ಯಾಕಾಶದ ನಡುವೆ ಅನಾಯಾಸವಾಗಿ ಹಾರಾಡುತ್ತಿತ್ತು.

ಹೀಗೆ ಸಂಚರಿಸುತ್ತಿದ್ದ ದೆವ್ವ ಯಾವುದೋ ಮನೆಯ ಹಿತ್ತಿಲನ್ನು ಹೊಕ್ಕಿತು. ಆ ಆಕೃತಿಯನ್ನು ನೋಡಿದ್ದೇ ಬಚ್ಚಲಲ್ಲಿ ಸ್ನಾನಕ್ಕೆ ಸಿದ್ಧತೆ ಮಾಡಿಕೊಳ್ಳುತ್ತಿದ್ದ

ಹೆಣ್ಣುಮಗಳೊಬ್ಬಳು ಕಿರುಚುತ್ತಾ, ಸತ್ತೆನೋ, ಕೆಟ್ಟೆನೋ ಎಂದು ಮನೆಯೊಳಕ್ಕೆ ಓಡಿ ದಢಾರೆಂದು ಬಾಗಿಲು ಹಾಕಿಕೊಂಡಳು. ಇಂಥ ಭೀಕರ ರೂಪವನ್ನು ಎಂದೂ ನೋಡಿರದಿದ್ದ ಆ ಮನೆಯ ಎರಡು ನಾಯಿಗಳು ಬೊಗಳದೆ ಕುಂಯ್ಗುಡುತ್ತ ಒಂದರ ಹಿಂದೆ ಒಂದು ಶಕ್ತಿಮೀರಿ ಓಡಿ ಕಣ್ಮರೆಯಾದವು. ಆಕೃತಿಯು ಹೊಕ್ಕಿದ್ದು ಆಧುನಿಕ ಬಚ್ಚಲುಮನೆಯಾಗಿತ್ತು. ಅಲ್ಲಿ ಕನಿಷ್ಠ ಪಕ್ಷ ಹತ್ತು ನಲ್ಲಿಗಳಿದ್ದವು. ಹಲವಾರು ತರಹದ ಸೋಪು, ಶಾಂಪು, ಬ್ರಶ್ಶು, ಪೇಸ್ಟುಗಳಿದ್ದವು. ಗೋಡೆಗಳೆಲ್ಲ ಗಾಜಿನಂತೆ ಹೊಳೆಯುತ್ತಿದ್ದವು. ದೊಡ್ಡ ಕನ್ನಡಿಯೊಂದು ಗೋಡೆಗೆ ಅಂಟಿಕೊಂಡಿತ್ತು. ಕನಸಿನಲ್ಲಿಯೂ ಊಹಿಸದ ವೈಭೋಗವನ್ನು ನೋಡಿ ಆಕೃತಿಯು ಸ್ತಂಭೀಭೂತವಾಯಿತು.

ಮಗು ಯಾವ ನಲ್ಲಿಯನ್ನು ಎತ್ತ ತಿರುವಿತೋ ಏನೋ ತಲೆ ಮೇಲೆ ತಣ್ಣನೆ ನೀರು ತುಂತುರು ಮಳೆಯಂತೆ ಸುರಿಯತೊಡಗಿದವು. ಅದು ಇಬ್ಬರಿಗೂ ಆಶ್ಚರ್ಯ ಮತ್ತು ಆನಂದದ ಪರಾಕಾಷ್ಠೆಯಂತಿತ್ತು. ಬಚ್ಚಲೊಳಗೆ ಮಳೆ! ಅದನ್ನು ನಿಲ್ಲಿಸಲು ಯಾವ ನಲ್ಲಿಯನ್ನು ಎತ್ತ ತಿರುವಬೇಕೋ ಅರಿಯದೆ, ಅಲ್ಲಿದ್ದ ಸಾಲು ಸ್ವಿಚ್ಚುಗಳನ್ನು ಒತ್ತಿದಳು ತಾಯಿ. ದೀಪಗಳು ಹೊತ್ತಿಕೊಂಡು ಇಡೀ ಬಚ್ಚಲು ಝಗಮಗಿಸತೊಡಗಿತು. ಮಗು ಬೀಳುವ ನೀರ ಕೆಳಗಡೆ ನಿಂತು ಕುಣಿಯತೊಡಗಿತು. ಇದುವರೆವಿಗೂ ಕಂಡವರ ಕಣ್ಣಿಗೆ ದೆವ್ವದಂತೆ ಇದ್ದ ಆಕೃತಿಯು ಮಂತ್ರ ಮಾಡಿದಂತೆ ವಾತ್ಸಲ್ಯಮಯಿ ತಾಯಿಯಾಗಿ ಮಾರ್ಪಾಟಾಗಿಬಿಟ್ಟಿತು. ತನ್ನ ಕರುಳಕುಡಿಗೆ ಘಮಘಮಿಸುತ್ತಿದ್ದ ಸಾಬೂನಿನಲ್ಲಿ ಕೈಕಾಲು ಮೈ ತಿಕ್ಕಿ ತೊಳೆಯತೊಡಗಿದಳು. ಸಹಿಸಲಾರದಷ್ಟು ಗಲೀಜಾಗಿದ್ದ ಮಗು ತೊಳೆತೊಳೆದಂತೆ ಶುದ್ಧವಾಗುತ್ತಾ, ತೇಜೋಮಯವಾಯಿತು. ತನ್ನ ತಂದೆಯನ್ನೇ ತದ್ವತ್ ಹೋಲುತ್ತಿತ್ತು ಆ ಮಗು. ಮಗುವಿನ ಆಟ ನೋಡುತ್ತಾ ಒಂದರೆಗಳಿಗೆ ಮಸುಕಾಗಿದ್ದ ಗಂಡನ ನೆನಪು ತಾಯಿಯಲ್ಲಿ ಪ್ರಜ್ವಲಿಸಿತು. ಕಣ್ಣೀರು ಹರಿಯತೊಡಗಿದವು. ಮಾಡಿಲ್ಲದ ತಮ್ಮ ಮನೆಯ ತಗಡಿನ ಬಚ್ಚಲಲ್ಲಿ ಅವನು, ಮಗಳಿಗಷ್ಟೇ ಅಲ್ಲದೆ ತನಗೂ ಸ್ನಾನ ಮಾಡಿಸುತ್ತಿದ್ದುದು ನೆನಪಾಯಿತು. ಅವಳಿಗೆ ಚಕ್ಕರಗುಳ್ಳಿ ಕೊಟ್ಟಂತಾಯಿತು. ಹುಟ್ಟು ಮೂಕಿಯೂ, ಕಿವುಡಿಯೂ ಆದ ತನ್ನನ್ನು ಎಷ್ಟು ಪ್ರೀತಿ, ಕಕ್ಕುಲಾತಿಯಿಂದ ನೋಡಿಕೊಳ್ಳುತ್ತಿದ್ದ ಎಂದು ಭಾವನೆಗಳ ಮಹಾಪೂರಕ್ಕೆ ಈಡಾದಳು. ಅಂಥವನು ತನ್ನನ್ನು ಹುಡುಕುತ್ತಾ ಯಾವ ಊರಲ್ಲಿ ಯಾವ ರೋಡಲ್ಲಿ ಪೊಲೀಸರ ಲಾಠಿ ಏಟಿಗೆ ಮೈಯ್ಯೊಡ್ಡಿದ್ದಾನೋ, ಉಪವಾಸ, ವನವಾಸ ಬೇಯುತ್ತಿದ್ದಾನೋ? ಎಲ್ಲಿದ್ದಾನೋ? ಹೇಗಿದ್ದಾನೋ? ಎಂದು ವಿಹ್ವಲಳಾದಳು.

ಮಗಳ ಮುಂದೆ ಅತ್ತು ಅವಳಲ್ಲಿ ದುಃಖ ಮತ್ತು ಭಯಗಳನ್ನು ಹುಟ್ಟಿಸಬಾರದೆಂದು ಎಷ್ಟು ಪ್ರಯತ್ನಿಸಿದರೂ ತಾಯಿಯ ದುಃಖ ಕಡಿಮೆಯಾಗಲಿಲ್ಲ.

ಇನ್ನು ಎರಡು ಮೂರು ವರ್ಷದ ಮಗುವಿಗಾದರೋ ತನ್ನ ಮನೆ ಮತ್ತು ವಾತ್ಸಲ್ಯಮಯಿ ಅಪ್ಪ ಎಲ್ಲಿ ಹೋದ ಎಂಬ ಬಾಲಸಹಜ ಗೊಂದಲವಿತ್ತು. ತನ್ನಮ್ಮನೇಕೆ ಮನೆಗೆ ಹಿಂತಿರುಗಿ ಹೋಗುತ್ತಿಲ್ಲವೆಂದು ದುಃಖ ಮತ್ತು ಸಿಟ್ಟು ಬರುತ್ತಿತ್ತು. ಅವೆರಡನ್ನು ಅಳುವಿನ ಮೂಲಕ ಮಾತ್ರ ವ್ಯಕ್ತಪಡಿಸಲು ಮಗುವಿಗೆ ಸಾಧ್ಯವಿತ್ತು. ಯಾಕೆಂದರೆ ಅದಕ್ಕಿನ್ನೂ ಮಾತಾಡಲು ಬರುತ್ತಿರಲಿಲ್ಲ. ಅದಕ್ಕೆ ಮಾತು ಬರುತ್ತವೋ ಅಥವಾ ತನ್ನಂತೆ ಮೂಕಿಯಾಗುತ್ತದೋ ಎಂಬ ವ್ಯಸನವಿತ್ತು ತಾಯಿಗೆ.

ತಾಯಿಯೂ ಮೈತೊಳೆದುಕೊಂಡು ಒಂದು ವಾರದ ಗಲೀಜು ಕಳೆದುಕೊಂಡಳು. ತಾನುಟ್ಟಿದ್ದ ಸೀರೆಯು ಉಡಲು ಆಗದಂತೆ ಗಲೀಜಾಗಿತ್ತು ಮತ್ತು ಚಿಂದಿಯಾಗಿತ್ತು. ಹಿತ್ತಿಲು ಹಗ್ಗದ ಮೇಲೆ ಆ ಮನೆಯವರು ಅನೇಕ ಸೀರೆಗಳನ್ನು ಒಣಗಲು ಹಾಕಿದ್ದರು. ಅದರಲ್ಲಿ ಒಂದು ಸೀರೆಯನ್ನು ಎಳೆದು ಉಟ್ಟುಕೊಂಡಳು. ಇದನ್ನು ಹೆದರಿಕೆಯಿಂದಲೇ ಕಿಟಕಿಯಿಂದ ಮನೆಯ ಯಜಮಾನ ಮತ್ತು ಯಜಮಾನಿ ಕದ್ದು ನೋಡುತ್ತಿದ್ದರು. ಕೂಡಲೇ ಯಜಮಾನ, 'ಏಯ್ ಸೀರೆ ಅಲ್ಲಿಯೇ ವಾಪಸ್ ಹಾಕೆ' ಎಂದು ಕೂಗಿದ. ಪಕ್ಕದಲ್ಲಿಯೇ ನಿಂತಿದ್ದ ಹೆಂಡತಿ, 'ತಗೊಂಡೋಗ್ಲಿ ಬಿಡ್ರಿ, ಅವಳ ಸೀರೆ ಚಿಂದಿಯಾಗಿರೋದು ಕಾಣಿಸ್ತಿಲ್ವಾ, ಹೀಗೆ ಬೆತ್ತಲೆ ಹೋದ್ರೆ ನಿಮ್ಮಂಥ ಗಂಡಸರು ಅವಳನ್ನು ಸುಮ್ಮನೆ ಬಿಡ್ತಾರ? ಥೂ!' ಎಂದು ಗಂಡನ ಹೀನ ಚಾಳಿ ಗೊತ್ತಿದ್ದ ಅವಳು ಉಗಿದಳು. ಈ ಯಾವ ಮಾತುಕತೆಗಳೂ ಸೀರೆ ಉಟ್ಟುಕೊಳ್ಳುತ್ತಿದ್ದ ತಾಯಿ ಕಿವಿಗೆ ಬೀಳುವ ಪ್ರಶ್ನೆಯೇ ಇರಲಿಲ್ಲ. ಅಷ್ಟು ಜೋರಾಗಿ ಕೂಗಿದರೂ ಇವರನ್ನು ಗಮನಿಸದ ಆಕೃತಿಯು ದೆವ್ವವೇ ಇರಬೇಕೆಂದು ಗಂಡ ಹೆಂಡತಿಗೆ ದೃಢವಾಯಿತು. ಕಿಟಕಿ ಮುಚ್ಚಿ ದೇವರ ಕೋಣೆಗೆ ಓಡಿದರು. ಕಣ್ಣು ಮುಚ್ಚಿ ಕುಳಿತರು. ಕೋವಿಡ್ ರೋಗ ಮನುಷ್ಯನ ಪಾಪದ ಫಲ ಎಂದು ಹೇಳಿದ್ದ ಜಗದ್ಗುರುಗಳಿಗೆ ಕೂಡಲೇ ಹತ್ತು ಸಾವಿರ ರೂಪಾಯಿ ಫೋನ್ ಪೇ ಮಾಡಿ ಸಮಾಧಾನದ ನಿಟ್ಟುಸಿರು ಬಿಟ್ಟರು.

ಅಲ್ಲಿ ಒಂದು ಸ್ಟೀಲ್ ತಟ್ಟೆಯಲ್ಲಿ ಬೇಕಾದಷ್ಟು ರೊಟ್ಟಿ ತುಂಡುಗಳು ಮತ್ತು ಬಟ್ಟಲಲ್ಲಿ ಹಾಲು ಇಟ್ಟಿದ್ದರು. ಬಹುಶಃ ನಾಯಿಗಳಿಗಾಗಿ ಇಟ್ಟಿದ್ದರೋ ಏನೋ? ಆದರೆ ನಾಯಿಗಳು ಹೆದರಿ ಓಡಿ ಹೋಗಿದ್ದವು. ತಾಯಿ ಮತ್ತು ಮಗಳು ರೊಟ್ಟಿ ತಿಂದು ಹಾಲು ಕುಡಿದರು. ಎಷ್ಟೋ ಸಮಾಧಾನವಾಯಿತು.

ತಾಯಿಗೆ ರಸ್ತೆಗಿಳಿಯಲು ಪೊಲೀಸರ ಭಯವಿತ್ತು. ಸಮವಸ್ತ್ರದಲ್ಲಿರುವ ಯಾರನ್ನು ನೋಡಿದರೂ ಬೆಚ್ಚಿಬೀಳುತ್ತಾ ಮುನ್ನಡೆದಳು. ಪೊಲೀಸರು, ವ್ಯಾನು, ಬೈಕುಗಳು ಬಂದ ಕೂಡಲೇ ಗೋಡೆ, ಮರಗಳ ಮರೆಯಲ್ಲಿ, ಚರಂಡಿಗಳಲ್ಲಿ, ಸೇತುವೆ ಅಡಿ ಬಚ್ಚಿಟ್ಟುಕೊಳ್ಳುತ್ತಿದ್ದಳು. ಅಳುತ್ತಿದ್ದ ಮಗು ಪೊಲೀಸರು ಕಂಡ ಕೂಡಲೇ ಗಪ್‌ಚುಪ್ ಆಗಿಬಿಡುತ್ತಿತ್ತು. ಯಾವುದಾದರೂ ಮನೆ ಕಿಟಕಿ ತೆರೆದಿದ್ದರೆ

ಅಥವಾ ಜನ ಕಂಡ ಕೂಡಲೇ ಕೈಯೊಡ್ಡಿ ಬೇಡುತ್ತಿದ್ದಳು. ನೂರಾರು ಜನರನ್ನು ಬೇಡಿದರೆ ಒಬ್ಬಿಬ್ಬರು ಮಾತ್ರ ಏನಾದರೂ ಕೊಡುತ್ತಿದ್ದರು. ಹೀಗೆ ಕೆಲವು ದಿನಗಳಿಂದ ತಾಯಿಯು ಭಿಕ್ಷುಕಿಯಾಗಿದ್ದಳು. ಅದಕ್ಕೂ ಮೊದಲು ದೇಶದ ಅನೇಕ ದೊಡ್ಡ ನಗರಗಳಲ್ಲಿ ಗಂಡನೊಟ್ಟಿಗೆ ಗಾರೆ ಕೆಲಸದಲ್ಲಿ ದುಡಿದಿದ್ದಾಳೆ. ಇಟ್ಟಿಗೆ, ಸೈಜುಗಲ್ಲು ಹೊತ್ತಿದ್ದಾಳೆ. ಸಿಮೆಂಟ್ ಕಲಸಿದ್ದಾಳೆ. ಬೆವರುಹರಿಸಿದ್ದಾಳೆ. ಗಂಡನಿಗೆ ಸರಿಸಮನಾಗಿ ದುಡಿದಿದ್ದಾಳೆ. ಯಾರಿಗೂ ಬೇಡದೆ, ತಲೆಬಾಗದೆ ಇಬ್ಬರೂ ಒಂದಾಗಿ ಬದುಕು ಕಟ್ಟಿಕೊಂಡಿದ್ದರು. ಗಂಡನೊಡನೆ ಆಕೆಯ ಒಡನಾಟ ಹೇಗಿತ್ತೆಂದರೆ ಆಕೆಗೆ ತನ್ನ ಮೂಕುತನ, ಕಿವಿಡುಗಳು ಐಬುಗಳು ಎನ್ನಿಸುತ್ತಿರಲಿಲ್ಲ. ತನ್ನ ಸರಿಸಮಾನನೊಡನೆ ವ್ಯವಹರಿಸುತ್ತಿದ್ದೇನೆ ಎನಿಸುವಂತಿದ್ದಳು. ಹೀಗೆ ಸುಖದ ದಿನಗಳು ಸಾಗಿದ್ದವು. ಇವೇ ಶಾಶ್ವತ ಎಂದುಕೊಂಡಿದ್ದಳೋ ಏನೋ? ಆದರೆ ಕೋವಿಡ್ ಕಾಣಿಸಿ ಲಾಕ್‌ಡೌನ್ ಘೋಷಣೆ ಆದೊಡನೆ ಎಲ್ಲ ಇದ್ದಕ್ಕಿದ್ದಂತೆ ಅಲ್ಲೋಲಕಲ್ಲೋಲವಾಯಿತು. ದುಡಿಮೆ ನಿಂತು ಹೋಯಿತು. ಗಂಡನು, ಹೆಂಡತಿ ಮಗು ಇಬ್ಬರನ್ನೂ ಕರೆದುಕೊಂಡು ಸ್ವಂತ ಊರಿಗೆ ರೈಲು ಹತ್ತಿದ. ಊರುಗಳಿಗೆ ಹಿಂತಿರುಗಲು ಪ್ರವಾಹದೋಪಾದಿಯಲ್ಲಿ ಬಂದಿದ್ದ ಸಾವಿರಾರು ಜನರ ನೂಕುನುಗ್ಗಲಿನಲ್ಲಿ ಮಗಳಿಗೆ ಬ್ರೆಡ್ಡು, ಬಿಸ್ಕತ್ತು ತರಲು ಕೆಳಗಿಳಿದ ಗಂಡ ವಾಪಸ್ಸು ಬರುವಷ್ಟರಲ್ಲಿ ರೈಲು ಹೊರಟೇಬಿಟ್ಟಿತ್ತು. ಗಂಡನಿಂದ ತಾಯಿ ಮತ್ತು ಮಗು ಬೇರೆಯಾದರು.

ಅರಚುವುದೊಂದನ್ನು ಬಿಟ್ಟರೆ ಹೊರಪ್ರಪಂಚದೊಂದಿಗೆ ವ್ಯವಹರಿಸುವ ಮಾರ್ಗವೇ ತಾಯಿಗೆ ಗೊತ್ತಿರಲಿಲ್ಲ. ಇಂಥದ್ದರಲ್ಲಿ ಅವಳಿಗೆ ತನ್ನ ಗಂಡನ ಸೇರಲು ಮಾರ್ಗವೇ ಇರಲಿಲ್ಲ. ಅವರು ಅಕಸ್ಮಾತ್ ಬೇರೆಯಾದಂತೆ ಅಕಸ್ಮಾತ್ತಾಗಿಯೇ ಒಂದಾಗಬೇಕಿತ್ತು. ಅದೂ ಅರ್ಥವಾಗದಷ್ಟು ತಾಯಿಯು ಮುಗ್ಧಳಾಗಿದ್ದಳು. ಮರಳಿ ಒಂದಾಗಲು ಸಂಚರಿಸುತ್ತಿದ್ದ ತಾಯಿ ತನ್ನ ಗಂಡನಿಗೆ ಹತ್ತಿರವಾಗುತ್ತಿದ್ದಾಳೋ ಅಥವಾ ಇನ್ನೂ ದೂರಾಗುತ್ತಿದ್ದಾಳೋ ಎಂಬುದು ತಿಳಿಯುವಂತಿರಲಿಲ್ಲ. ಸಮುದ್ರದಲ್ಲಿ ಸೂಜಿ ಹುಡುಕುವುದಕ್ಕಿಂತಲೂ ಕಷ್ಟಕರವಾದ ಹುಡುಕಾಟದಲ್ಲಿದ್ದಳು. ಅವರು ದುಡಿದು ಉಣ್ಣುತ್ತಿದ್ದ ಊರು ಯಾವುದು? ರೈಲು ಹತ್ತಿ ಎಲ್ಲಿಗೆ ಹೊರಟಿದ್ದರು? ಬೇರೆಯಾದದ್ದು ಯಾವ ಸ್ಟೇಷನ್ನಿನಲ್ಲಿ? ಮುಂತಾಗಿ ಯಾವ ವಿವರಗಳೂ ಗೊತ್ತಿರಲಿಲ್ಲ. ದೇಹಬಿಟ್ಟರೆ ಮತ್ತೇನೂ ಸ್ವಂತದ್ದಿಲ್ಲದ ನಿರ್ಗತಿಕರಾಗಿದ್ದರು. ನೀನೇ ಎಂದು ಕೇಳುವವರಿಲ್ಲದ ತಬ್ಬಲಿಗಳಾಗಿದ್ದರು. ಯಾಕೆ ರಸ್ತೆಗಳೆಲ್ಲ ನಿರ್ಜನವಾಗಿವೆ? ಜನರಿಗೆಲ್ಲಾ ಏನಾಗಿದೆ ಎಂಬುದನ್ನರಿಯದ ತಾಯಿ ಮಗುವನ್ನು ಹೂವಿನಂತೆ ಎತ್ತಿಕೊಂಡು ಉರಿಬಿಸಿಲಿನಲ್ಲಿ ನಡೆಯತೊಡಗಿದಳು. ಹಳೆಯ ಸೀರೆಯಲ್ಲಿ ತನಗೊಂದು ಮಗುವಿಗೊಂದು ತುಂಡನ್ನು ಉಳಿಸಿಕೊಂಡು ಮೂಗು ಬಾಯಿಗೆ ಬಿಗಿದಿದ್ದಳು. ಇದು ಯಾವುದೋ ಬರಬಾರದ ಹೊತ್ತು ಬಂದಿದೆ

ಎಂತಲೂ, ಆದಷ್ಟು ಬೇಗ ಏನಾದರೂ ಮಾಡಿ ತನ್ನವನ ಪತ್ತೆ ಮಾಡಬೇಕಂತಲೂ ಮನಸ್ಸು ಗಟ್ಟಿ ಮಾಡಿಕೊಂಡಳು. ದೂರದಿಂದ ಎರಡು ಜೀಪುಗಳು ಬರುವುದು ಕಾಣಿಸಿತು. ಅಲ್ಲಿದ್ದ ದೊಡ್ಡ ಕಸದ ತೊಟ್ಟಿಯ ಮರೆಯಲ್ಲಿ ಕುಳಿತು ತಪ್ಪಿಸಿಕೊಂಡಳು. ಜೀಪುಗಳು ವೇಗವಾಗಿ ದಾಟಿ ಹೋದವು. ಅಲ್ಲಿನ ಮನೆಯೊಂದಕ್ಕೆ ಯಾರೂ ಪ್ರವೇಶಿಸದ ಹಾಗೆ ತಗಡಿನ ಶೀಟುಗಳನ್ನು ನಿಲ್ಲಿಸಿ ಬಿಗಿಮಾಡಿದ್ದರು. ಮನೆಯ ಹೊರಗೆ ಶಾಮಿಯಾನ ಹಾಕಿ ಪೊಲೀಸರು ಲಾಠಿ ಹಿಡಿದುಕೊಂಡು ಸುತ್ತುತ್ತಿದ್ದರು. ಕೆಲವರು ಯಾರು ಎಂಬುದು ಗೊತ್ತಾಗದಂತೆ ಪ್ಲಾಸ್ಟಿಕ್ ಡ್ರೆಸ್‌ನಲ್ಲಿ ಮುಳುಗಿ ಹೋಗಿದ್ದರು. ಇದನ್ನೆಲ್ಲ ದೂರದಿಂದ ಗಮನಿಸಿದ ತಾಯಿ ಸತ್ತೆನೋ, ಕೆಟ್ಟೆನೋ ಎನ್ನುವಂತೆ ಓಡುವುದು, ಬಚ್ಚಿಟ್ಟುಕೊಳ್ಳುವುದು ಮಾಡುತ್ತಾ ಸುಮಾರು ದೂರ ಬಂದಳು.

ಕಣ್ಣಿಗೆ ಕಾಣುವಷ್ಟು ದೂರದವರೆಗೂ ಒಂದು ನರಪಿಳ್ಳೆ ಇರಲಿಲ್ಲ. ಭಯವಾಗುವಷ್ಟು ನಿರ್ಜನವಾಗಿತ್ತು ಆ ಪ್ರದೇಶ. ವೈರಾಣು ರೋಗ ಹರಡುವಿಕೆ, ಲಾಕ್‌ಡೌನ್ ಮುಂತಾದುದರ ಬಗ್ಗೆ ಗಂಡ ಎಷ್ಟು ಪರಿಯಾಗಿ ಅಭಿನಯಿಸಿ ಹೇಳಿದ್ದರೂ ಅವಳಿಗೆ ಅರ್ಥವಾಗಿರಲಿಲ್ಲ. ಬರೆದು ತಿಳಿಸಲು ಅವಳಿಗೆ ಅಕ್ಷರ ಜ್ಞಾನವಿರಲಿಲ್ಲ.

ಗಂಡನ ನೆನೆಯುತ್ತಾ ಹೊರಟ ತಾಯಿಗೆ ತಾನುಟ್ಟ ಸೀರೆಯ ಬಣ್ಣವೇ ಮುಳುವಾಯಿತು. ಬಣ್ಣಗಳಾಗಲಿ ಅವುಗಳ ಸಾಂಕೇತಿಕತೆಯಾಗಲಿ ಅವಳ ಅರಿವಿಗೆ ಮೀರಿದ ಸಂಗತಿಗಳಾಗಿದ್ದವು. ತನ್ನ ಬೆತ್ತಲೆಯನ್ನು ಮುಚ್ಚಲು ಯಾರದ್ದೋ ಸೀರೆಯನ್ನು ಅವರ ಅನುಮತಿ ಇಲ್ಲದೆ ಉಟ್ಟುಕೊಂಡು ಬಂದಿದ್ದಳು. ಇದ್ದಕ್ಕಿದ್ದಂತೆ ತಾಯಿ ಮಗು ಸುತ್ತ ನಾಲ್ಕಾರು ಜನ ಗಂಡಸರು ಜಮಾಯಿಸಿದರು. ಏನೋ ಅಪಾಯ ಕಾದಿದೆ ಎಂದು ತಾಯಿ ಮತ್ತು ಮಗು ಇಬ್ಬರಿಗೂ ಹೊಳೆಯಿತು. ಇದು ಮುಖಗವಸು ಹಾಕಿಲ್ಲವೆಂದು ಪೊಲೀಸರು ಹೊಡೆದಾಗ ಆದಂತಹ ಭಯವಾಗಿರಲಿಲ್ಲ. ಆಗೆಲ್ಲ ತಾಯಿ ತನ್ನ ಸೀರೆಯ ತುದಿಯನ್ನು ಹರಿದು ತನಗೂ, ಮಗುವಿಗೂ ಮೂಗು ಬಾಯಿಗೆ ಸುತ್ತಿ ಕಷ್ಟದಿಂದ ಪಾರಾಗುತ್ತಿದ್ದಳು. ವಲಸೆ ಜನರ ಗುಂಪಿನಲ್ಲಿದ್ದಿದ್ದರೆ ಇಷ್ಟು ಭಯವಾಗುತ್ತಿರಲಿಲ್ಲ. ಇವತ್ತು ಇಬ್ಬರೇ ಇದ್ದರು. ತಾಯಿ ಮಗಳು ಯಾವುದೇ ರಕ್ಷಣೆ ಇಲ್ಲದೆ ಬೀದಿಗೆ ಬಿದ್ದಿದ್ದರು. ಮಾತಿಲ್ಲದವರಾಗಿದ್ದರು. ಹೆಣ್ಣುಹೆಂಗಸರಾಗಿದ್ದರು. ಇಬ್ಬರ ಕಣ್ಣು ಮುಖ ದೇಹದ ಕಣಕಣದಲ್ಲಿ ಭಯವೆಂಬುದು ಹೆಪ್ಪುಗಟ್ಟಿತ್ತು. ತಾಯಿ ತನ್ನ ಏಕೈಕ ಅಸ್ತ್ರವಾದ ಬಾಯಿಂದ ಅರಚತೊಡಗಿದಳು. ಆಗ ತಾನೇ ಸ್ನಾನ ಮಾಡಿ ಶುಭ್ರವಾದ ಬಟ್ಟೆ ಉಟ್ಟು ಘಮಘಮಿಸುತ್ತಿದ್ದು ಗಂಡಸರಿಗೆ ಆಕರ್ಷಕವಾಗಿಯೂ ಮತ್ತು ಕಾಮೋದ್ರೇಕದ ವಸ್ತುವಾಗಿ ಕಂಡಳು. ಅವಳುಟ್ಟಿದ್ದ ಸೀರೆಯ ಕೇಸರಿ ಬಣ್ಣ

ಅವಳನ್ನು ಶತ್ರು ಧರ್ಮದ ಸಮುದಾಯಕ್ಕೆ ಸೇರಿಸಿಬಿಟ್ಟಿತ್ತು. ಅವಳ ಸೀರೆಯ ಬಣ್ಣದಿಂದ ಶತ್ರು ರಾಜಕೀಯ ಪಾರ್ಟಿಯ ಆರಾಧಕಳಂತೆ ಮತ್ತು ಪ್ರಚಾರಕಿಯಂತೆ ಕಂಡಳು. ಅವಳನ್ನು ಕೆಡಿಸುವುದು ತಮ್ಮ ಕರ್ತವ್ಯವೆಂದು ಬಗೆದರು. ಕೂಡಲೇ ಕಾರ್ಯಪ್ರವೃತ್ತರಾದರು.

ಅವರು ಮೊದಲಿಗೆ ತಾಯಿಯ ಹಿಡಿದು ಬಾಯಿಗೆ ಬಟ್ಟೆ ತುರುಕಿದರು. ಮಗುವನ್ನು ದರದರ ಎಳೆದು ಕೈಕಾಲು ಕಟ್ಟಿ ಅಲ್ಲಿಯೇ ಕೆಡವಿದರು. ಒಬ್ಬರಾದ ಮೇಲೆ ಒಬ್ಬರು ತಾಯಿಯ ಮೇಲೆ ಮುಗಿಬಿದ್ದರು. ಒಂದು ಕಡೆ ಗೋಡೆ ಮತ್ತೊಂದು ಕಡೆ ದೊಡ್ಡಮರದ ಮರೆಯಿತ್ತು. ತಾಯಿ ಎಷ್ಟು ಗಲಾಟೆ ಮಾಡಿದರೂ ಅಲ್ಲಿ ಹೇಳುವವರು ಕೇಳುವವರು ಯಾರೂ ಇರಲಿಲ್ಲ. ಇದು ನಿಧಾನಕ್ಕೆ ತಾಯಿಗೆ ತಿಳಿಯುತ್ತಾ ಹೋಯಿತು. ಮಗುವು ಸ್ವಲ್ಪ ದೂರದಲ್ಲಿ ಒದ್ದಾಡುತ್ತಿದ್ದುದು ಕಾಣಿಸುತ್ತಿತ್ತು. ತನ್ನ ಗಂಡ ಇನ್ನಿಲ್ಲದಂತೆ ನೆನಪಾಗ ಹತ್ತಿದ. ಎಷ್ಟೋ ಹೊತ್ತು ಕೊಳಕರ ಅಟ್ಟಹಾಸ ನಡೆಯಿತು. ಬಹಳ ಹೊತ್ತಿನಿಂದ ಒಟ್ಟುಗೂಡುತ್ತಿದ್ದ ಜಿಗುಪ್ಸೆ ಸ್ಫೋಟಗೊಂಡಂತೆ ಎಲ್ಲರ ಮೇಲೆ ವಾಂತಿ ಮಾಡಿಕೊಂಡಳು. ಈ ವಾಂತಿ ಘಿರಂಗಿಗೆ ಬೆದರಿ ಗಂಡಸರೆಲ್ಲ ತಮ್ಮ ಬಟ್ಟೆಗಳನ್ನು ಎತ್ತಿಕೊಂಡು ಅಲ್ಲಿಂದ ಓಟ ಕಿತ್ತರು. ತಾಯಿ ಆಗತಾನೆ ಅವಸರದಲ್ಲಿ ಸರಿಯಾಗಿ ಅಗಿಯದೆ ನುಂಗಿದ್ದ ರೊಟ್ಟಿ ತುಂಡುಗಳು ಅವರ ಗಡ್ಡಗಳಿಗೆ ಮೆತ್ತಿಕೊಂಡಿದ್ದವು.

ಎಡಬಿಡದೆ ಅತ್ತು ಸುಸ್ತಾಗಿದ್ದ ಮಗು ಮತ್ತು ಮೃಗಗಳ ಆಕ್ರಮಣಕ್ಕೆ ತುತ್ತಾಗಿ ಹೈರಾಣಾಗಿದ್ದ ತಾಯಿ ಇಬ್ಬರೂ ಕುಂಟುತ್ತಾ, ಕುಸಿಯುತ್ತಾ ಹೊರಟರು. ನಾಲ್ಕು ಹೆಜ್ಜೆ ಹಾಕುವಷ್ಟರಲ್ಲಿ ತಾಯಿಯು ತನ್ನ ಸೀರೆಯು ಚಿಂದಿಯಾಗಿದ್ದುದನ್ನು ಕಂಡಳು. ಅತ್ಯಾಚಾರದ ಭರದಲ್ಲಿ ಮತ್ತು ಕೇಸರಿ ಬಣ್ಣದ ಮೇಲಿನ ಸಿಟ್ಟಿಗೆ ಅವರು ಹರಿದು ಹಾಕಿದ್ದರು. ದುಃಖದ ತುತ್ತತುದಿಯನ್ನು ಮುಟ್ಟಿದ್ದ ತಾಯಿ ಮತ್ತೆ ದುಃಖಿಸಲಾರದಂತಾಗಿದ್ದಳು. ಸುಡುವ ಸೂರ್ಯ ನೆತ್ತಿ ಮೇಲಿಂದ ಕೆಳಕ್ಕೆ ಜಾರಿದ್ದ. ಮತ್ತೊಂದು ದಿನ ಸರಿಯುತ್ತಿತ್ತು. ಆ ದಿನವೂ ಗಂಡನಾಗಲಿ ಅಥವಾ ಪರಿಚಯದವರಾಗಲೀ ಕಂಡಿರಲಿಲ್ಲ. ಮೂಕಿಯಾದ ಅವಳು ಯಾರನ್ನಾದರೂ ವಿಚಾರಿಸುವ ಸಾಧ್ಯತೆಯಿರಲಿಲ್ಲ. ಈ ಎಲ್ಲ ಗಾಯಗಳ ಮೇಲೆ ಬರೆ ಎಳೆದಂತೆ ಅತ್ಯಾಚಾರವಾಗಿತ್ತು.

ಚಿಂದಿಯಾಗಿದ್ದ ಸೀರೆಯ ಒಂದು ತುಂಡನ್ನೇ ಮಗಳ ಮತ್ತು ತನ್ನ ಮೂಗು ಬಾಯಿಗೆ ಬಿಗಿದುಕೊಂಡು ನಡೆದಳು. ಬಿಸಿಲ ಝಳ ಕಡಿಮೆಯಾಗಿತ್ತೇ ವಿನಹ ಸಂಪೂರ್ಣ ತಣ್ಣಗಾಗಿರಲಿಲ್ಲ. ವಾಂತಿ ಮಾಡಿಕೊಂಡ ಸುಸ್ತು ತಟ್ಟಾಡುವಂತೆ ಮಾಡಿತ್ತು. ರಸ್ತೆ ತಿರುವಿನಲ್ಲೊಂದು ನೀರಿನ ತೊಟ್ಟಿಯಿತ್ತು. ನಗರಪಾಲಿಕೆಯವರು

ಬೀಡಾಡಿ ದನಕರುಗಳಿಗೆಂದು ಇಟ್ಟಿದ್ದರೆಂದು ಕಾಣುತ್ತದೆ. ಅದರಲ್ಲಿ ಕೈ ಬೊಗಸೆ ಮಾಡಿಕೊಂಡು ಮುಖ ಕೈ ಕಾಲು ತೊಳೆದುಕೊಂಡಳು. ಮಗುವು ತಾಯಿಯನ್ನು ಅನುಕರಿಸಿತು. ಅದರ ಸಣ್ಣ ಬೊಗಸೆಯಲ್ಲಿ ಇನ್ನೆಷ್ಟು ನೀರು ಬಂದಾವು? ತಾಯಿಯ ಕರುಣೆ ಉಕ್ಕಿಬಂದಿತು. ಮಗುವಿನ ಬೊಗಸೆ ತುಂಬ ಮುತ್ತನ್ನಿಟ್ಟಳು. ಮಗುವಿನ ಮುಖ ಕೈ ಕಾಲು ತೊಳೆದಳು. ಸೀರೆ ತುಂಡಲ್ಲಿ ಮುಖ ಒರೆಸಿದಳು.

ರಸ್ತೆಯ ಕೊನೆಯಲ್ಲಿ ಆಟೋವೊಂದು ವೇಗವಾಗಿ ಬರುತ್ತಿತ್ತು. ತಾಯಿ ಹೆದರಿ ರಸ್ತೆಯ ಪಕ್ಕಕ್ಕೆ ಸರಿಯತೊಡಗಿದಳು. ಆಟೋದವರು ಸನಿಹಕ್ಕೆ ಬಂದು ನಿಂತರು. ತಾಯಿಗೆ ಆಟೋದವರ ಭಯ, ಆಟೋದವರಿಗೆ ತಾಯಿಯ ಭಯ. ಆಟೋದವರು ಜಾಸ್ತಿ ಹೊತ್ತು ನಿಲ್ಲುವ ಹಾಗಿರಲಿಲ್ಲ. ಆಟೋದಲ್ಲಿ ಒಬ್ಬಾಕೆ ಹೆರಿಗೆ ನೋವು ಅನುಭವಿಸುತ್ತಾ ನರಳುತ್ತಿದ್ದಳು. ಮಧ್ಯಾಹ್ನದಿಂದ ನೋವು ಹೆಚ್ಚಾಗಿತ್ತೇ ವಿನಹ ಹೆರಿಗೆಯಾಗಿರಲಿಲ್ಲ. ಆದುದರಿಂದ ಆಸ್ಪತ್ರೆಗೆ ಹೊರಟಿದ್ದರು. ಆಸ್ಪತ್ರೆಯಲ್ಲಿ ಕೋವಿಡ್ ರೋಗದವರನ್ನು ಹೊರತುಪಡಿಸಿ ಬೇರೆಯವರಿಗೆ ಚಿಕಿತ್ಸೆ ಕೊಡುತ್ತಾರೋ ಇಲ್ಲವೋ ಎಂಬುದು ಅವರಿಗೆ ಸ್ಪಷ್ಟವಾಗಿರಲಿಲ್ಲ. ಮುಸಲ್ಮಾನರಿಂದ ಕೋವಿಡ್ ಹರಡುತ್ತಿದೆ ಎಂಬ ಸುದ್ದಿ ರೆಕ್ಕೆಪುಕ್ಕ ಕಟ್ಟಿಕೊಂಡು ಹಬ್ಬಿ ದೇಶದಲ್ಲೆಲ್ಲಾ ಕೋಮು ಗಲಭೆಯಾಗಬಹುದಾದ ಸ್ಫೋಟಕ ಪರಿಸ್ಥಿತಿಯಿತ್ತು. ನಿರ್ಜನ ಪ್ರದೇಶದಲ್ಲಿದ್ದ ಒಬ್ಬಂಟಿ ತಾಯಿ ಮತ್ತು ಮಗುವನ್ನು ಕಂಡು ಆಟೋದವರಿಗೆ ಕನಿಕರ ಮೂಡಿರಬೇಕು. ತಾಯಿಯ ಸೀರೆ ಹರಿದು ಜೋತಾಡುತ್ತಿತ್ತು. ಮಗು ಬಸವಳಿದಿತ್ತು. ಆಟೋದಲ್ಲಿ ಕುಳಿತಿದ್ದ ಹೆಂಗಸೊಬ್ಬಳು ತನ್ನ ತಲೆಯ ವಸ್ತ್ರ ಮತ್ತು ಉಟ್ಟಿದ್ದ ಬುರ್ಖಾವನ್ನು ತೆಗೆದು ತಾಯಿಗಿತ್ತಳು. ಮಗುವಿನ ಕೈಗೆ ಒಂದೆರಡು ಕಿತ್ತಳೆಹಣ್ಣು, ಬ್ರೆಡ್ಡನ್ನು ಕೊಟ್ಟಳು. ಆಟೋ ಆಸ್ಪತ್ರೆ ಕಡೆಗೆ ಮುಂದುವರಿಯಿತು. ತಾಯಿ ತನ್ನ ಬೆತ್ತಲೆಯನ್ನು ಮುಚ್ಚಿಕೊಳ್ಳಲು ಮೈಮೇಲಿನ ಸೀರೆ ಚಿಂದಿಯನ್ನು ಉಗುಚಿ ಬುರ್ಖಾವನ್ನು ಹಾಕಿಕೊಂಡಳು. ತಲೆಯ ವಸ್ತ್ರವನ್ನು ತನ್ನ ಮಗುವಿನ ತಲೆಯ ಮೇಲೆ ಹಾಕಿ ನಡೆಯತೊಡಗಿದಳು.

ಅವಳು ರೈಲಿನಲ್ಲಿ ಹೊರಟು ಗಂಡನನ್ನು ಕಳೆದುಕೊಂಡ ಮೇಲೆ ಅವಸರಿಸಿ ಮುಂದಿನ ರೈಲು ನಿಲ್ದಾಣದಲ್ಲಿ ಇಳಿದುಕೊಂಡಿದ್ದಳು. ಅಲ್ಲಿ ಗಂಡನನ್ನು ಹುಡುಕುತ್ತಾ ಊರೆಲ್ಲ ಅಲೆದಳು. ನಂತರ ಕಾಲ್ನಡಿಗೆಯಲ್ಲಿ ಹೋಗುತ್ತಿದ್ದ ಜನರ ಗುಂಪು ಸೇರಿಕೊಂಡು ಮೂರ್ನಾಲ್ಕು ದಿನ ನಡೆದಳು. ಜೊತೆಯ ಜನರು ತಿನ್ನಲು ತಮ್ಮಲ್ಲಿದ್ದುದನ್ನೇ ಇವಳಿಗೂ ಕೊಟ್ಟಿದ್ದರು. ಗಂಡನು ಸಿಗದೆ ತಾಯಿಗೆ ಹುಚ್ಚು ಹಿಡಿದಂತಾಗಿತ್ತು. ಜನರ ಗುಂಪನ್ನು ತೊರೆದು ಈಗಿದ್ದ ಊರಿನಲ್ಲೇ ಎರಡು ದಿನ ಹುಡುಕುತ್ತಾ ಅಲೆದಳು. ಅತ್ಯಾಚಾರಕ್ಕೊಳಗಾದಳು. ಇದನ್ನೆಲ್ಲ ಯೋಚಿಸುತ್ತಿದ್ದವಳಿಗೆ

ಈ ದಿನ ಮತ್ತೆ ಯಾರಾದರೂ ಕಾಲ್ನಡಿಗೆಯ ಜನರ ಜೊತೆ ಸೇರಿ ಬೇರೆ ಊರಿಗೆ ಹೋಗಲು ಯೋಚಿಸಿದಳು. ಅದೇ ಸರಿ ಎನಿಸಿತು. ಯಾವುದಾದರೂ ವಲಸೆ ತಂಡದೊಂದಿಗೆ ನಡಿಗೆ ಶುರು ಮಾಡಲು ನಿರ್ಧರಿಸಿದಳು.

ತಾಯಿಯು ಹೀಗೆ ತನ್ನ ಲೋಕದಲ್ಲಿ ಮುಳುಗಿದ್ದಾಗ ಅವಳ ಬಳಿ ಒಂದು ಆಟೋ ಬಂದು ನಿಂತಿತು. ಆ ಪ್ರದೇಶವೆಲ್ಲ ನಿರ್ಜನವಾಗಿತ್ತು. ಆಟೋದಲ್ಲಿದ್ದ ಮೂರ್ನಾಲ್ಕು ಜನ ಗಂಡಸರು ಲಗುಬಗೆಯಿಂದ ತಾಯಿಯನ್ನು ಹಂದಿಯಂತೆ ಹಿಡಿದು ಮರೆಗೆ ಹೋದರು. ತಾಯಿಯ ಅರಚುವಿಕೆ, ಕೊಸರಾಟ ಅವರಿಗೆ ತಮಾಷೆಯಂತಿತ್ತು. ಅವಳ ಬಾಯಿಗೆ ಬಟ್ಟೆ ತುರುಕಿದರು. ತಮ್ಮ ಕಾರ್ಯದಲ್ಲಿ ಅಡ್ಡಿಬರದಿರಲೆಂದು ಮಗುವಿನ ಕೈಕಾಲುಗಳಿಗೆ ಅವಳ ತಲೆಯ ವಸ್ತ್ರವನ್ನೇ ಕಟ್ಟಿ ಸ್ವಲ್ಪ ದೂರದಲ್ಲಿ ಉರುಳಿಸಿದರು. ಗುಂಪಿನ ಕಣ್ಣಿಗೆ ತಾಯಿಯ ಹರೆಯದ ದೇಹ ಆಕರ್ಷಕವಾಗಿ ಕಂಡಿತು. ಅವಳುಟ್ಟ ಬುರ್ಖಾ ಅವಳನ್ನು ಅವರ ಶತ್ರು ಧರ್ಮಕ್ಕೆ, ಪಾಳೆಯಕ್ಕೆ ಸೇರಿಸಿಬಿಟ್ಟಿತ್ತು. ಅವಳನ್ನು ಕೆಡಿಸುವುದು ಪುಣ್ಯದ ಕೆಲಸವೆಂದು ಬಗೆದರು. ಒಂದೇ ದಿನದಲ್ಲಿ ತಾಯಿ ಎರಡನೆಯ ಬಾರಿಗೆ ಅತ್ಯಾಚಾರಕ್ಕೊಳಗಾದಳು. ತೆವಲು ತೀರಿದ ಗಂಡಸರು ಬುರ್ಖಾವನ್ನು ಚೂರು ಚೂರು ಮಾಡಿ ಎಸೆದು ಅಲ್ಲಿಂದ ನಾಪತ್ತೆಯಾದರು.

ಪ್ರಜ್ಞೆ ತಪ್ಪಿದ್ದ ತಾಯಿಗೆ ಎಚ್ಚರವಾದಾಗ ರಾತ್ರಿಯಾಗಿತ್ತು. ಮೇಲೇಳಲಾಗದಂತಹ ದೈಹಿಕ ನೋವು ಮತ್ತು ಮಾನಸಿಕ ಆಘಾತದಲ್ಲಿದ್ದಳು. ಹತ್ತಿರದಲ್ಲಿಯೇ ಅಳುತ್ತಿದ್ದ ಮಗುವಿನ ಶಬ್ಧ ತಾಯಿಯನ್ನು ಮಗುವಿನ ಹತ್ತಿರಕ್ಕೆ ತೆವಳಿಕೊಂಡು ಹೋಗುವಂತೆ ಮಾಡಿತು. ಮಗುವಿನ ಕೈ ಕಾಲಿಗೆ ಕಟ್ಟಿದ್ದ ಬಟ್ಟೆಯನ್ನು ಬಿಚ್ಚಿ ತಬ್ಬಿಕೊಂಡಳು.

ಭಯ, ಹಸಿವು, ನೋವು, ಅವಮಾನ ಎಲ್ಲವೂ ಅವರನ್ನು ಹಣ್ಣು ಹಣ್ಣು ಮಾಡಿದ್ದವು. ಹಾಡುಹಗಲೇ ಎರಡೆರಡು ಬಾರಿ ಅತ್ಯಾಚಾರಕ್ಕೊಳಗಾಗಿದ್ದ ತಾಯಿಗೆ ರಾತ್ರಿಯ ಕತ್ತಲೆಯೇ ಅಭಯದಂತಿತ್ತು. ಅಲ್ಲೊಂದು ಇಲ್ಲೊಂದು ಜೀಪುಗಳು, ಸೈರನ್ ಮಾಡುತ್ತಾ ಸಾಗುವ ಆಂಬ್ಯುಲೆನ್ಸ್‌ಗಳನ್ನು ಹೊರತುಪಡಿಸಿ ರಾತ್ರಿ ನೀರವವಾಗಿತ್ತು. ಆಗಸದಲ್ಲಿ ನಕ್ಷತ್ರಗಳು ಮಿಂಚುತ್ತಿದ್ದವು. ಅಲ್ಲೊಂದು ಇಲ್ಲೊಂದು ಜನರ ಗುಂಪುಗಳು ರಸ್ತೆಗುಂಟ ಸಾಗುತ್ತಿರುವುದನ್ನು ತಾಯಿ ಕಂಡಳು. ಅದೇ ಅವಳಿಗೆ ಬೆಳಕಿನ ಕಿರಣವಾಗಿತ್ತು. ಅವು ತಮ್ಮ ಊರನ್ನು ಸೇರಲು ಸಾಗುತ್ತಿದ್ದ ಜನರ ಗುಂಪುಗಳಾಗಿದ್ದವು. ಅವರ ಮೈಮೇಲೂ ಹರಕು ಮುರುಕು ಬಟ್ಟೆಗಳಿದ್ದವು. ನಾನಾ ಭಾಷೆಯ ಮಾತನಾಡುತ್ತಾ ದೇಶದ ಒಂದು ಮೂಲೆಯಿಂದ ಇನ್ನೆಲ್ಲಿಗೋ ನಡೆದು ಹೋಗುತ್ತಿದ್ದರು. ಅಂಥ ಒಂದು ಗುಂಪು ತಾಯಿ ಇದ್ದ ಕಡೆಗೇ ಬಂದಿತು. ತಾಯಿಯು ತನ್ನ ಮೂಕ ಭಾಷೆಯಲ್ಲಿ ಬಹಳ ಹೊತ್ತು ಅಳುತ್ತಾ, ಅಭಿನಯಿಸಿ, ವಲಸೆ ತಂಡಕ್ಕೆ ವಿಷಯ ತಿಳಿಸಿದಳು. ಹೆಗಲಲ್ಲಿದ್ದ ಮಗು ನಿದ್ದೆಯಲ್ಲಿಯೇ

ಬಿಕ್ಕುತ್ತಿತ್ತು. ಬಡತಾಯಿಯ ಕಷ್ಟಗಳು ಬೀದಿ ಭಿಕಾರಿಗಳಾಗಿದ್ದ ವಲಸೆ ತಂಡಕ್ಕೆ ಅರ್ಥವಾದವು. ಆದರೆ ಆಕೆಯ ಗಂಡನನ್ನು ಎಲ್ಲಿ ಹುಡುಕುವುದು, ಯಾವ ದಿಕ್ಕಲ್ಲಿ, ಯಾವ ಊರಲ್ಲಿ ಎಂಬುದು ಅರಿಯದಾದರು.

ಮರುದಿನ ಸಾಯಂಕಾಲ ವಲಸೆ ತಂಡವು ಕಾಲೆಳೆಯುತ್ತಾ ಹೊರಟಿತು. ಪೊಲೀಸರು ಅವರನ್ನು ಹಿಡಿದು ಎಲ್ಲಾದರೂ ಎಷ್ಟು ದಿನ ಬೇಕಾದರೂ ಕೂಡಿಹಾಕಬಹುದಿತ್ತು. ಆ ಗುಂಪಿನಲ್ಲಿ ತಾಯಿ ಮತ್ತು ಮಗು ಇದ್ದರು. ಮೈಯ್ಯ ಅಂಗುಲಂಗುಲ ನೋಯುತ್ತಿರಲು ತಾಯಿ ಮುಲುಕುತ್ತ ನಡೆದಳು. ಇಡೀ ತಂಡದವರಿಗಿಂತ ಹೆಚ್ಚು ವಿಸ್ತಾರವನ್ನು ಆಕೆಯ ಕಣ್ಣುಗಳು ಸೋಸುತ್ತಿದ್ದವು. ಇನ್ನೇನು ರಸ್ತೆಯ ತಿರುವಿನಲ್ಲಿ ತನ್ನಿನಿಯ ಕಂಡೇ ಕಾಣುತ್ತಾನೆ ಎನ್ನುವ ಅದಮ್ಯ ಉತ್ಸಾಹ ಅವಳ ಎದೆಯಲ್ಲಿ ಪುಟಿಯತೊಡಗಿತು. ಎಲ್ಲರನ್ನೂ ಹಿಂದೆ ಬಿಟ್ಟು ಹುಚ್ಚಿಯಂತೆ ಓಡಿದಳು ತಾಯಿ.

*(ಸಮಾಜಮುಖಿ ಮಾಸಪತ್ರಿಕೆ ಸೆಪ್ಟೆಂಬರ್ 2022 ರಲ್ಲಿ ಪ್ರಕಟ)*

# ಅಬ್ರಕಡಬ್ರ

'ವೆಲಾಸಿಟಿ' ಎಂಬ ದೂರದರ್ಶನ ವಾಹಿನಿಯಲ್ಲಿ 'ಸಕತ್ ಸತಿಪತಿ' ಕಾರ್ಯಕ್ರಮದ ಜಾಹಿರಾತು ಶುರುವಾದಾಗ ಆ ನಗರವಾಸಿಗಳು ರೋಮಾಂಚಿತರಾದರು. ಜನ ಸೇರುವ ಕಡೆಯೆಲ್ಲ ಬರೀ ಅದೇ ಮಾತುಕತೆಗಳಾದವು. ಈಗಾಗಲೇ 'ಪುಗಸಟ್ಟೆ ಗಂಡ ಹೊಟ್ಟುಂಬ ಉಂಡ', 'ಹಣ ದ್ವಿಗುಣ', 'ಗೋಲಿ ಹೊಡಿ ಗುಣಕ್ಕೆ ಸಲಾಮು ಹೊಡಿ ಹಣಕ್ಕೆ' ಮುಂತಾದ ಟಿವಿ ಕಾರ್ಯಕ್ರಮಗಳಿಂದ ಜನರು ಬಿಟ್ಟಿಯಾಗಿ ಕಾಸು ಮಾಡುವ ಗೀಳಿಗೆ ಬಿದ್ದಿದ್ದರು. ದೇಶೀಯ, ಅಂತರ್ದೇಶೀಯ ಕ್ರಿಕೆಟ್ಟು, ಫುಟ್‌ಬಾಲು, ಕುದುರೆ ರೇಸು ಅಷ್ಟೇ ಅಲ್ಲ ಗಲ್ಲಿಗಳಲ್ಲಿ ಆಡುವ ಗೋಲಿ ಚಿನ್ನಿದಾಂಡು ಚೌಕಾಬಾರಗಳಿಗೆ ಸಹ ಬೆಟ್ಟಿಂಗ್ ನಡೆಯುತ್ತಿತ್ತು. ಅಲ್ಲಿಯೂ ಮ್ಯಾಚ್ ಫಿಕ್ಸಿಂಗ್ ಸೈತಾನ ಹಾಜರಾಗಿದ್ದ. ಮೋಜು ಮಸ್ತಿಗೆ ದುಡ್ಡು ಬೇಕಾಗಿತ್ತು. ದುಡ್ಡು ಗಳಿಸಲು ಜನ ಏನು ಬೇಕಾದರೂ ಮಾಡಲು ಸಿದ್ಧರಿದ್ದರು. ಬದುಕೆಂಬುದು ರಾಕೆಟ್ ವೇಗದಲ್ಲಿ ಓಡುತ್ತಿತ್ತು. ಅಂತದ್ದರಲ್ಲಿ 'ಸಕತ್ ಸತಿಪತಿ' ಕಾರ್ಯಕ್ರಮ ಶುರುವಾಗಿ ಹುಚ್ಚರಿಗೆ ಹೆಂಡ ಕುಡಿಸಿದಂತಾಗಿತ್ತು.

'ಸಕತ್ ಸತಿಪತಿ' ಎಂಬ ಕಾರ್ಯಕ್ರಮವು ಸಹ ಒಂದು ರೀತಿ ಜೂಜಾಟದಂತಿತ್ತು. ಕಂಪ್ಯೂಟರ್ ಯಂತ್ರವು ಲಾಟರಿ ರೀತಿಯಲ್ಲಿ ರ್‍ಯಾಂಡಮ್ ಆಗಿ ಆಯ್ದ ಜೋಡಿಗಳು ಹಾಟ್ಸೀಟಿನಲ್ಲಿ ಪ್ರಶ್ನೆಗಳಿಗೆ ಉತ್ತರಿಸಬೇಕಿತ್ತು. ಹತ್ತು ಪ್ರಶ್ನೆಗಳನ್ನು ಗಂಡ ಹೆಂಡತಿಯರಿಗೆ ಬೇರೆ ಬೇರೆಯಾಗಿ ಕೇಳಿ ಉತ್ತರ ಪಡೆಯಲಾಗುವುದು, ಅತಿಹೆಚ್ಚು ಒಂದೇ ರೀತಿಯ ಉತ್ತರ ಕೊಟ್ಟ ಜೋಡಿಯನ್ನು 'ಸಕತ್ ಸತಿಪತಿ' ಎಂದು ತೀರ್ಮಾನಿಸುವುದಾಗಿ ಪ್ರಚಾರವಾಯಿತು. ಕಾರ್ಯಕ್ರಮವು ದೂರದರ್ಶನದಲ್ಲಿ ಬಿತ್ತರವಾಗುತ್ತದೆ. ಪ್ರಶ್ನೆ ಕೇಳುತ್ತಾ ಕಾರ್ಯಕ್ರಮ ನಡೆಸಿಕೊಡುವವರು ಜನಪ್ರಿಯ ಸಿನಿಮಾ ನಟ ನಟಿಯರು ಎಂಬ ಸುದ್ದಿ ವೈರಲ್ ಆಯಿತು. ಜನ ಹುಚ್ಚೆದ್ದು ಕುಣಿದರು.

ಟಿ.ವಿ. ಚಾನೆಲ್‌ಗಳವರು ಟಿ.ಆರ್.ಪಿ. ಹೆಚ್ಚಿಸಿಕೊಳ್ಳಲು ಬೆನ್ನಿಗಿರಿಯುವ ಸ್ಪರ್ಧೆಗೆ ಬಿದ್ದಿದ್ದರು. ಅಭಿರುಚಿಹೀನ ಜಾಹೀರಾತು, ಸೀರಿಯಲ್‌ಗಳು ಪ್ರದರ್ಶನಗೊಳ್ಳುತ್ತಿದ್ದವು. ಮೊದಮೊದಲು ಮನೆಯವರೆಲ್ಲ ಕುಳಿತು ನೋಡಲು ಮುಜುಗರಪಡುತ್ತಿದ್ದ ದೃಶ್ಯ, ಸಂಭಾಷಣೆಗಳನ್ನು ಜೊತೆಯಲ್ಲಿಯೇ ಆನಂದಿಸತೊಡಗಿದ್ದರು. ಧಾರಾವಾಹಿಗಳ ಕಥೆ, ಸಂಭಾಷಣೆಗಳನ್ನು ನೆನಪಿಟ್ಟುಕೊಳ್ಳಲು ಕಷ್ಟಪಡುತ್ತಿದ್ದ ಮನೆ ಹಿರಿಯರಿಗೆ ಸಣ್ಣಪುಟ್ಟ ಹುಡುಗರು ಜ್ಞಾಪಿಸಿಕೊಟ್ಟು 'ಶಭಾಷ್' ಎನಿಸಿಕೊಳ್ಳುತ್ತಿದ್ದರು. ಬರುಬರುತ್ತಾ ಹಿರಿಯರೇ ಮಕ್ಕಳಿಗೆ ಹಿಂದಿನದನ್ನು ನೆನಪಿಸುವಂತಾದರು.

'ಸಕತ್ ಸತಿಪತಿ' ಸ್ಪರ್ಧೆಯಲ್ಲಿ ಗೆಲ್ಲುವ ಜೋಡಿಗಳಿಗೆ ಹಲವಾರು ಕಂಪನಿಗಳು ಬಹುಮಾನಗಳನ್ನು ಘೋಷಿಸಿದ್ದವು. ಮೊದಲ ಜೋಡಿಗೆ 15 ಲಕ್ಷ, ಎರಡನೆಯವರಿಗೆ 10 ಲಕ್ಷ, ಮೂರನೆಯವರಿಗೆ 5 ಲಕ್ಷ ಬಹುಮಾನ ಮತ್ತು ವಿವಿಧ ಕಂಪನಿಗಳು ಟಿ.ವಿ, ಫ್ರಿಡ್ಜ್, ಮೊಬೈಲ್, ಕಂಪ್ಯೂಟರ್, ವಾಷಿಂಗ್ ಮೆಷಿನ್, ಮಿಕ್ಸಿ, ಸೋಫಾ ಸೆಟ್, ಘಮ ಘಮ ಸೆಂಟು ಮುಂತಾದವುಗಳನ್ನು ಧಾರಾಳವಾಗಿ ಕೊಡುವವರಿದ್ದರು. ಘುಟ್ರಗ್ಗು, ಊದಿನ ಕಡ್ಡಿ, ಪೊರಕೆ, ಫಿನಾಯಿಲ್, ನೆಲ ಒರೆಸುವ ಬಟ್ಟೆ, ಪಾತ್ರೆ ತೊಳೆಯುವ ಬ್ರಶ್ಶು ಮುಂತಾದವುಗಳನ್ನು ಸಹ ಗೆದ್ದವರ ಮನೆಗಳಿಗೆ ಲಾರಿಗಳಲ್ಲಿ ತಲುಪಿಸುವುದಾಗಿ ನಗರದ ತುಂಬ ಜಾಹೀರಾತು ಫಲಕಗಳು ಎದ್ದು ನಿಂತವು.

ಈ ಕಾರ್ಯಕ್ರಮದ ವಿರುದ್ಧ ಕೆಲವರು ಪ್ರತಿಭಟಿಸಿದರು. ಇವು ಜನರನ್ನು ನೈತಿಕವಾಗಿ ದಿವಾಳಿ ಮಾಡುತ್ತವೆ ಎಂಬುದು ಅವರ ವಾದವಾಗಿತ್ತು. ಆದರೆ ಅವರಿಗೆ ಏಟು ಬಿದ್ದವಷ್ಟೇ ಅಲ್ಲದೆ ಜೀವಬೆದರಿಕೆಯಿಂದ ತಾತ್ಕಾಲಿಕವಾಗಿ ಊರನ್ನೇ ಬಿಡಬೇಕಾಯಿತು. ಜಾಹೀರಾತಿನಿಂದ ಕೋಟಿಗಟ್ಟಲೆ ಹಣ ಮಾಡುತ್ತಿದ್ದ 'ವೆಲಾಸಿಟಿ' ವಾಹಿನಿಯು ಸರ್ಕಾರದ ಪ್ರಭಾವಿ ಮಂತ್ರಿಯ ಸ್ವತ್ತಾಗಿತ್ತು. ಹಾಗಾಗಿ ಎಲ್ಲವುದಕ್ಕೂ ಪರವಾನಗಿ ಇತ್ತು. ದುಡ್ಡು, ಮೋಜುಮಸ್ತಿಯ ದಾಸಾನುದಾಸರಾಗಿದ್ದರಿಂದಲೋ ಏನೋ ಜನರ ಮನದಲ್ಲಿ ಅಳುಕಿದ್ದು ಪಾಪಪ್ರಜ್ಞೆಯಿಂದ ನರಳುತ್ತಿದ್ದರು. ಈ ದೌರ್ಬಲ್ಯದ ಲಾಭ ಪಡೆದು ನಗರದಲ್ಲಿ ಅನೇಕ ಜಗದ್ಗುರುಗಳು ಹುಟ್ಟಿಕೊಂಡಿದ್ದರು. ಇಂಥ ಆಧ್ಯಾತ್ಮಿಕ ಗುರುಗಳ ಮನೆಗೆ ಹಲವು ಕಂಪನಿಗಳಿಂದ ಕೊಡುಗೆಗಳು ಈಗಾಗಲೇ ಸದ್ದಿಲ್ಲದೆ ತಲುಪಿದ್ದವು. ಅವರು ಗಪ್‌ಚುಪ್ ಆಗಿದ್ದರು. ಇಡೀ ಸನ್ನಿವೇಶದ ಅರಿವಿದ್ದ ಅನೇಕರ ಮೌನವು ಕೇಡಿಗೆ ಕುಮ್ಮಕ್ಕು ಕೊಟ್ಟಂತಿತ್ತು. ನಗರವಾಸಿಗಳು ಭ್ರಮಾಧೀನರಂತೆ ದಿನಗಳನ್ನು, ಗಂಟೆಗಳನ್ನು, ನಿಮಿಷಗಳನ್ನು ಎಣಿಸುತ್ತಾ, ಚಡಪಡಿಸುತ್ತಾ ಜನ್ಮದ ಅವಕಾಶವಾದ 'ಸಕತ್ ಸತಿಪತಿ' ಕಾರ್ಯಕ್ರಮಕ್ಕಾಗಿ ಕಾಯತೊಡಗಿದರು.

ಹರೆಯದ ಜೋಡಿಗಳು ಈ ಕಾರ್ಯಕ್ರಮವು ತಮ್ಮಂಥ ಎಳೆಯ ಪ್ರೇಮಿಗಳ ಪ್ರೋತ್ಸಾಹಕ್ಕಿರಬೇಕೆಂದುಕೊಂಡರು. ಅವರು ತಮ್ಮ ಪ್ರೇಮವು ಎಷ್ಟು ದಿಟ್ಟ, ಗಾಢ, ತೀವ್ರ, ರೋಮಾಂಚನಕಾರಿ ಎಂದು ಖುಷಿಯಾಗಿ ತಮ್ಮ ಬೆನ್ನನ್ನು ತಾವೇ ತಟ್ಟಿಕೊಂಡರು. ಮದುವೆಯಾಗಿ ಹತ್ತಿಪ್ಪತ್ತು ವರ್ಷಗಳಾಗಿದ್ದ ನಡುವಯಸ್ಕರು ಮತ್ತು ಅಜ್ಜ ಅಜ್ಜಿಯರು ಇದು ಕಾಲಾನುಕ್ರಮದಲ್ಲಿ ಮಾಗಿದ ತಮ್ಮ ಪ್ರೀತಿಯ ಪರೀಕ್ಷೆ ಹಾಗೂ ಸನ್ಮಾನಕ್ಕಿರಬೇಕೆಂದುಕೊಂಡರು.

ಈ ಸ್ಪರ್ಧೆಯಲ್ಲಿ ಎಂಥ ಪ್ರಶ್ನೆಗಳು ಎದುರಾಗಬಹುದೆಂದು ಯಾರಿಗೂ ಗೊತ್ತಿರಲಿಲ್ಲ. ಬರೀ ಅಂದಾಜು ಊಹಾಪೋಹದ ಮೇಲೆ ಅನೇಕರು ದಿನಪತ್ರಿಕೆ, ನಿಯತಕಾಲಿಕೆ, ಇಯರ್‌ಬುಕ್, ಲೋಕ ಪ್ರಸಿದ್ಧ ದಂಪತಿಗಳ ಆತ್ಮಚರಿತ್ರೆ, ಜನರಲ್ ನಾಲೆಡ್ಜ್ ಪುಸ್ತಕಗಳನ್ನು ಕೊಂಡು ತಂದು ತಿರುವಿ ಹಾಕತೊಡಗಿದರು. ಬರೀ ಮೊಬೈಲು, ಟಿವಿ, ಜಾತಿರಾಜಕಾರಣ, ಚಾಡಿ, ಕಾಡುಹರಟೆಗಳಲ್ಲಿ ಕಾಲಕಳೆಯುತ್ತಿದ್ದವರಿಗೆ ಓದುವುದೇ ದೊಡ್ಡ ಹಿಂಸೆಯಾಗಿತ್ತು. ತಮ್ಮ ಶಾಲಾ ಕಾಲೇಜುಗಳ ಅಂತಿಮ ಪರೀಕ್ಷೆಯಾದ ನಂತರ ಅವರು ಪುಸ್ತಕಗಳನ್ನು ಮುಟ್ಟಿರಲೇ ಇಲ್ಲ. ಆದರೀಗ ಓದಿದರೆ ಏನಾದರೂ ಗಿಟ್ಟಬಹುದೆಂದು ಓದತೊಡಗಿದರು. ಕಣ್ಣಮುಂದೆ ಅಕ್ಷರಗಳು ಕಂಡ ಕೂಡಲೇ ನಿದ್ದೆ ಆವರಿಸಿ ತೂಕಡಿಸಿ ಬೀಳತೊಡಗಿದರು. ಎಲ್ಲವೂ ಗೋಜಲಾಗಿ ಕೆಲವರು ಜ್ಯೋತಿಷಿಗಳ ಮೊರೆಹೊಕ್ಕರು. ಕೆಲವರು ಧರ್ಮಗುರುಗಳನ್ನು ಮತ್ತೆ ಕೆಲವರು ವಿಶ್ವವಿದ್ಯಾಲಯದ ಪ್ರೊಫೆಸರ್‌ಗಳನ್ನು, ವಿಜ್ಞಾನಿಗಳನ್ನು ಬಿನ್ನವಿಸಿಕೊಂಡರು. ಅವರೂ ಸಹ ಬಂದ ಭಕ್ತಾದಿಗಳನ್ನು, ವಿಶ್ವಾಸಿಗಳನ್ನು ನಿರಾಶೆಗೊಳಿಸಲಿಲ್ಲ. ಶಕ್ತ್ಯಾನುಸಾರ ಎಲ್ಲರಿಂದ ಕಾಣಿಕೆ ಪಡೆದು ಅಡುಗೆಮನೆಯ ಉಪ್ಪು, ಹುಣಸೆಹಣ್ಣಿನಿಂದ ಹಿಡಿದು ಗ್ರಹ, ನಕ್ಷತ್ರ ನಿಹಾರಿಕೆಗಳವರೆಗೆ, ದೇಶದ ರಾಜಕೀಯದಿಂದ ಹಿಡಿದು ಕ್ರೀಡೆ, ಇತಿಹಾಸ, ಆಧ್ಯಾತ್ಮ ಮುಂತಾಗಿ ನೂರೆಂಟು ವಿಷಯಗಳನ್ನು ಓದಬೇಕೆಂದು ಹೇಳಿ ದಿಗಿಲಿಕ್ಕಿಸಿದರು. ಹಣವನ್ನು ಕನವರಿಸುತ್ತಿದ್ದ 'ಸಕತ್ ಸತಿಪತಿ' ಹುರಿಯಾಳುಗಳು ವಾರಗಟ್ಟಲೆ ಅವರಿವರ ಮಾತುಗಳಿಗೆ ಕಿವಿಯಾಗಿ ರಾಡಿಯೆದ್ದು ಹೋದರು. ಪ್ರತಿವರ್ಷ ಎಸ್ಸೆಸ್ಸೆಲ್ಸಿ, ಪಿಯುಸಿ, ಎಸ್‌ಡಿಎ, ಎಫ್‌ಡಿಎ ಮುಂತಾದ ಅನೇಕ ಪರೀಕ್ಷೆಗಳ ಪ್ರಶ್ನೆಪತ್ರಿಕೆಗಳನ್ನು ಕದ್ದು ಹೊರಗೆಡಹುತ್ತಿದ್ದ ಮಹಾನುಭಾವನೊಬ್ಬ ಸದರಿ ಸಂದರ್ಭದ ಲಾಭ ಗಿಟ್ಟಿಸಲು ಒಂದು ಪ್ರಶ್ನೆಪತ್ರಿಕೆಯನ್ನು ಸೃಷ್ಟಿಸಿ ಉತ್ತರಗಳ ಸಮೇತ ಕದ್ದುಮುಚ್ಚಿ ಬಯಲು ಮಾಡಿ ಕಾಸು ಮಾಡಿಕೊಂಡನೆಂಬ ಗುಸುಗುಸು ಅಲ್ಲಲ್ಲಿ ಕೇಳಿಬಂದಿತು. ಜನರು ಇದು ಮೌಖಿಕ ಪರೀಕ್ಷೆಯೋ, ಲಿಖಿತ ಪರೀಕ್ಷೆಯೋ ಎಂಬ ಮತ್ತೊಂದು ಗೊಂದಲಕ್ಕೆ ಬಿದ್ದರು. ಅತ್ಯುತ್ತಮ ದಂಪತಿಯಾಗಲು ಪ್ರಶ್ನೋತ್ತರಗಳನ್ನು ಗಟ್ಟು ಮಾಡುತ್ತಿದ್ದುದು ತಮಾಷೆಯಾಗಿತ್ತು. ಆದರೆ ಎಲ್‌ಕೆಜಿಯಿಂದ ಮೊದಲ್ಗೊಂಡು

ಬರೀ ಉರು ಹೊಡೆದು ಪಾಸು, ಫಸ್ಟ್ಕಾಸು, ಡಿಸ್ಟಿಂಕ್ಷನ್ನು, ರ್‍ಯಾಂಕು ಗಿಟ್ಟಿಸಿ ಇಂಜಿನಿಯರು, ಸರ್ಜನ್ನು, ವಿಜ್ಞಾನಿ, ಪ್ರೊಫೆಸರು, ಧಾರ್ಮಿಕ ಮುಖಂಡರಾದವರಿಗೆ ಅದೇನೂ ವಿಚಿತ್ರವಾಗಿ ಕಾಣದೆ ಸಹಜವಾಗಿಯೇ ಇತ್ತು.

ಅಂದು ದೇಶದಲ್ಲಿಯೇ ಅತಿ ದೊಡ್ಡದಾದ 'ಅಬ್ರಕಡಬ್ರ' ಮಾಲ್ ಉದ್ಘಾಟನೆಯಾಗುವುದಿತ್ತು. ಆ ದಿನವೇ ಮಾಲ್‌ನ ಭವ್ಯವಾದ ಸಭಾಂಗಣದಲ್ಲಿ 'ಸಕತ್ ಸತಿಪತಿ'ಯ ಮೊದಲ ದಿನದ ಆಯ್ಕೆ ಮತ್ತು ಬಹುಮಾನ ವಿತರಣೆಯ ಚಿತ್ರೀಕರಣವಾಗುವುದಿತ್ತು. ಅಲ್ಲಿ ನೂರಾರು ಜೋಡಿಗಳು ನೆರೆತಿದ್ದರು. ಅವರೆಲ್ಲ ಒಂದು ದಿನ ಹಿಂದೆಯೇ ಅಲ್ಲಿಗೆ ಬಂದು ತಾವು ಅಧಿಕೃತ ದಂಪತಿಗಳೆಂಬುವುದಕ್ಕೆ ದಾಖಲೆಗಳನ್ನು ಒದಗಿಸಿ ನೋಂದಣಿ ಮಾಡಿಸಿದ್ದರು. ಅದಕ್ಕೆ ಬೇಕಾದ ಆಧಾರ್ ಕಾರ್ಡು, ವಂಶವೃಕ್ಷ, ಗುಡಿ, ಮಸೀದಿ, ಚರ್ಚು, ಕೋರ್ಟುಗಳಿಂದ ಪ್ರಮಾಣಪತ್ರ, ಲಗ್ನಪತ್ರಿಕೆ, ಫೋಟೋ, ಸಿ.ಡಿ. ಇತ್ಯಾದಿಗಳನ್ನು ಸಂಬಂಧಿಸಿದ ಕಡೆ ವಾರಗಟ್ಟಲೆ ಅಲೆದು ಸಿದ್ಧ ಮಾಡಿಕೊಂಡಿದ್ದರು. ಜಿಲ್ಲಾ ಉಸ್ತುವಾರಿ ಮಂತ್ರಿಯೇ ಎಲ್ಲ ಇಲಾಖೆಗಳಿಗೆ ಪ್ರಮಾಣಪತ್ರಗಳನ್ನು ಆದ್ಯತೆಯ ಮೇಲೆ ಕೊಡಬೇಕು ಮತ್ತು ಅನವಶ್ಯಕ ವಿಳಂಬ ಮಾಡಕೂಡದೆಂದು ಸುತ್ತೋಲೆ ಹೊರಡಿಸಿದ್ದನು. ಇಂಥ ಸುಸಮಯಗಳಿಗೆ ಕಾಯುತ್ತಿದ್ದ ಸರ್ಕಾರಿ ನೌಕರರು ತಮ್ಮ ಸೇವೆಯ ರೇಟುಗಳನ್ನು ಹೆಚ್ಚಿಸಿಕೊಂಡು ಹಗಲು ರಾತ್ರಿ ದಣಿವರಿಯದೆ ದುಡಿದರು.

'ಅಬ್ರಕಡಬ್ರ' ಮಾಲ್‌ನಲ್ಲಿದ್ದ ಸಭಾಂಗಣವು ಸವಿಸ್ತಾರವಾಗಿದ್ದು, ವೈಭವೋಪೇತವಾಗಿತ್ತು. ಇಡೀ ನಗರಕ್ಕೇ ದೊಡ್ಡ ಕಟ್ಟಡವಾಗಿದ್ದ ಅದು ಹವಾನಿಯಂತ್ರಿತವಾಗಿತ್ತು. ಅಲ್ಲಿದ್ದ ಕುರ್ಚಿ, ಟೇಬಲ್ಲು, ಕಿಟಕಿ ಬಾಗಿಲು ಪರದೆಗಳು, ನೆಲಹಾಸು, ದೊಡ್ಡ ದೊಡ್ಡ ಶಾಂಡೆಲಿಯರುಗಳು ಬಡತನವನ್ನು ಅಣಕಿಸುವಂತೆ ಶ್ರೀಮಂತವಾಗಿದ್ದವು. ಅಲ್ಲಿನ ಭಾಷೆ ಇಂಗ್ಲಿಷ್‌ಮಯವಾಗಿತ್ತು. ಇಡೀ ಸಭಾಂಗಣವೇ ಝುಗಮಗಿಸುವ ಬೆಳಕಿನಿಂದ ಕೂಡಿದ್ದು ಜನಸಾಮಾನ್ಯರೆಂದೂ ಮೂಸಿರದ ಮಂದ ಪರಿಮಳದಿಂದ ತುಳುಕುತ್ತಿತ್ತು. ಬಡ ಜೋಡಿಗಳು ನಿಂತರೂ, ಓಡಾಡಿದರೂ, ಮಾತಾಡಿದರೂ, ಮೌನವಾಗಿದ್ದರೂ ಆ ಜಾಗಕ್ಕೆ ಸಲ್ಲದಂತೆ ನಿಕೃಷ್ಟವಾಗಿ ಕಾಣುತ್ತಿದ್ದರು. ಬಡತನ, ಸರಳತೆ, ಸಹಜತೆಗಳು ಮನುಷ್ಯನ ಮಹಾಪಾತಕದಂತೆ ಕಾಣುತ್ತಿದ್ದವು. ಇಷ್ಟು ಸಾಲದೆಂಬಂತೆ ವಯಸ್ಸಿನಲ್ಲಿ ಹಿರಿಯರಾದ ಜೋಡಿಗಳನ್ನು ಅಲ್ಲಿ ಯಾರೂ ಕಡೆಗಣ್ಣಿನಿಂದಲೂ ನೋಡದೆ ಕಡೆಗಣಿಸಿದರು. ಅನೇಕ ಕೆಳ ಮಧ್ಯಮವರ್ಗದ ಜೋಡಿಗಳು ಶ್ರೀಮಂತರನ್ನು ನಕಲು ಮಾಡಲು ಎಂಥೆಂಥವೋ ಬಟ್ಟೆ ಧರಿಸಿ, ಬಾರದ ಇಂಗ್ಲಿಷಿನಲ್ಲಿ ಮಾತನಾಡಲು ತಿಣುಕುತ್ತಾ ನಕಲಿಶ್ಯಾಮರಂತೆ ಕಾಣುತ್ತಿದ್ದರು. ಅನೇಕರು ಹತ್ತಿಪ್ಪತ್ತು ಸಾವಿರಕ್ಕೂ ಮೇಲ್ಪಟ್ಟು ದುಡ್ಡು ಕೊಟ್ಟು

ಮೇಕಪ್ಪು ಮಾಡಿಸಿಕೊಂಡಿದ್ದರು. ಕೆಲವರಂತೂ ನೆಲದ ಮೇಲೆ ಕಾಲೂರಲೂ ಮುಜುಗರಪಡುತ್ತಿದ್ದರು.

ಕಾರ್ಯಕ್ರಮ ನಡೆಸಿಕೊಡಲು ಆಹ್ವಾನಿಸಿದ್ದ ಪ್ರಸಿದ್ಧ ನಟ ನಟಿಯರು ಆಗಮಿಸಿದರು. ಅವರಿಗೆ ಯಾವ ದೇವಾನುದೇವತೆಯರಿಗೂ ಸಿಗದ ಸ್ವಾಗತವು ಸಿಕ್ಕಿತು. ಅಲ್ಲಿ ನೆರೆತಿದ್ದವರಲ್ಲಿ ಅನೇಕ ಮಂತ್ರಿಮಹೋದಯರಿದ್ದರು. ರಾಜ್ಯಮಟ್ಟದ ಅನೇಕ ಅಧಿಕಾರಿಗಳು ವಿನಾಕಾರಣ ಅವರಿಗೆ ಡೊಗ್ಗು ಸಲಾಮು ಹೊಡೆಯುತ್ತಾ ತಮ್ಮ ಗುಲಾಮತನವನ್ನು ಪ್ರದರ್ಶಿಸುತ್ತಿದ್ದರು. ಮಾಲನ್ನು ಸುತ್ತುವರೆದು ಪೊಲೀಸ್ ಪಡೆ ಕಾವಲಿತ್ತು.

ಕೊನೆಗೊಮ್ಮೆ ಸಕತ್ ಸತಿಪತಿಗಳ ನಿರ್ಣಯದ ಹೊತ್ತು ಬಂದೇ ಬಿಟ್ಟಿತು. ಸಭಾಂಗಣದಲ್ಲಿ ಸ್ಪರ್ಧಾಳುಗಳು ಕಂಪಿಸುತ್ತಾ ಎದೆ ಹಿಡಿದುಕೊಂಡು ತಮ್ಮನ್ನು ತಾವೇ ಶಾಂತಗೊಳಿಸಿಕೊಳ್ಳುತ್ತ ಉಸಿರಾಟವನ್ನು ತಹಬಂದಿಗೆ ತಂದುಕೊಳ್ಳುತ್ತಾ ನಿಂತಿದ್ದರು. ಒಲಿಂಪಿಕ್ಸ್ನ 100 ಮೀಟರ್ ಓಟದ ಪಂದ್ಯಕ್ಕೆ ನಿಂತ ಕ್ರೀಡಾಪಟುವಿಗಿಂತ ಹೆಚ್ಚಾಗಿ ಇವರ ಗುಂಡಿಗೆಗಳು ಬಡಿದುಕೊಳ್ಳುತ್ತಿದ್ದವು. ನೆರೆದಿದ್ದ ನೂರಾರು ಜೋಡಿಗಳಲ್ಲಿ ಕೇವಲ ಮೂರು ಜೋಡಿಗಳಿಗೆ ಬಹುಮಾನ ಮತ್ತು ಸಮಯವಾದರೆ ಮಾತ್ರ ಮತ್ತೊಂದು ಜೋಡಿಗೆ ಅವಕಾಶವಿದೆ ಎಂದು ಘೋಷಣೆಯಾಗಿತ್ತು. ಮಿಕ್ಕ ನೂರಾರು ಜೋಡಿಗಳು ಬರಿಗೈಯ್ಯಲ್ಲಿ ಮನೆಗೆ ಹೋಗಬೇಕೆಂಬುದನ್ನು ಅವರಾರೂ ಗಮನಕ್ಕೇ ತಂದುಕೊಂಡಿರಲಿಲ್ಲ. ಬರಲಿರುವ ರಾಶಿಗಟ್ಟಲೆ ದುಡ್ಡು ಮತ್ತು ಸರಕುಗಳ ಭ್ರಮೆಯಲ್ಲಿದ್ದರು. ಜೊತೆಯಲ್ಲಿದ್ದ ಸಹಸ್ಪರ್ಧಿಗಳ ಬಗ್ಗೆ ಅವರು ದ್ವೇಷ ಹಾಗೂ ಮತ್ಸರಗಳನ್ನು ತುಂಬಿಕೊಂಡಿದ್ದರು. ಬಹುಮಾನಗಳು ತಮಗೇ ಬರಲಿ ಎಂದು ನೆನಪಾದ ದೇವರುಗಳನ್ನೆಲ್ಲ ಬೇಡಿಕೊಂಡಿದ್ದರು. ಮನೆಯಲ್ಲಿ ವಿಶೇಷ ಪೂಜೆಗಳನ್ನು ಮಾಡಿಸಿದ್ದರು. ಯಾವ ದಿಕ್ಕಿನಲ್ಲಿ ಕೂಡಬೇಕು, ನಿಲ್ಲಬೇಕು, ಮಲಗಬೇಕು ಎಂಬುದನ್ನೆಲ್ಲ ಜ್ಯೋತಿಷಿಗಳಿಂದ ತಿಳಿದು ಹಾಗೆಯೇ ಮಾಡುತ್ತಿದ್ದರು.

ಒಬ್ಬ ಜ್ಯೋತಿಷಿ ಪೂರ್ವ ದಿಕ್ಕಿಗೆ ಮುಖ ಮಾಡಿ ಕುಳಿತುಕೊಳ್ಳಲು ಹೇಳಿದ್ದ. ಆದರೆ ಸಭಾಂಗಣದಲ್ಲಿ ಪಶ್ಚಿಮಕ್ಕೆ ಮುಖ ಮಾಡಿ ಕುಳಿತುಕೊಳ್ಳಬೇಕಾಗಿತ್ತು. ಆದುದರಿಂದ ಹತ್ತಾರು ಜೋಡಿಗಳು ಕುರ್ಚಿಗಳ ಬಿಟ್ಟು ನೆಲದ ಮೇಲೆ ಪೂರ್ವಕ್ಕೆ ತಿರುಗಿ ಕುಳಿತುಬಿಟ್ಟರು. ವೇದಿಕೆಯ ಮೇಲೆ ಕಣ್ಣಿಟ್ಟು ನೆಲವನ್ನು ನೋಡದೆ ನಡೆಯುತ್ತಿದ್ದ ಕೆಲವರು ಕುಳಿತಿದ್ದವರನ್ನು ಎಡವಿ ಬಿದ್ದುಬಿಟ್ಟರು. ಅವರ ಮೇಕಪ್ಪು ಎಕ್ಕುಟ್ಟಿ ಹೋಯಿತು. ಕೈಯ್ಯಲ್ಲಿದ್ದ ವ್ಯಾನಿಟಿ ಬ್ಯಾಗುಗಳು ತುಂಡಾದವು. ಆದರೆ ಸರಿಯಾಗಿ ಜಗಳವಾಡಿ ಬಾಯ್ತುಂಬ ಬೈದಾಡಲು ಅವರಿಗೆ ಸಮಯವಿರಲಿಲ್ಲ. ಯಾವ ಕ್ಷಣದಲ್ಲಿ ತಮ್ಮ ಸರದಿ ಬರುವುದೋ ಎಂಬ ಗಲಿಬಿಲಿಯಲ್ಲಿ ಗಂಡ ಹೆಂಡಿರು ಜೊತೆ ಜೊತೆಯಾಗಿ ತಮ್ಮ ಸೀಟುಗಳ ಹುಡುಕುತ್ತಾ ಮುಂದೆ

ಮುಂದೆ ನಡೆದರು. ದಂಪತಿಗಳು ಮಾತ್ರ ಬರಬೇಕು ಮತ್ತು ಚಿಕ್ಕಮಟ್ಟ ಮಕ್ಕಳು, ಮೊಬೈಲುಗಳನ್ನು ಜೊತೆಗೆ ತರಕೂಡದೆಂದು ಖಡಕ್ ಆದೇಶವಿತ್ತು. ದಂಪತಿಗಳಿಗೆ ಮಕ್ಕಳನ್ನು ಬಿಟ್ಟಿರುವುದು ಅಷ್ಟು ತೊಂದರೆಯಾಗಲಿಲ್ಲ. ಆದರೆ ಮೊಬೈಲ್ ಬಿಟ್ಟಿರುವುದು ಉಸಿರುಗಟ್ಟಿಸುತ್ತಿತ್ತು. ಕೆಲವರಂತೂ ಎದೆಹಾಲು ಕುಡಿವ ಮಕ್ಕಳನ್ನೂ ಸಹ ಬಿಟ್ಟು ಬಂದಿದ್ದರು.

ವೇದಿಕೆಯು ಇದ್ದಕ್ಕಿದ್ದಂತೆ ಬಣ್ಣಬಣ್ಣದ ಬೆಳಕಿನಿಂದ ಕಣ್ಣು ಕೋರೈಸತೊಡಗಿತು. ಹಾಡೊಂದು ಅಬ್ಬರಿಸತೊಡಗಿತು. ಅದೆಲ್ಲಿದ್ದರೋ ಎನ್ನುವಂತೆ ಕಾರ್ಯಕ್ರಮ ನಡೆಸಿಕೊಡುವುದಕ್ಕೆ ನಿಯೋಜಿತರಾದ ನಟ ನಟಿ ಇಬ್ಬರು ಸ್ಟೆಪ್ಸ್ ಹಾಕುತ್ತಾ ಏಡಿಗಳಂತೆ ವೇದಿಕೆಯ ಮೇಲೆ ಅಡ್ಡಾದಿಡ್ಡಿಯಾಗಿ ನರ್ತಿಸತೊಡಗಿದರು. ಹಾಡು ಸಂಗೀತ ಹೇಗಿತ್ತೆಂದರೆ ಅಲ್ಲಿ ನೆರೆತಿದ್ದ ಸತಿಪತಿಯರು ಕುಂತಲ್ಲೆ ಎದ್ದುನಿಂತು ಚಪ್ಪಾಳೆ ತಟ್ಟುತ್ತ ನುಲಿಯೊಡಗಿದರು.

ಅಬ್ರಕಡಬ್ರ ಅಬ್ರಕಡಬ್ರ !
ಈ ಮಾಲಲ್ಲಿ ಗೋಲ್ಮಾಲಿಲ್ಲ

ಇಲ್ಲಿಲ್ಲದ ಮಾಲು ಏನೂ ಇಲ್ಲ
ಇಷ್ಟು ಸೋವಿ ಎಲ್ಲೂ ಇಲ್ಲ!
ಯಾರಿಗುಂಟು ಯಾರಿಗಿಲ್ಲ !

ಬಿಕಿನಿಯಿಂದ ಬುರ್ಕಾವರೆಗೆ
ಉಪ್ಪು ಸೊಪ್ಪು ಮೀನು ಮಾಂಸ
ಕತ್ತೆ ಹಾಲು ಕರಡಿ ಕೂದಲು
ಫಾರಿನ್ ಸೆಂಟು ಚೈನೀಸ್ ಫುಡ್ಡು
ಡೋಂಟ್ ವರಿ ಮೇಡಂ, ಕಡಿಮೆ ದುಡ್ಡು!

ತೊಟ್ಟಿಲ ಕಿಲಕಿಲ ಬೇಬಿಯಿಂದ
ತಲೆ ಅಲ್ಲಾಡುವ ಹಿರಿಯರವರೆಗೆ
ಏನು ಬೇಕು ಏನು ಬೇಡ
ಟಿವಿ ಮೊಬೈಲು ರೈತರ ಗೊಬ್ರ
ಅಬ್ರಕಡಬ್ರ ಅಬ್ರಕಡಬ್ರ!

ಹಾಡು ಮುಕ್ತಾಯಕ್ಕೆ ಬಂದಂತೆ ನಟ ನಟಿಯರಿಗಿಂತ ಜೋಡಿಗಳೇ ಉನ್ಮಾದಕ್ಕೊಳಗಾದವರಂತೆ ಮೈಮರೆತು ಕುಣಿಯತೊಡಗಿದರು. ಹಾಡು ನಿಂತು ಜೋಡಿಗಳು ಆಸೀನರಾಗಿ ಉಸಿರಾಟ ಮಾಮೂಲಾಗುವಷ್ಟರಲ್ಲಿ ನಟಿಯು ಇಂಪಾದ ಸ್ವರದಲ್ಲಿ ನಿರೀಕ್ಷೆಗೂ ಮೀರಿ ಆಗಮಿಸಿದ ದಂಪತಿಯರನ್ನು ಸ್ವಾಗತಿಸಿ ಶುಭ ಕೋರಿದಳು. ವೇದಿಕೆಯ ಅಕ್ಕಪಕ್ಕದಲ್ಲಿದ್ದ ಪರದೆಯ ಮೇಲೆ ಕ್ಷಣಕ್ಷಣಕ್ಕೆ ಯಾವ್ಯಾವೋ ಸರಕುಗಳ ಜಾಹೀರಾತು, ಹಾಡು, ಡ್ಯಾನ್ಸುಗಳು ಮಿಂಚಿ ಮಾಯವಾಗುತ್ತಿದ್ದವು. ನೂರಾರು ವರ್ಷ ಆಯಸ್ಸು ಕೊಡುವ ಔಷಧ, ಜಿಮ್ ಸಲಕರಣೆಗಳು, ಭಕ್ತಿ ಹೆಚ್ಚಿಸುವ ಊದಿನಕಡ್ಡಿ, ಹುಡುಗಿಯರನ್ನು ಆಕರ್ಷಿಸಿ ಬಲೆಗೆ ಬೀಳಿಸಿಕೊಳ್ಳುವ ಚಡ್ಡಿ ಬನಿಯನ್ನು, ಸೋಪು ಸೆಂಟು, ಚಿರಯೌವ್ವನ ದಯಪಾಲಿಸುವ ನಾರುಬೇರು ಇತ್ಯಾದಿಗಳ ಸಾಲುಸಾಲು.

ಸಭಾಂಗಣದಲ್ಲಿ ಘೋಷಣೆಯಾಯಿತು: ಕಂಪ್ಯೂಟರ್ ಮೊದಲ ಜೋಡಿಯ ಸಂಖ್ಯೆ ಮತ್ತು ಹೆಸರುಗಳನ್ನು ಆಯ್ಕೆ ಮಾಡಿದ್ದೇ ತಡ ದೊಡ್ಡ ಪರದೆಯ ಮೇಲೆ ಅವರ ಫೋಟೋ ಸಮೇತ ವಿವರಗಳು ಝಗಮಗಿಸತೊಡಗಿದವು. ಆ ದಂಪತಿಗಳು ಜೀವದ ಹಂಗು ತೊರೆದು ಒಂದೇ ಜಿಗಿತಕ್ಕೆ ವೇದಿಕೆಯೇರಿ ನಟ ನಟಿಯರ ಅಪ್ಪಿಕೊಳ್ಳುವುದು, ಕೈಕುಲುಕುವುದು ಮಾಡತೊಡಗಿದರು. ಅಷ್ಟಕ್ಕೇ ಸಮಾಧಾನವಾಗದೆ ಅವರನ್ನು ದೈವವೋ ಎಂಬಂತೆ ದೂರ ಸರಿದರೂ ಬಿಡದೆ ವೇದಿಕೆಯೆಲ್ಲ ಬೆರಸಾಡಿ ಪಾದಗಳಿಗೆ ಡೈವ್ ಹೊಡೆದರು. ದಂಪತಿಗಳ ಮುಖಗಳು ಊರಗಲವಾದವು. ಅವರಿಗೆ ಮಾತು ಹೊರಡದಂತಾದವು. ಕಿವಿಗಳು ನೋವಾಗುವಂತೆ ಚಪ್ಪಾಳೆ, ಶಿಳ್ಳೆ ಮತ್ತು ಕೇಕೆಗಳು ಸಭಾಂಗಣದಲ್ಲಿ ತುಂಬಿಹೋದವು. ಆಯ್ಕೆಯಾಗದ ಮಿಕ್ಕವರು ತಪ್ಪಿಹೋದ ಅವಕಾಶಕ್ಕೆ ತಮ್ಮ ಅದೃಷ್ಟವನ್ನು ಹಳಿಯುತ್ತಾ ಲೋಕವೇ ಲೈವವಾಯಿತೋ ಎಂಬಂತೆ ನಿಟ್ಟುಸಿರು ಬಿಟ್ಟರು. ಆದರೂ ಮುಂದಿನ ಆಯ್ಕೆ ತಮ್ಮದಾಗಬಹುದಲ್ಲ ಎಂಬ ಆಸೆಯಲ್ಲಿ ವೇದಿಕೆಯ ಮೇಲಿನ ಪ್ರಶ್ನೋತ್ತರದಲ್ಲಿ ಮಗ್ನರಾದರು. ವೇದಿಕೆಯ ಮೇಲೆ ತಾವು ಹೇಗೆ ವರ್ತಿಸಬೇಕೆಂಬುದನ್ನು ಮನದಲ್ಲಿಯೇ ಅಭ್ಯಾಸ ಮಾಡತೊಡಗಿದರು.

ಸ್ಪರ್ಧಿಗಳಿಗೆ ನಟ ನಟಿಯರು ಈ ಲೋಕದ ಮನುಷ್ಯರಂತೆಯೇ ಕಾಣುತ್ತಿರಲಿಲ್ಲ. ಅವರೆಂದೂ ಕಷ್ಟವನ್ನು ಕಂಡು ಕೇಳರಿಯದವರಂತೆ ನಗುನಗುತ್ತಿದ್ದರು. ಬದುಕಿನ ಎಲ್ಲಾ ಸಂಕಷ್ಟಗಳಿಗೂ ಅವರ ಬಳಿ ಉತ್ತರವಿದೆಯೆನಿಸುತ್ತಿತ್ತು. ಆದರೆ ಘಮಘಮಿಸುತ್ತಿದ್ದ ಅವರ ದೇಹದೊಳಗೆ ಅನೇಕ ರೋಗಗಳು ಬೀಡು ಬಿಟ್ಟಿದ್ದವು. ದೇಹವನ್ನು ಸುಸ್ಥಿತಿಯಲ್ಲಿಟ್ಟುಕೊಳ್ಳಲು ಸಿಕ್ಸ್ ಪ್ಯಾಕ್‌ಗೋಸ್ಕರ ನಟ ಮತ್ತು 36–24–36 ದೇಹಾಕೃತಿಗೆ ನಟಿ ಮಾಡುತ್ತಿದ್ದ ಕಸರತ್ತು ಮತ್ತು ಅಸಹಜ ಜೀವನಶೈಲಿಯೇ ಅವರ ರೋಗದ ಮೂಲವಾಗಿತ್ತು. ಅವರ ನಡೆನುಡಿ, ಸ್ನೇಹ ಸಂಬಂಧಗಳೆಲ್ಲ

ಕೃತಕವಾಗಿಯೂ, ಟೊಳ್ಳಾಗಿಯೂ ಇದ್ದು ಅಂತರ್ಯದಲ್ಲಿ ಖಿನ್ನತೆಯಿಂದ ನರಳುತ್ತಿದ್ದರು. ಸಾಮಾಜಿಕ ಸ್ಥಾನಮಾನ ಕಾಪಾಡಿಕೊಳ್ಳಲು ನಿಜವನ್ನು ಮುಚ್ಚುಮರೆ ಮಾಡುತ್ತ ಇನ್ನಷ್ಟು ರೋಗಗ್ರಸ್ಥರಾಗಿದ್ದರು. ನಟನ ವೈವಾಹಿಕ ಜೀವನವು ಶ್ರೀಮಂತಿಕೆ, ವೃತ್ತಿಸಂಬಂಧಿ ಆಕರ್ಷಣೆ, ಗಾಳಿಮಾತು, ಮತ್ಸರ ಮುಂತಾದವುಗಳನ್ನು ನಿಭಾಯಿಸಲಾಗದೆ ಹೆಂಡತಿಯ ಮುಖ ನೋಡದಂತಾಗಿದ್ದ. ಇದ್ದ ಇಬ್ಬರು ಮಕ್ಕಳು ವಸತಿಶಾಲೆಗಳ ಪಾಲಾಗಿದ್ದರು. ನಟಿಯ ಜೀವನವು ಪ್ರೀತಿಸಿದಂತೆ ಮಾಡಿ ಕೈಕೊಟ್ಟು ಹೋದ ಬಣ್ಣದ ಲೋಕದ ಹಲವು ನಟರಿಂದ ತುಂಬಿಹೋಗಿತ್ತು. ಅವಳು ಕನಿಷ್ಠ ಮೂರು ಬಾರಿ ಆತ್ಮಹತ್ಯೆ ಪ್ರಯತ್ನಗಳಿಂದ ಸ್ವಲ್ಪದರಲ್ಲಿ ಬಚಾವಾಗಿದ್ದಳು.

ಮೊದಲ ಸ್ಪರ್ಧೆಗೆ ಪ್ರಶ್ನೆಗಳು ಶುರುವಾದವು. ಪತಿ ನಂಬರ್ 1ನ್ನು ನಟ ನಟಿಯರೇ ಕೈ ಹಿಡಿದು ಕರೆತಂದು ಕಾಯ್ದಿರಿಸಲಾಗಿದ್ದ ಎತ್ತರದ ಕುರ್ಚಿಯಲ್ಲಿ ಕೂರಿಸಿದರು. ಇಡೀ ಲೋಕವೇ ತನ್ನನ್ನು ಗಮನಿಸುತ್ತಿದೆ ಎಂದು ಭ್ರಮೆಯಾವರಿಸಿರಲು ಪ್ರಶ್ನೆಗಳು ಪ್ರಾರಂಭವಾದವು.

**ನಟ:** "ನೀವು ಸರ್ಕಾರಿ ಕೆಲಸದಲ್ಲಿದ್ದೀರಿ. ದಿನವೂ ಎಷ್ಟು ಗಂಟೆಗೆ ಮನೆಗೆ ವಾಪಸ್ಸು ಬರುತ್ತೀರಿ?"

**ಪತಿ ನಂಬರ್ 1:** "ಸಾರ್ ನಿಮ್ಮನ್ನು ಇಷ್ಟು ಹತ್ತಿರದಿಂದ ಎದುರಾಬದುರು ಕುಳಿತು ಮಾತನಾಡುತ್ತಿರುವುದು ನನ್ನ ಪೂರ್ವಜನ್ಮದ ಪುಣ್ಯ".

**ನಟ:** "ಯಾಕ್ರಿ ಈ ಜನ್ಮದಲ್ಲಿ ನೀವು ಯಾವ ಪುಣ್ಯದ ಕೆಲಸವನ್ನೂ ಮಾಡಿಲ್ಲವೇ?"

**ಪತಿ ನಂಬರ್ 1:** "ಅಯ್ಯಯ್ಯೋ! ಹಾಗಲ್ಲ ಸರ್. ನಾನು ನಿಮ್ಮ ಅಭಿಮಾನಿ, ಭಕ್ತ ಸರ್. ನಿಮ್ಮ ನಟನೆಯ 'ನಿಯತ್ತಿನ ಗಂಡ' ಸಿನಿಮಾದಲ್ಲಿ ಸತ್ತು ಹೋದ ಹೆಂಡತಿಯ ಪ್ರಾಣವನ್ನು ಯಮರಾಯನ ಬೆನ್ನತ್ತಿ ಹಿಂಪಡೆಯುವ ನಿಮ್ಮ ಅಮೋಘ ನಟನೆಯನ್ನು ನೋಡಿ ನಾನು ವಿಪರೀತ ಅತ್ತಿದ್ದೆ ಸರ್. ಎಷ್ಟು ಅತ್ತಿದ್ದೆ ಅಂದ್ರೆ ಡಿಹೈಡ್ರೇಷನ್ ಆಗಿ ಆಸ್ಪತ್ರೆಗೆ ಸೇರಿಸಿದ್ದರು. ನಾನೂ ನನ್ನ ಹೆಂಡತಿಯನ್ನು ಅಷ್ಟೇ ಪ್ರೀತಿಸುತ್ತೀನಿ. ನಾವು ಆದರ್ಶ ಸತಿಪತಿಗಳು ಸರ್. ನಾನೂ ನನ್ನ ಹೆಂಡತಿಯ ಪ್ರಾಣವನ್ನು ಯಮನೊಡನೆ ಫೈಟ್ ಮಾಡಿ ಹಿಂದಕ್ಕೆ ತಂದು ಲೋಕವನ್ನು ದಂಗುಬಡಿಸಬಲ್ಲೆ. ಆದರೆ ಅದಕ್ಕೆ ಹೆಂಡತಿಯ ಡೆತ್ ಆಗಬೇಕಲ್ಲ ಸಾರ್" ಎಂದು ಅಳತೊಡಗಿದ.

**ನಟಿ:** "ಅಬ್ಬ! ಎಂಥ ಅದ್ಭುತ ಗಂಡ! ಪವಾಡಸದೃಶ!"

**ನಟ:** "ಪ್ರಶ್ನೆಗೆ ಉತ್ತರಿಸಿ ಸರ್. ಟೈಮ್ ಆಗ್ತಾ ಇದೆ!"

**ಪತಿ ನಂಬರ್ 1:** "ಹೇಳ್ತೀನಿ. ಆದರೆ ಕ್ಷಮಿಸಿ ಸರ್! ಪ್ರಶ್ನೆ ಮರೆತೇ ಹೋಗಿದೆ!"

**ನಟಿ:** "ದಿನವೂ ಆಫೀಸಿನಿಂದ ಮನೆಗೆ ಎಷ್ಟು ಹೊತ್ತಿಗೆ ಬರುತ್ತೀರಿ?"

**ಪತಿ ನಂಬರ್ 1:** "ದೇವ್ರಾಣೆ ಮೇಡಂ. ಯಾರ ಮಾತ್ನೂ ಕೇಳ್ಬೇಡಿ. ಲಂಚಕೋರ ಅಂತಾರೆ. ಅದು ಬರೀ ಚಾಡಿ. ಆಫೀಸ್ ಬಿಟ್ಟ ಐದು ನಿಮಿಷದಲ್ಲಿ ಮನೇಲಿರ್ತೀನಿ. ನನಗೆ ಕ್ಲಬ್ಬು, ಬಾರು, ಪೋಕ್ರಿ ಫ್ರೆಂಡ್ಸ್ ಅಂತ ಗೊತ್ತೇ ಇಲ್ಲ. 50 ರೂಪಾಯಿ ಇದ್ರೆ ಖರ್ಚು ಮಾಡಲು ಗೊತ್ತಿಲ್ಲ".

**ನಟಿ:** "ಅದ್ಭುತ! ನಿಮ್ಮಂಥ ಗಂಡ ಸಿಗಲು ಹೆಂಡತಿ ಪುಣ್ಯ ಮಾಡಿರಬೇಕು. ಆದರೆ ವಾರಕ್ಕೊಮ್ಮೆಯಾದರೂ ಫ್ರೆಂಡ್ಸ್ ಜೊತೆ ತಿರುಗಾಟಕ್ಕೆ ಹೋಗಿ ಬನ್ನಿ. ಪಾರ್ಟಿ ಮಾಡಿ. ಮನಸ್ಸು ಹಗುರ ಆಗುತ್ತೆ. ಆರೋಗ್ಯಕ್ಕೆ ಒಳ್ಳೆಯದು".

**ಪತಿ ನಂಬರ್ 1:** "ಹೌದು ಮೇಡಂ. ಎಲ್ಲ ಕೇಡಿನ ಮೂಲ ದುಡ್ಡು. ದುಡ್ಡು ಖರ್ಚಾಗಲಿ ಬಿಡಿ, ಕೆಟ್ಟದ್ದನ್ನು ಸುಟ್ಹಾಕೋಣ".

**ನಟ:** "ಅಬ್ಬಾ! ಎಂಥಾ ಮಸ್ತ್ ಮಾತಾಡಿದ್ರಿ! ಈ ಮಾತಿಂದ ನೀವು ನಮ್ಮ ಮನಸ್ಸಲ್ಲಿ ಸ್ಥಾನ ಪಡೆದಿದ್ದೀರಿ".

**ನಟಿ:** "ಮನೇಲಿ ಯಾವ ಕಾರಿದೆ?"

**ಪತಿ ನಂಬರ್ 1:** "ಮೊದಲು 'ವ್ಯಾನಿಟಿ' ಇತ್ತು. ಅದನ್ನು ಮಾರಿ ಒಂದು ವಾರದ ಕೆಳಗೆ 'ರ್‍ಯಾಪಿಡಿಟಿ' ಕಾರು ತಗೊಂಡೆ. (ಮದುವೆಯಾಗಿ 10 ವರ್ಷವಾದರೂ ಅವನ ವರದಕ್ಷಿಣೆ ಡಿಮ್ಯಾಂಡುಗಳು ಮುಗಿದಿರಲಿಲ್ಲ. ಅವನ ಕಾಟ ತಾಳಲಾರದೆ ಹೆಂಡತಿ ಮನೆಯವರು ಹೊಸ ಕಾರು ಕೊಡಿಸಿದ್ದರು. ಅದು 40 ಲಕ್ಷದ ಕಾರಾಗಿತ್ತು.)

**ನಟ:** "ವಂಡರ್‌ಫುಲ್ ಸರ್. ಸರಿಯಾದ ಕಾರು. ಮನೆಯಲ್ಲಿ ಯಾವ ಫ್ರಿಜ್ಜ್ ಇದೆ. ತಗೊಂಡು ಎಷ್ಟು ದಿನ ಆಯ್ತು?"

**ಪತಿ ನಂಬರ್ 1:** 'ಥಂಡ' ಕಂಪನಿಯ ಫ್ರಿಜ್ಜಿದೆ ಸರ್. ತಗೊಂಡು 10 ವರ್ಷ ಆಯ್ತು.

ಆ ಮಾತು ಕೇಳಿದ ಕೂಡಲೆ ನಟನಟಿಯರು ನಿಟ್ಟುಬಿದ್ದರು.

**ನಟಿ:** Oh my God! One fridge and one decade!

**ನಟ:** "ತಂತ್ರಜ್ಞಾನ ರಾಕೆಟ್ ವೇಗದಲ್ಲಿ ಬದ್ಲಾಗ್ತಿದೆ. ನಾವೂ ಅದೇ ಸ್ಪೀಡಲ್ಲಿ ಬದ್ಲಾಗ್ಬೇಕು. ಆರು ತಿಂಗಳಿಗೊಮ್ಮೆ ಬದ್ಲಾಯಿಸ್ತಿರಬೇಕು. ತಂತ್ರಜ್ಞಾನದ ಪ್ರಗತಿಯೇ ಮನುಕುಲದ ಪ್ರಗತಿಯ ಮಾಪಕ".

**ನಟಿ:** "ಇದೇ ಮಾಲಲ್ಲಿ 'ಹಿಮ' ಕಂಪನಿಯ ಫ್ರಿಜ್ಜ್ ತಗಳ್ರಿ, ಅದಕ್ಕೆ ಕಡಿಮೆ ಕರೆಂಟ್ ಬೇಕು. ವಿಪರೀತ ದುಡ್ಡುಳಿಯುತ್ತೆ".

**ನಟ:** "ಕಾಸಿದ್ರೆ ಕೈಲಾಸ".

**ಪತಿ ನಂಬರ್ 1:** "ಅದ್ಭುತ ಫಿಲಾಸಫಿ ಸರ್. Hats off to you! Thanks Sir!

**ನಟ:** "ಗ್ಲೋಬಲ್ ವಾರ್ಮಿಂಗ್ ಬಗ್ಗೆ ನಿಮಗೆ ಗೊತ್ತಿರಬಹುದು. ಆದುದರಿಂದ ಫ್ರಿಜ್ಜ್ ಜೊತೆಗೆ ಇಡೀ ಮನೆಗೆ ಎ.ಸಿ. ಹಾಕಿಸಿ. ಎಲ್ಲ ಬ್ರ್ಯಾಂಡೆಡ್ ಸಾಮಗ್ರಿ ಬಳಸಿ.

ಗಡಿಯಾರದ ಮೇಲೆ ಕಣ್ಣಿಟ್ಟು ನಟ ನಟಿಯರು ವೇಗವಾಗಿ ಪ್ರಶ್ನೆಗಳನ್ನು ಹಾಕತೊಡಗಿದರು. ಫ್ಯಾನು, ವಾಟರ್ ಫಿಲ್ಟರ್, ಚೇರು, ಟೇಬಲ್ಲು, ಘುಟ್ ರಗ್ಗು, ಬನಿಯನ್ನು, ಕಾಚ ಮುಂತಾದವುಗಳ ಬಗ್ಗೆ ಪ್ರಶ್ನೆ ಕೇಳಿದರು. ಹತ್ತು ಪ್ರಶ್ನೆಗಳಾದ ಮೇಲೆ ಪತಿ ನಂಬರ್ 1ರನ್ನು ಬೇರೆ ಕಡೆಗೆ ಕರೆದೊಯ್ದು, ಒಳಗೆ ಯಾವುದೋ ಕೋಣೆಯಲ್ಲಿದ್ದ ಆತನ ಪತ್ನಿಯನ್ನು ಕರೆತಂದು ಪ್ರಶ್ನಿಸತೊಡಗಿದರು. ಪತಿ ನಂಬರ್ 1ಗೆ ಕೇಳಿದ ಪ್ರಶ್ನೆಗಳನ್ನೇ ಪತ್ನಿ ನಂಬರ್ 1ಗೂ ಕೇಳಲಾಯಿತು.

"ಪತಿರಾಯ ಆಫೀಸ್ ಬಿಟ್ಟು ಮನೆಗೆ ಬರುವುದು ರಾತ್ರಿ ಹನ್ನೆರಡರ ಮೇಲೆಯೇ ಸೈ! ಟೈಮಿಗೆ ಸರಿಯಾಗಿ ಯಾವ ಗಂಡಸೂ ನೆಟ್ಟಗೆ ಮನೆಗೆ ಬರಲ್ಲ" ಎಂದು ಮೊದಲ ಪ್ರಶ್ನೆಗೆ ಉತ್ತರಿಸಿ ಇಡೀ ಸಭಾಂಗಣವನ್ನೇ ನಗೆಗಡಲಲ್ಲಿ ಕೆಡವಿದಳು. ಅದೊಂದು ಉತ್ತರದ ವಿನಹ ಬೇರೆಲ್ಲವೂ ಸರಿಸುಮಾರು ಗಂಡ ಉತ್ತರಿಸಿದ ರೀತಿಯಲ್ಲಿಯೇ ಉತ್ತರಿಸಿದಳು. ಗಂಡನ ಧನದಾಹ, ಭ್ರಷ್ಟತೆ, ಮುಗಿಯದ ವರದಕ್ಷಿಣೆಯ ಕಾಟಗಳನ್ನು ಮುಚ್ಚಿಹಾಕಿ ಮಾತನಾಡಿದಳು. ಗಂಡನು ಎಲ್ಲಿ ಯಾವ ರೀತಿಯ ಸುಳ್ಳು ಹೇಳಿರುತ್ತಾನೆ ಎಂಬುದು ಆಕೆಗೆ ಗೊತ್ತಿತ್ತು. 'ಸುಳ್ಳಿಗೆ ಮಾತ್ರ ದುಡ್ಡು ಗಿಟ್ಟಿಸುವ ತಾಕತ್ತಿದೆ, ನಿಜಕ್ಕೆ ನಾಮವೇ ಗತಿ' ಎಂಬುದು ಅವಳ ಪ್ರಬಲ ನಂಬಿಕೆಯಾಗಿತ್ತು.

ಮೊದಲ ಜೋಡಿಯ ಪ್ರಶ್ನೋತ್ತರ ಮುಗಿಯುತ್ತಿದ್ದಂತೆ 'ಸಕತ್ ಸತಿಪತಿ', 'ಅಬ್ರಕಡಬ್ರ', 'ವೆಲಾಸಿಟಿ'ಗಳ ಜಾಹೀರಾತಿನ ಸುರಿಮಳೆಯಾಯ್ತು. ಸಮಯ ಸರಿಯುತ್ತಿತ್ತು. ಸ್ಪರ್ಧಾಳುಗಳು ಮುಂದಿನ ಸುತ್ತಿಗಾಗಿ ಚಡಪಡಿಸತೊಡಗಿದರು.

ಕಂಪ್ಯೂಟರ್ ಎಂಬ ಯಂತ್ರವು ಆದೇಶಿಸಿದ ಕೂಡಲೆ ಒಂದು ಜೋಡಿಯನ್ನು ಕುಡ್ಡೇಟಲ್ಲೊಂದು ಅಡ್ಡೇಟು ಎಂಬಂತೆ ಆಯ್ಕೆ ಮಾಡುತ್ತಿತ್ತು.

ಮೊದಲ ಜೋಡಿಗೆ ಪ್ರಶ್ನಿಸಿದಂತೆ 2 ಮತ್ತು 3ನೆಯ ದಂಪತಿಗಳಿಗೂ ಪ್ರಶ್ನಿಸಿ ಉತ್ತರ ಪಡೆಯಲಾಯಿತು. ವೇಷ, ಭಾಷೆ ತಿಂಡಿ ತಿನಿಸು ರೀತಿ ರಿವಾಜುಗಳು

ಯಾವುದೇ ವಿಧದಲ್ಲಿಯೂ ಜನಸಾಮಾನ್ಯರ ಜಾಯಮಾನಕ್ಕೆ ಒಗ್ಗದಂತಿದ್ದ ಈ ಎರಡು ಜೋಡಿಗಳು ನಟ ನಟಿಯರೇ ಬೆರಗಾಗುವಂತೆ ಉತ್ತರಿಸಿದರು. ಅವರಿಗೆ ಗೊತ್ತಿಲ್ಲದ ಮತ್ತು ಬೇಕಿಲ್ಲದ ಸರಕುಗಳೇ ಇರಲಿಲ್ಲ. 'ಅಬ್ರಕಡಬ್ರ'ದಂಥ ಮಾಲ್ ಸಹ ಅವರಿಗೆ ಚಿಕ್ಕದೆನಿಸುವಂತಿತ್ತು. 3ನೆಯ ಜೋಡಿಯಂತೂ ಗೆಲ್ಲಲಿರುವ ದುಡ್ಡನ್ನೆಲ್ಲ ಅಬ್ರಕಡಬ್ರದಲ್ಲಿಯೇ ಖರ್ಚು ಮಾಡುವುದಾಗಿ ಆಣೆ ಮಾಡಿ ಹೇಳಿತು.

ಇಲ್ಲಿಗೆ ಒಂದು ಗಂಟೆಯಾಗಿ ಪ್ರಶ್ನೋತ್ತರ ಮುಗಿಯಬೇಕಾಗಿತ್ತು. ಆದರೆ 2 ಮತ್ತು 3ನೆಯ ಜೋಡಿ ಚಕಾಚಕ್ ಉತ್ತರಿಸಿ ಸಮಯ ಉಳಿಸಿಕೊಟ್ಟಿದ್ದರು. ಆದುದರಿಂದ 4ನೆಯ ಜೋಡಿಯನ್ನು ಕಂಪ್ಯೂಟರ್ ಆರಿಸಿದಾಗ ನಟ ನಟಿಯರಷ್ಟೇ ಅಲ್ಲ ಇಡೀ ಸಭಾಂಗಣವೇ ನಂಬಲಾಗದೆ ಸ್ತಂಭೀಭೂತವಾಯಿತು. ಆಯ್ಕೆಯಾದದ್ದು ಹುಚ್ಚಯ್ಯ ಮತ್ತು ಸುಂಕ್ಲಮ್ಮರ ಜೋಡಿಯಾಗಿತ್ತು. ಶ್ರೀಮಂತರ ಮನೆಯಲ್ಲಿ ಕೆಲಸ ಮಾಡಿಕೊಂಡಿದ್ದ ಅವರು ಬಡವರು ಮತ್ತು ನಿರಕ್ಷರಿಗಳಾಗಿದ್ದರು. ಮಾನ ಮರ್ಯಾದೆಗಂಜಿ ಬಾಳುತ್ತಿದ್ದ ಸಜ್ಜನರಾಗಿದ್ದರು. ಇರುವ ಇಬ್ಬರು ಮಕ್ಕಳನ್ನು ಓದಿಸಲು ಪಣ ತೊಟ್ಟು ಹೊಟ್ಟೆಬಟ್ಟೆ ಕಟ್ಟಿ ಜೀವನ ಸಾಗಿಸುತ್ತಿದ್ದರು. ಸಾಹುಕಾರರ ಮನೆಯ ಕಸಮುಸುರೆ, ಬಟ್ಟೆಬರೆ, ಮನೆ ಗಾರ್ಡನ್ನಿನ ನಿರ್ವಹಣೆ ಮಾಡುತ್ತಾ ದಿನವಿಡೀ ಅಲ್ಲೇ ಬಿದ್ದಿರುತ್ತಿದ್ದರು. ಅಲ್ಲದೆ ಅರ್ಧ ಗಂಟೆಗೊಮ್ಮೆ ಸುಂಕ್ಲಮ್ಮನು ಒಡತಿಯ ಮೇಕಪ್ಪು, ಡ್ರೆಸ್ಸು, ಸೀರೆಯ ಸೆರಗು ನೆರಿಗೆ, ಧರಿಸಿದ್ದ ಚಿನ್ನದ ವಜ್ರದ ಒಡವೆಗಳನ್ನು ಒಪ್ಪಓರಣ ಮಾಡುತ್ತಿರುತ್ತಿದ್ದಳು. ಸ್ಪರ್ಧೆಯ ದಿನವೂ ಮೇಕಪ್ಪಿನ ದೇಖರೇಖಿಗೆ ಸಾಹುಕಾರರು ಸುಂಕ್ಲಮ್ಮ ಹುಚ್ಚಯ್ಯರನ್ನು ದಾಖಲಾತಿ ಒದಗಿಸಿ ನೋಂದಣಿ ಮಾಡಿಸಿ ಕರೆದುಕೊಂಡು ಹೋಗಿದ್ದರು. ನೋಂದಣಿ ಇಲ್ಲದೆ ಒಂದು ನರಪಿಳ್ಳೆಯೂ ಒಳಗೆ ಹೋಗುವಂತಿರಲಿಲ್ಲ. ಅವರಿಬ್ಬರೂ ಒಡೆಯರ ಬೂಟುಗಳ ಧೂಳನ್ನು ಒರೆಸುತ್ತಿದ್ದಾಗ ಅವರ ಹೆಸರು ಘೋಷಣೆಯಾಯಿತು. ಇದೆಷ್ಟು ಆಕಸ್ಮಿಕವಾಗಿತ್ತೆಂದರೆ ಎಲ್ಲರಿಗಿಂತ ಹೆಚ್ಚು ಆಶ್ಚರ್ಯವಾಗಿದ್ದು ಸುಂಕ್ಲಮ್ಮ ಮತ್ತು ಹುಚ್ಚಯ್ಯರಿಗೆ. ಅವರು ಯಾರು ಹೇಳಿದರೂ ವೇದಿಕೆ ಹತ್ತಲಿಲ್ಲ. ಹುಚ್ಚಯ್ಯ ಕಾಕಿ ಪ್ಯಾಂಟು, ಶರ್ಟು ಹಾಕಿಕೊಂಡಿದ್ದ ಮತ್ತು ಸುಂಕ್ಲಮ್ಮನು ಯಾರೋ ಕೊಟ್ಟಿದ್ದ ಕಡಿಮೆ ಗುಣಮಟ್ಟದ ನೀಲಿ ಬಣ್ಣದ ನೈಲಾನ್ ಸೀರೆ ಉಟ್ಟುಕೊಂಡಿದ್ದಳು. ಅವರಿಗೆ ಸತಿಪತಿ ಪ್ರೋಗ್ರಾಂ, ಅಲ್ಲಿನ ಪ್ರಶ್ನೋತ್ತರದ ಬಗ್ಗೆ ಅಲ್ಪಸ್ವಲ್ಪ ಗೊತ್ತಿತ್ತು. ಪುಗಸಟ್ಟೆಯಾಗಿ ಲಕ್ಷಾಂತರ ಕೋಟ್ಯಾಂತರ ಕೊಡುವವರ ಬಗ್ಗೆ ಅವರಿಗೆ ಗುಮಾನಿಯಿತ್ತು. ಅದುವರೆಗಿನ ಪ್ರಶ್ನೋತ್ತರವನ್ನು ಅವರು ಗಮನವಿಟ್ಟು ನೋಡಿರಲಿಲ್ಲ. ಒಡೆಯರ ಮೇಕಪ್ಪನ್ನು ತಿದ್ದುವುದರಲ್ಲಿ ಮಗ್ನರಾಗಿದ್ದರು.

ಅಷ್ಟರಲ್ಲಿ ಮಾಲ್‌ನ ಸಿಬ್ಬಂದಿ ಬಂದು ಹುಚ್ಚಯ್ಯ, ಸುಂಕ್ಲಮ್ಮರನ್ನು ವೇದಿಕೆಗೆ

ಕರೆದುಕೊಂಡು ಹೋದರು. ಅವರ ಒಡೆಯರಿಗೆ ಹೊಟ್ಟೆಯಲ್ಲಿ ಕಾರದ ಪುಡಿ ಕಲಿಸಿದಂತಾಯ್ತು. ಆಳುಗಳನ್ನು ಯಾಕಾದರೂ ಕರೆದುಕೊಂಡು ಬಂದೆವೋ ಎಂದು ಕೆಂಡಾಮಂಡಲವಾದರು.

ಹುಚ್ಚಯ್ಯನ ಹೆಸರನ್ನು ಹೇಗೋ ಉಚ್ಚರಿಸಿದರೂ ಸುಂಕ್ಲಮ್ಮನ ಹೆಸರು ಹೇಳಲು ನಟ ನಟಿಯರಿಗೆ ಕಷ್ಟವಾಗುತ್ತಿತ್ತು. 'ಅಯ್ಯೋ! ಏನು ಸ್ವಾಮಿ! ಅದು ನಮ್ಮ ದೈವ. ದೈವದ ಹೆಸರೇಳಕೂ ಬರಲ್ವ!' ಎಂದು ಸುಂಕ್ಲಮ್ಮ ನಟ ನಟಿಯರ ಮೇಲೆ ಗರಂ ಆದಳು. ಈ ಸಲ ಬದಲಾವಣೆಯೆಂಬಂತೆ ಹುಚ್ಚಯ್ಯನನ್ನು ಬೇರೆ ರೂಮಿಗೆ ಕಳಿಸಿ ಸುಂಕ್ಲಮ್ಮನಿಗೆ ಮೊದಲು ಪ್ರಶ್ನೆ ಹಾಕತೊಡಗಿದರು. ಅವಳು ಏನು ಮಾಡಿದರೂ ಹಾಟ್ಸೀಟಿನ ಮೇಲೆ ಕುಳಿತುಕೊಳ್ಳದೆ ನಿಂತೇ ಇದ್ದಳು. ಎಂದೂ ಕುರ್ಚಿಯ ಮೇಲೆ ಕೂರದ ಅವಳಿಗೆ ಎತ್ತರಕ್ಕಿದ್ದ ಕುರ್ಚಿಯ ಮೇಲೆ ಕೂತರೆ ಬಿದ್ದುಬಿಡುವ ಹೆದರಿಕೆಯಿತ್ತು. ಅವಳು ಉಟ್ಟಿದ್ದ ಸೀರೆ ಅಲ್ಲಲ್ಲಿ ಸವೆದಿತ್ತು ಮತ್ತು ಬಣ್ಣ ಕಳೆದುಕೊಂಡು ಬೆಳ್ಳಗಾಗಿತ್ತು. ಆ ಸೀರೆ, ಹವಾಯಿ ಚಪ್ಪಲಿ, ಬಳೆ ಅಕರಾಳ ವಿಕರಾಳವಾಗಿ ಕಂಡು ಕೆಲವರು ಮುಜುಗರದಿಂದ ಮುಖ ಸಿಂಡರಿಸಿಕೊಂಡರೆ ಮತ್ತೆ ಕೆಲವರು ಗಹಗಹಿಸಿ ನಗತೊಡಗಿದರು. ನಟ ನಟಿಯರು ತಮ್ಮ ಭಾಷಾ ವೈಖರಿಯನ್ನು ಬದಲಾಯಿಸಿಕೊಂಡು ಸಂಪೂರ್ಣ ಕನ್ನಡದಲ್ಲಿ ಮತ್ತು ಸರಳವಾಗಿ ಮಾತನಾಡಲು ತಿಣುಕತೊಡಗಿದರು. ಎಲ್ಲ ಪ್ರಶ್ನೆಗಳನ್ನೂ ಮೌಖಿಕವಾಗಿ ಕೇಳಬೇಕಾಯಿತು.

**ನಟಿ:** "ಯಾವ ಬ್ರ್ಯಾಂಡಿನ ಪೇಸ್ಟು ಬ್ರಶ್ನಲ್ಲಿ ಹಲ್ಲುಜ್ಜುತ್ತೀಯ ಸುಂಕ್ಲಮ್ಮ, ಕ್ಷಮಿಸಿ ಶ್ರೀಮತಿ ಸುಂಕ್ಲಮ್ಮಾಜಿ?"

**ಸುಂಕ್ಲಮ್ಮ:** "ಅಯ್ಯೋ! ಸರ್ಯಾಗೇಳ್ದೆ ಕಣಕ್ಕ! ಹಲ್ಪುಡಿ ಬರ್ತದಲ್ಲಕ್ಕ! ಅದ್ರಾಗೆ ಹಲ್ಲು ತಿಕ್ಕದು! ಮೊದ್ಲು ಇದ್ಲಿ ಕಡ್ಡಿ ಹಲ್ಲು ತಿಕ್ತಿದ್ವಿ. ಈಗ ಇದ್ಲಿಗೆ ದೊಡ್ರೋಗ ಬಂದೈತೆ. ಅವು ಸಿಗ್ತಿಲ್ಲ. ಯಾಕಕ್ಕ ಇಂಥ ಘನಂದಾರಿ ಪ್ರಶ್ನೆ ಕೇಳ್ತಿದೀಯಾ? ವಸಿ ನ್ಯಾಯವಾಗಿ ಕೇಳಕ್ಕ. ಇಂಪಾರ್ಟೆಂಟು".

**ನಟಿ:** "ಯಾವ ಪೌಡರ್ ಬಳಸ್ತೀರಿ ಮನ್ಲಿ ಸುಂಕ್ಲಮ್ಮಾಜಿ?"

**ಸುಂಕ್ಲಮ್ಮ:** "ಪೌಡ್ರು ಗಿವುಡ್ರು ಯಾವಳೂ ಇಲ್ಲ. ಒಂದ್ಸಲ ಆಗಸ್ಟ್ 15ಕ್ಕೆ ಮಗಳು ಗಲಾಟೆ ಮಾಡಿದ್ಲುಂತ ಮಗಳಿಗೆ ಗೊತ್ತಾಗದಂತೆ ಅಕ್ಕಿ ಹಸಿಟ್ಟು ಹಚ್ಚಿ ಕಳಿಸಿದ್ದೆ".

**ನಟಿ:** "ಟಾಯ್ಲೆಟ್ ಸೋಪು ಯಾವ್ದು ಸುಂಕ್ಲಮ್ಮಾಜಿ?"

**ಸುಂಕ್ಲಮ್ಮ:** "ಬಟ್ಟೆ ಸೋಪ್ನೆ ಮೈಗೂ ಹಚ್ಕಂತೀವಿ. ಟಾಯ್ಲೆಟ್ ಸೋಪೂ ಇಲ್ಲ, ಲೆಟ್ರಿನ್ ಸೋಪೂ ಅಲ್ಲ. ಅಗಲಲ್ಲ ಮಾಜಿ ಮಾಜಿ ಅನ್ಬೇಡ ಕಣಕ್ಕ, ಸುಂಕ್ಲಮ್ಮ ಅನ್ನು ಸಾಕು".

**ನಟಿ:** "ಶ್ಯಾಂಪೂ?"

**ಸುಂಕ್ಲಮ್ಮ:** "ತಮಾಷಿ ಮಾಡ್ಬೇಡ ಕಣಕ್ಕ. ಅದ್ಕೇ ನಾನೇಳಾದು. ಇಂಗ್ಲೀಶ್ ಮಾತಾಡವ್ಕೆ ತಿಳವಳ್ಕೆ ಕಡಿಮೆ ಅಂತ. ಶಾಂಪೂ ಅಂತೆ ಶಾಂಪೂ. ನಮ್ಮ ಸೌಕರ್‍ರ ಮನೇಲಿ ಕಣ್ಣಾಗೆ ನೋಡಿದಿನಷ್ಟೆ. ಬಾತ್ಟಬ್, ಕಮೋಡು ಉಜ್ಜಬೇಕಾದ್ರೆ.

**ನಟಿ:** "ಯಾವ ಬ್ರ್ಯಾಂಡಿನ ಟವಲ್ಲು ಉಪಯೋಗಿಸ್ತೀರಿ?"

**ಸುಂಕ್ಲಮ್ಮ:** "ನನ್ನ ಯಾವುದಾದ್ರೂ ಹಳೇ ಸೀರೆ. ಇಲ್ಲ ಅಂದ್ರೆ ನನ್ನ ಗಂಡನ ಹಳೆ ಪಂಚೇನೇ ಟವಲ್ಲು ನಮ್ಮನ್ಲಿ".

ಪ್ರತಿ ಉತ್ತರಕ್ಕೂ ನಟ ನಟಿಯರಿಬ್ಬರೂ ನಗುತ್ತಾ ಅಯ್ಯೋ! ಅದು ಬಹಳ unhygienic, diseases ಬಂದುಬಿಡ್ತವೆ! ಇತ್ಯಾದಿ ಹೇಳುತ್ತಿದ್ದರು. ಅವರ ಮುಖದ ಮೇಲೆ ತಾವು ಸೇಫ್ ಎಂಬ ಸಮಾಧಾನವಿತ್ತು. ಮೇಲ್ವರ್ಗದವರೆಂಬ ಜಂಭವಿತ್ತು. ಎದುರು ಕೂತವರು ಕೀಳುದರ್ಜೆ ಎಂಬ ಅಹಂಕಾರವೂ ತುಂಬಿತ್ತು.

**ನಟಿ:** "ನಿಮ್ಮ ಮನೆಯಲ್ಲಿ ಯಾವ ಮೇಜು, ಕುರ್ಚಿ, ಮಂಚಗಳಿವೆ? ಯಾವ ಬ್ರ್ಯಾಂಡು?

**ಸುಂಕ್ಲಮ್ಮ:** "ನೆಲ ಬ್ರಾಂಡ್ ಕಣಕ್ಕ. ನಮ್ಮನ್ಲಿ ನೆಲವೇ ಕುರ್ಚಿ ಮೇಜು ಮಂಚ ಎಲ್ಲ".

ಸುಂಕ್ಲಮ್ಮನ ಮಾತುಗಳು ಅವರಿಗೆ ಅರ್ಥವಾಗದೆ ಹೋದವು. ಬಡತನವೆಂಬುದು ಅವರಿಗೆ ಊಹಾತೀತವಾಗಿತ್ತು. ಅವರು ಮುಂದಿನ ಪ್ರಶ್ನೆಗೋದರು.

**ನಟಿ:** "ಯಾವ ಬೆಡ್ ದಿಂಬು ರಗ್ಗು?"

**ಸುಂಕ್ಲಮ್ಮ:** "ಚಾಪೆಯೇ ಬೆಡ್ಡು, ತೋಳೇ ದಿಂಬು, ಗೋಣಿಚೀಲವೇ ರಗ್ಗು".

ಸುಂಕ್ಲಮ್ಮನಿಗೆ ಎಲ್ಲರೆದುರು ತನ್ನ ಮನೆಯ ಗೌರವ ಹರಾಜು ಹಾಕುತ್ತಿದ್ದಾರೆನಿಸಿತು. ಯಾಕಾದರೂ ಇಲ್ಲಿ ಬಂದು ಇಕ್ಕಳದಲ್ಲಿ ಸಿಕ್ಕಿಕೊಂಡೆನೋ ಅಂದುಕೊಂಡಳು.

**ನಟಿ:** "ಯಾವ ಬ್ರ್ಯಾಂಡಿನ ಯೋಗರ್ಟ್, ತುಪ್ಪ, ಚೀಸ್, ಪನ್ನೀರ್, ಕೋವ ಬಳಸ್ತೀರಿ ಸುಂಕ್ಲಮ್ಮಾಜಿ (ಸುಂಕ್ಲಮ್ಮ ಸಿಟ್ಟಿಗೆದ್ದು ಬೈದರೆ ಏನು ಮಾಡುವುದು ಎಂದು ನಟಿ ಭಯಪಟ್ಟಂತಿತ್ತು. ಅದಕ್ಕೆ ಮತ್ತೊಮ್ಮೆ ಸುಂಕ್ಲಮ್ಮಾಜಿ ಎನ್ನತೊಡಗಿದ್ದಳು.)

**ಸುಂಕ್ಲಮ್ಮ:** "ಅವೆಲ್ಲ ಮುಂದಿನ ಜನ್ಮಕ್ಕಿಟ್ಟುಕೊಂಡೀನಕ್ಕ".

**ನಟಿ:** "ಯಾವ ಬ್ರ್ಯಾಂಡಿನ ಹಾಲು ಬಳಸ್ತೀರಿ ಸುಂಕ್ಲಮ್ಮಾಜಿ".

**ಸುಂಕ್ಲಮ್ಮ:** "ನಮ್ಮ ಓಣೀಲಿ ಗೋಣ್ಯಪ್ಪ ಅಂತ ಒಬ್ಬ ಎಮ್ಮೆ ಸಾಕಿದಾನೆ. ಅವನತ್ರ ಹುಣ್ಣಿಮೆಗೋ ಅಮಾಸೆಗೋ ಪಾವೋ ಚಟಾಕೋ ಹಾಲು ಕೊಂಡ್ಕಂತೀವಿ. ಎಮ್ಮೆ ಬ್ರಾಂಡ್ ಹಾಲು ಕಣಕ್ಕ".

ಇದು ಕೇಳಿದ ತಕ್ಷಣ ಸಭಾಂಗಣದಲ್ಲಿ ಜನ ಬಿದ್ದು ಬಿದ್ದು ನಗತೊಡಗಿದರು.

ನಟ ನಟಿಯರಿಗೆ ಸಾಕಾಗಿ ಹೋಗಿತ್ತು. ಪ್ರಶ್ನೋತ್ತರ ಅಲ್ಲಿಗೇ ಮುಗಿಸಿದರೆ ಅವರಿಗೆ ಬರುವ ದುಡ್ಡು ಸಿಗುವ ಗ್ಯಾರಂಟಿ ಇರಲಿಲ್ಲ.

**ನಟಿ:** "ಸುಂಕ್ಲಮ್ಮಾಜಿ ನಿಮಗೀಗ ನಾಲ್ಕಾರು ಲಕ್ಷ ದುಡ್ಡು ಸಿಕ್ಕರೆ ಏನ್ಮಾಡ್ತೀರಿ?"

**ಸುಂಕ್ಲಮ್ಮ:** "ಒಂದೇ ಒಂದು ಪೈಸೆ ವೇಸ್ಟ್ ಮಾಡದಂಗೆ ಮಕ್ಕಳನ್ನ ವಿದ್ಯಾವಂತರನ್ನಾಗಿ ಮಾಡ್ತೀನಿ ಕಣಕ್ಕ".

**ನಟಿ:** "ಈ ಮಾಲ್‌ನಲ್ಲಿ ಏನು ಕೊಂಡ್ಕೊಳ್ತೀರಾ ಸುಂಕ್ಲಮ್ಮಾಜಿ?"

**ಸುಂಕ್ಲಮ್ಮ:** "ಇಲ್ಲಿರೋದೆಲ್ಲ ನನಗೆ ವೇಸ್ಟು. ಏನೇನೂ ಕೊಂಡ್ಕಳಲ್ಲ. ಇಲ್ಲಿ ಚೌಕಾಸಿ ಬೇರೆ ಇಲ್ವಲ್ಲಕ್ಕ. ಚೌಕಾಸಿ ಇಲ್ದಿದ್ರೆ ನನಿಗೆ ಕೊಂಡ್ಕೊಂಡಂಗೇ ಆಗಲ್ಲ.

ಪ್ರಶ್ನೆಗಳು ಮುಗಿದವು. ಸುಂಕ್ಲಮ್ಮನನ್ನು ಒಳಗೆ ಕರೆದುಕೊಂಡು ಹೋಗಿ ಹುಚ್ಚಯ್ಯನನ್ನು ಕರೆತಂದು ಪ್ರಶ್ನಿಸಲಾರಂಭಿಸಿದರು. ಆ ದಂಪತಿಗಳು ಒಂದೇ ಆತ್ಮ ಎರಡು ದೇಹ ಎಂಬಂತಿದ್ದರು. ಹತ್ತಾರು ವರ್ಷ ಕೂಡಿ ಬಾಳಿ ಅವರ ಆಲೋಚನೆ, ಭಾವನೆಗಳು ಒಂದೇ ಹದಕ್ಕೆ ಬಂದಿದ್ದವು. ತಮ್ಮ ಎಲ್ಲ ಸಣ್ಣಪುಟ್ಟ ಭಿನ್ನಾಭಿಪ್ರಾಯಗಳನ್ನು ತೊಡೆದುಬಿಟ್ಟಿದ್ದರು. ಹೊಂದಾಣಿಕೆ ಅಂದ್ರೇನು ಅನ್ನೋದು ಅವರಿಂದ ಕಲಿಯಬಹುದಿತ್ತು. ಹೀಗಾಗಿ ಹುಚ್ಚಯ್ಯನು ಸುಂಕ್ಲಮ್ಮ ಉತ್ತರಿಸಿದ ರೀತಿಯಲ್ಲೇ ಎಲ್ಲ ಪ್ರಶ್ನೆಗಳನ್ನೂ ಉತ್ತರಿಸಿದ. ಒಂದೇ ಒಂದು ವ್ಯತ್ಯಾಸವೂ ಇರಲಿಲ್ಲ.

ನಾಲ್ಕನೆಯ ಜೋಡಿಯ ಪ್ರಶ್ನೋತ್ತರ ಮುಗಿದ ನಂತರ ಐದು ನಿಮಿಷಗಳ ವಿರಾಮದಲ್ಲಿ ಮತ್ತೊಬ್ಬ ನಟಿಯಿಂದ ಶಾಸ್ತ್ರೀಯ ನೃತ್ಯವಿತ್ತು. ಆದರದು ಯಾವುದೇ ಐಟಂ ಡ್ಯಾನ್ಸನ್ನು ಸೈಡ್ ಹೊಡೆಯುವಂತಿತ್ತು. ಅದು ಮುಗಿದ ಕೂಡಲೇ 'ಸಕತ್ ಸತಿಪತಿ'ಯ ವಿಜೇತರನ್ನು ಪ್ರಕಟಪಡಿಸಿದರು. ಪ್ರಶ್ನೋತ್ತರಕ್ಕೆ ಆಯ್ಕೆಯಾಗಿದ್ದ ಮೊದಲನೇ ಜೋಡಿಗೆ 'ಸಕತ್ ಸತಿಪತಿ–3', ಎರಡನೇ ಜೋಡಿಗೆ 'ಸಕತ್ ಸತಿಪತಿ–2', ಮೂರನೇ ಜೋಡಿಗೆ 'ಸಕತ್ ಸತಿಪತಿ–1' ಬಹುಮಾನ ಎಂದು ತೀರ್ಪು ಹೊರಬಿತ್ತು. ಸರಿ ಉತ್ತರಗಳ ಜೊತೆ ಪ್ರಸ್ತುತ ಕಾರ್ಯಕ್ರಮವನ್ನು ಪ್ರಾಯೋಜಿಸಿದ್ದ ಕಂಪನಿಗಳು, ವೆಲಾಸಿಟಿ ವಾಹಿನಿ ಹಾಗೂ ಅಬ್ರಕಡಬ್ರ

ಮಾಲ್‌ನ ಹೆಸರುಗಳನ್ನು ಎಷ್ಟು ಬಾರಿ ಹೇಳಿದ್ದಾರೆ ಎಂಬ ಆಧಾರದ ಮೇಲೆ ಬಹುಮಾನಗಳನ್ನು ಕಂಪ್ಯೂಟರ್ ಯಂತ್ರವೇ ನಿರ್ಣಯಿಸಿತ್ತು. ವಿಜೇತರಿಗೆ ನಗದು ಮತ್ತು ಸರಕುಗಳನ್ನು ಆ ಕೂಡಲೇ ವಿತರಣೆ ಮಾಡಿದರು.

ಮಾಲ್, ಟಿವಿ ಚಾನೆಲ್, ಪ್ರಾಯೋಜಕರು ಅಥವಾ ಯಾವ ಕಂಪನಿಯ ಹೆಸರನ್ನೂ ಒಮ್ಮೆ ಕೂಡ ಹೇಳಿರದ ಹುಚ್ಚಯ್ಯ ಸುಂಕ್ಲಮ್ಮರಿಗೆ 'ಸಕತ್ ಸತಿಪತಿ'ಯಲ್ಲಿ ಭಾಗವಹಿಸಿದ ಪ್ರಮಾಣಪತ್ರವನ್ನಷ್ಟೇ ಕೊಟ್ಟು ಕೈತೊಳೆದುಕೊಳ್ಳಲಾಯಿತು.

ಮಹಾಘಟವಾಣಿ ಹೆಂಗಸಾಗಿದ್ದ ಸುಂಕ್ಲಮ್ಮ ಮನೆ ಸೇರುವುದರೊಳಗೆ ಆ ಪ್ರಮಾಣಪತ್ರವನ್ನು ಹರಿದು ಚರಂಡಿಗೆಸೆದಳು.

*(ಮಯೂರ ಮಾಸಪತ್ರಿಕೆ ಫೆಬ್ರವರಿ 2023 ರಲ್ಲಿ ಪ್ರಕಟ)*

# ಹೋಟೆಲ್ ಗಜಾನನ

ಜಬ್ಬಾರ್ ಎಂಬ ಪಾದರಸದಂಥ ಹುಡುಗ ಈ ಊರಿಗೆ ಎಲ್ಲಿಂದ ಬಂದನೆಂಬುದೇ ಒಂದು ನಿಗೂಢ. ಲಾರಿಯಲ್ಲಿ ದಿಕ್ಕುದೆಸೆಯಿಲ್ಲದೆ ಅಲೆಯುತ್ತಾ 'ಒಂದ' ಮಾಡಲು ಈ ಊರಲ್ಲಿ ಇಳಿದವ ಮತ್ತೆ ಹತ್ತುವಷ್ಟರಲ್ಲಿ ಲಾರಿ ಹೊರಟು ಹೋಗಿದ್ದರಿಂದ ಇಲ್ಲೇ ಉಳಿದ ಎನ್ನುವವರಿದ್ದಾರೆ. ಸಂಜೀವಪ್ಪ ತನ್ನ ಹೋಟೆಲ್ ಸಪ್ಲೈಯರ್ ಕೆಲಸಕ್ಕೆ ಎಲ್ಲಿಂದಲೋ ಪಾರ್ಸೆಲ್ ಮಾಡಿಸಿಕೊಂಡು ಬಂದಿರಬೇಕು ಎಂದು ಹೇಳುವವರಿದ್ದಾರೆ. ಬಾಲಕಾರ್ಮಿಕ ಕಾಯ್ದೆಗೆ ಹೆದರಿ ಸಂಜೀವಪ್ಪನು ಜಬ್ಬಾರನ ಯಾವ ಮಾಹಿತಿಯನ್ನೂ ಬಿತ್ತರಿಸಿರಲಿಲ್ಲ. ಎಲ್ಲವನ್ನೂ ಗುಟ್ಟು ಮಾಡಿದ ಪ್ರಯುಕ್ತ ಜಬ್ಬಾರನ ಹಿಂದು ಮುಂದುಗಳು ಇಂದಿಗೂ ಗೊತ್ತಿಲ್ಲ. ನಿಜ ಸಂಗತಿ ಏನೆಂದರೆ ಜಬ್ಬಾರನ ಹಿನ್ನೆಲೆ ಸಂಜೀವಪ್ಪನಿಗೂ ಗೊತ್ತಿರಲಿಲ್ಲ.

ಹೋಬಳಿ ಕೇಂದ್ರವಾದ ಈ ಊರಿಗೆ ಜಬ್ಬಾರ್ ಪ್ರವೇಶ ಕೊಟ್ಟಾಗ ಅವನ ವಯಸ್ಸು ಹತ್ತೊರ್ಷದ ಒಳಗೇ ಇತ್ತು. ಹೋಟೆಲ್ ಮಾಲೀಕ ಸಂಜೀವಪ್ಪನೇ ಬೆರಗಾಗುವಂತಿತ್ತು ಜಬ್ಬಾರನ ಕೆಲಸ ನಿರ್ವಹಿಸುವ ಪರಿ. ಎಂದಾದರೂ ಒಂದು ಕ್ಷಣ ವಿರಮಿಸಿದ್ದಾಗಲೀ, ಸೋಮಾರಿತನ ತೋರಿಸಿದ್ದಾಗಲೀ ಇಲ್ಲವೇ ಇಲ್ಲ. ಯಾವ ಕೆಲಸವನ್ನೂ ನಿರಾಕರಿಸಿದವನಲ್ಲ. ಕಾಯಿಲೆ ಬಿದ್ದವನಲ್ಲ. ರಜೆ ಹಾಕಿದವನಲ್ಲ. ಅಪ್ಪ, ಅಮ್ಮ, ಊರು, ಕೇರಿ ಎಂದು ಎಲ್ಲೂ ಹೋದವನಲ್ಲ. ಊರಿನ ಜನರ ಪರಿಚಯ,

ಎಷ್ಟೊತ್ತಿಗೆ ಹೋಟೆಲ್‌ಗೆ ಬರುತ್ತಾರೆ? ಬೆಳಿಗ್ಗೆ ಹೊತ್ತು ಏನು ತಿನ್ನುತ್ತಾರೆ? ಮಧ್ಯಾಹ್ನವಾದರೆ ಏನು? ಯಾರ ಸಿಗರೇಟಿನ ಬ್ರ್ಯಾಂಡ್ ಯಾವುದು? ಯಾರು ಯಾವ ತಿಂಡಿಯ ಪ್ರಿಯರು? ಯಾರಿಗೆ ಸಕ್ಕರೆರೋಗ, ಬಿಪಿ, ಗ್ಯಾಸ್ಟಿಕ್ಕು? ಯಾರು ಬಿಲ್ಲು ಪಾವತಿಸದೆ ಸಾಲ ಹೇಳಿದ್ದಾರೆ? ಎಲ್ಲ ವಿವರಗಳೂ ಇವನ ಬಾಯಲ್ಲಿರುತ್ತವೆ.

ಸಂಜೆಯ ನಂತರ ಊರ ಕೆಲ ಯುವಕರು ಹೋಟೆಲ್‌ನ ಹಿಂದಿನ ರೂಮಲ್ಲಿ ಗುಟ್ಟಾಗಿ ಜಮಾವಣೆ ಆಗುತ್ತಾರೆ. ಅಲ್ಲಿ ಪಾನಗೋಷ್ಠಿಗಳು ನಡೆಯುತ್ತವೆ. ಅಲ್ಲೂ ಜಬ್ಬಾರನಿಗೆ ಗೊತ್ತಿಲ್ಲದಿರುವುದು ಏನೂ ಇಲ್ಲ. ಯಾರದು ಯಾವ ಬ್ರ್ಯಾಂಡ್? ಯಾರ ಕೆಪಾಸಿಟಿ ಎಷ್ಟು? ಪಾನೀಯದ ಪ್ರಮಾಣ ಹೆಚ್ಚು ಕಡಿಮೆಯಾದರೆ ಅವರ ಮನೆಗಳೆಲ್ಲಿ? ಯಾವ ಬ್ರ್ಯಾಂಡಿನ ಬೆಲೆ ಎಷ್ಟು? ಹೋಟೆಲ್-ವೈನ್ಶಾಪಿನ ಮಧ್ಯ ಜಬ್ಬಾರನ ಓಡಾಟ ಪ್ರತಿರಾತ್ರಿ ಇದ್ದದ್ದೇ!

ಹೋಟೆಲ್‌ಗೆ ಯಾವುದೇ ಹೆಸರಿನ ಬೋರ್ಡ್ ಇರಲಿಲ್ಲ. ಸಂಜೀವಪ್ಪನ ಹೋಟೆಲ್ ಎಂದೇ ಪ್ರಸಿದ್ಧಿಯಾಗಿತ್ತು. ಬೆಳಿಗ್ಗೆ 6ರಿಂದ ಸಂಜೆ 6-7ರವರೆಗೂ ಗಿರಾಕಿಗಳಿಗೆ ಬರವಿರುತ್ತಿರಲಿಲ್ಲ. ಸಪ್ಲೈ ಮಾಡುವುದಷ್ಟೇ ಅಲ್ಲ, ಜಬ್ಬಾರ್ ತಿಂಡಿ ತಯಾರು ಮಾಡಬಲ್ಲ. ಊರಲ್ಲಿರುವ ಪಂಚಾಯ್ತಿ, ನಾಡಕಛೇರಿ, ಪೊಲೀಸ್ ಠಾಣೆ, ಶಾಲೆ, ಆಸ್ಪತ್ರೆಗಳಿಗೆ ಕಾಫಿ, ಟೀ, ತಿಂಡಿ ಕೊಟ್ಟು ಬರುತ್ತಿದ್ದ.

ಶಾಲೆಗಳಿಗೆ ಹೋದಾಗ ಮಾತ್ರ ಜಬ್ಬಾರ್ ವಿಚಿತ್ರ ಸಂಕಟ ಮತ್ತು ತಳಮಳಕ್ಕೀಡಾಗುತ್ತಿದ್ದ. ಆ ಶಾಲೆಯಲ್ಲಿದ್ದ ಸಾಲು ಸಾಲು ಕೊಠಡಿಗಳು! ಶಿಸ್ತಾಗಿ ಕುಳಿತು ಪಾಠ ಕೇಳುವ ಸಣ್ಣಪುಟ್ಟ ಮಕ್ಕಳು! ಎಲ್ಲ ಬಲ್ಲವರಂತಿರುವ ಮೇಷ್ಟ್ರುಗಳು ಆರಾಮಾಗಿ ಕೂತಿರುವ ಮಕ್ಕಳೆದುರು ನಿಂತು ಪಾಠ ಮಾಡುವುದು! ವಿಷಯಕ್ಕೊಬ್ಬರು ಮೇಷ್ಟ್ರುಗಳು! ಇದನ್ನೆಲ್ಲ ಜಬ್ಬಾರ್ ವರ್ಷಗಟ್ಟಲೆ ನೋಡುತ್ತಾ ಬಂದಿದ್ದಾನೆ. ಆಗ ಅವನ ಕಣ್ಣುಗಳಲ್ಲಿ ಕುತೂಹಲವೂ, ಆಸೆಯೂ ತುಂಬಿ ತುಳುಕುತ್ತದೆ. ಚಿಕ್ಕಪುಟ್ಟ ಮಕ್ಕಳೂ ಸಹ ಪುಸ್ತಕಗಳ ಬಿಚ್ಚಿ ಓದುವುದು ಅವನಿಗೆ ರೋಮಾಂಚನಕಾರಿ. ಒಮ್ಮೆ ಕನ್ನಡ ಶಾಲೆಯ ಪುಟ್ಟ ಮಗುವಿನ ಪಕ್ಕ ಕೂತು ವಿಚಾರಿಸಲಾಗಿ, 'ಎಡದಿಂದ ಬಲಕ್ಕೆ ಓದಬೇಕು ಜಬ್ಬಾರಣ್ಣ!' ಎಂದಿತು ಆ ಮಗು. ಜಬ್ಬಾರನಿಗೆ ನಿಜಕ್ಕೂ ಗಲಿಬಿಲಿಯಾಯಿತು. ಯಾಕೆಂದರೆ ಉರ್ದು ಶಾಲೆಯ ಮಗುವೊಂದು ಅವನಿಗೆ, 'ಬಲದಿಂದ ಎಡಕ್ಕೆ ಓದಬೇಕು ಜಬ್ಬಾರ್ ಭಯ್ಯಾ' ಎಂದಿತ್ತು. ಮೇಷ್ಟ್ರನ್ನು ಕೇಳಲು ಅವನಿಗೆ ಕೀಳರಿಮೆ, ನಾಚಿಕೆ. ಗೆರೆಗಳಂತೆ, ಸುರುಳಿಗಳಂತೆ, ಚಿತ್ರಗಳಂತಿರುವ ಅಕ್ಷರಗಳು ಅರಿವನ್ನು ಬಚ್ಚಿಟ್ಟುಕೊಂಡ ದೈವಗಳಂತೆ ಕಾಣುತ್ತಿದ್ದವು. ನೂರಾರು ಜನರ ಪರಿಚಯವಿದ್ದ ತನಗೆ ಒಂದಾದರೂ ಅಕ್ಷರ ಪರಿಚಯವಿಲ್ಲದುದರ ಬಗ್ಗೆ ಅವನಾತ್ಮ ಒದ್ದಾಡಿ ಹೋಗುತ್ತಿತ್ತು. ಹೇಳುವವರು ಕೇಳುವವರೇ ಇಲ್ಲದ ತನ್ನ ಬಾಲ್ಯ ನೆನಪಾಯಿತು. ಜನ್ಮದಲ್ಲಿ ಒಂದು

ದಿನ ಶಾಲೆಗೆ ಹೋದದ್ದಾಗಲೀ, ಪುಸ್ತಕ, ಪೆನ್ನು ಮುಟ್ಟಿದ್ದಾಗಲೀ ನೆನಪಾಗಲಿಲ್ಲ. ಅಷ್ಟೇ ಅಲ್ಲ ಎಳೆಯದರಲ್ಲಿಯೇ ತೀರಿಕೊಂಡ ತಂದೆ ತಾಯಿಗಳ ಮುಖಗಳೂ ಸಹ ನೆನಪಾಗಲೊಲ್ಲವು! ಬಾಲ್ಯವನ್ನು ಹುರಿದು ಮುಕ್ಕಿದ ಚಿಕ್ಕಪ್ಪ ಚಿಕ್ಕಮ್ಮರ ಮುಖಗಳು ಭಯಾನಕವಾಗಿ ಹಾರಿ ಬಂದವು. ಆದ್ದರಿಂದಲೇ ಲಾರಿ ಹತ್ತಿ ಅವರಿಂದ ತಪ್ಪಿಸಿಕೊಂಡದ್ದು ಎಂದು ನೆನಪಿಸಿಕೊಂಡ. ಇಲ್ಲಿ ನಾಲ್ಕಕ್ಷರ ಕಲಿಯೋಣವೆಂದರೆ ಬೆಳಗಿನಜಾವದಿಂದ ರಾತ್ರಿ ಹತ್ತು ಹನ್ನೊಂದರವರೆಗೂ ಬಿಡುವಿಲ್ಲದ ಕೆಲಸ. ಅಕ್ಷರ ಕಲಿಯುವ ಆಸೆ ಅವನೆದೆಯೊಳಗೆ ಚಿಟುಗು ಮುಳ್ಳಾಡಿಸುತ್ತಲೇ ಇತ್ತು.

ಅತ್ತಾಡಿ ಇತ್ತಾಡಿ ಜಬ್ಬಾರ್ ಇಪ್ಪತ್ತರ ಯುವಕನಾದ. ತನ್ನೆಲ್ಲ ಚಟುವಟಿಕೆ, ಜೀವನೋತ್ಸಾಹದಿಂದ ಪುಟಿಯುತ್ತಿದ್ದ. ಏತನ್ಮಧ್ಯೆ ಒಂದು ಊಹಿಸದ ವಿಶೇಷ ಘಟಿಸಿತು. ಎರಡು ವರ್ಷದ ಹಿಂದೆ ಸಂಜೀವಪ್ಪ ಘಟ್ಟದ ಕೆಳಗಿನ ತನ್ನ ಸ್ವಂತ ಊರಿಗೆ ಹೋದವನು ವಾಪಸ್ಸು ಬರಲೇ ಇಲ್ಲ. ಹೋಟೆಲ್‌ನ ಒಳ ಹೊರಗೆ ನೋಡಿಕೊಳ್ಳುತ್ತಿದ್ದ ಜಬ್ಬಾರನೇ ಹೋಟೆಲ್ ನಡೆಸುವಂತಾಯಿತು. ಅದೂ ಅಲ್ಲದೆ ಕೊನೆಯ ಐದಾರು ವರ್ಷದ ಸಂಬಳವನ್ನೂ ಸಂಜೀವಪ್ಪ ಜಬ್ಬಾರನಿಗೆ ಕೊಟ್ಟಿರಲಿಲ್ಲ. ಬರೀ ಕೈಖರ್ಚಿಗೆ ಅಲ್ಪಸ್ವಲ್ಪ ಕೊಡುತ್ತಿದ್ದ. ಜಬ್ಬಾರ್ ಸಹ ಒತ್ತಾಯ ಮಾಡಿರಲಿಲ್ಲ. ಆದರೆ ಸಂಜೀವಪ್ಪ ಅನ್ಯಾಯವೆಸಗುವವನಾಗಲೀ, ಜುಗ್ಗನಾಗಲೀ ಆಗಿರಲಿಲ್ಲ. ಜಬ್ಬಾರನ ಬಗ್ಗೆ ಅತ್ಯಂತ ಪ್ರೀತಿಯನ್ನು ಹೊಂದಿದ್ದ. ಅವನಿಗೆ ಕೊಡಬೇಕಾಗಿರುವ ಹಣವನ್ನೆಲ್ಲ ಲೆಕ್ಕ ಹಾಕಿ ಅನೇಕ ಸಲ ತೆಗೆದಿಟ್ಟಿದ್ದ. ಆದರೆ ಇಸ್ಪೀಟಿನ ಗೀಳು ಹಣವನ್ನು ನುಂಗಿ ಹಾಕಿತ್ತು. ಊರಿಗೆ ಹೋಗಿ ನಾಪತ್ತೆಯಾದ ಕೆಲವು ದಿನಗಳಲ್ಲಿ

ಸಂಜೀವಪ್ಪ, "ನೀನೇ ಹೋಟೆಲ್ ನೋಡಿಕೋ. ನಾನಿನ್ನು ಅಲ್ಲಿಗೆ ಬರುವುದಿಲ್ಲ" ಎಂದು ಜಬ್ಬಾರನಿಗೆ ಪತ್ರ ಬರೆದು ತಿಳಿಸಿದ.

ಹೋಟೆಲ್‌ನಲ್ಲಿದ್ದ ಇನ್ನೊಬ್ಬ ಹಿರಿಯ ಅಡುಗೆಭಟ್ಟ ಸೀತಾರಾಮುಗೆ ಹೋಟೆಲ್ ನಡೆಸುವ ಇಷ್ಟವಾಗಲೀ, ಚಾಕಚಕ್ಯತೆಯಾಗಲೀ, ವ್ಯವಹಾರ ಜ್ಞಾನವಾಗಲೀ ಇರಲಿಲ್ಲ. ಜಬ್ಬಾರನೇ ಹೋಟೆಲ್ ಉಸ್ತುವಾರಿ ನೋಡಿಕೊಳ್ಳಬೇಕಾಯಿತು. ಸಂಜೀವಪ್ಪ ಮನಸ್ಸು ಮಾಡಿದ್ದರೆ ಹೋಟೆಲನ್ನು ಬೇರಾರಿಗಾದರೂ ಲಾಭಕ್ಕೆ ಬಿಟ್ಟುಕೊಡಬಹುದಿತ್ತು. ಆದರವನು ಕರುಣಾಮಯಿಯಾಗಿದ್ದ. ಜಬ್ಬಾರನನ್ನು ಮಗನಂತೆ ನಡೆಸಿಕೊಂಡಿದ್ದ. ಮೂರು ಜನ ಮಾಡುವ ಕೆಲಸವನ್ನು ಒಬ್ಬನೇ ಹತ್ತು ವರ್ಷ ಮಾಡುತ್ತಾ ಬಂದಿದ್ದಾನೆ! ಅವನನ್ನು ನಡುನೀರಲ್ಲಿ ಕೈಬಿಡುವುದು ಸಂಜೀವಪ್ಪನಿಗೆ ಸರಿಯೆನಿಸಿರಲಿಲ್ಲ. ಹೀಗಾಗಿ ಜಬ್ಬಾರನ ಆಯ್ಕೆ ನ್ಯಾಯಯುತವೂ, ಅನಿವಾರ್ಯವೂ ಆಗಿತ್ತು. ಪತ್ರವನ್ನೋದಿ ಹೇಳಿದ ಸೀತಾರಾಮುಗೆ ಈ ವಿಷಯದಲ್ಲಿ ಯಾವ ತಕರಾರೂ ಇರಲಿಲ್ಲ.

ಜಬ್ಬಾರ್ ತನ್ನ ತಂದೆ ತಾಯಿ ಜೊತೆ ಮತ್ತು ಚಿಕ್ಕಪ್ಪರ ಮನೆಯಲ್ಲಿದ್ದಾಗಷ್ಟೇ ಅವನು ಒಂದು ಕುಟುಂಬದ ಸದಸ್ಯನಾಗಿದ್ದದ್ದು. ನಂತರ ಹೋಟೆಲ್ ಸೇರಿದ ಮೇಲೆ ಅವನಿಗೆ ಸ್ವಂತ ಮನೆಯೆಂಬುದೇ ಇರಲಿಲ್ಲ. ಆದ್ದರಿಂದಲೇ ಇರಬೇಕು ಎಲ್ಲರಲ್ಲಿಯೂ ಅವನು ತಂದೆ ತಾಯಿಯರನ್ನು ಮತ್ತು ಒಡಹುಟ್ಟಿದವರನ್ನು ಕಾಣುತ್ತಿದ್ದ.

ಹೋಟೆಲಿನ ಪ್ರಚಾರ ಹಬ್ಬಿದಂತೆಲ್ಲ ಗಿರಾಕಿಗಳು ತೀವ್ರಗತಿಯಲ್ಲಿ ಏರಿದರು. ವಿರಾಮಕ್ಕೆ ಆಸ್ಪದವಿಲ್ಲದಂತೆ ಗ್ರಾಹಕರು ಹೋಟೆಲನ್ನು ಮುತ್ತುತ್ತಿದ್ದರು. ಇದರಿಂದ ಜಬ್ಬಾರನು ಮತ್ತೊಬ್ಬ ಹುಡುಗ ಕಾಶಿ ಎಂಬುವನನ್ನು ಕೆಲಸಕ್ಕಿಟ್ಟುಕೊಂಡನು. ಹೋಟೆಲ್ಲು ಬಸ್ಟ್ಯಾಂಡಿನ ಎದುರು ಇದ್ದುದರಿಂದ ದಿನಕ್ಕೆ ಹತ್ತಾರು ಬಸ್ಸುಗಳು ನಿಂತು ಹೋಗುತ್ತಿದ್ದವು. ಕಂಡಕ್ಟರ್, ಡ್ರೈವರ್‌ಗಳು ದಿನವೂ ಜಬ್ಬಾರನ ಕಾಫಿ, ತಿಂಡಿ ಸವಿದು ಮಾತು ನಗೆಗಳ ಮೆಚ್ಚಿ ಮುನ್ನಡೆಯುತ್ತಿದ್ದರು.

ಜಬ್ಬಾರನ ಹೋಟೆಲ್ ಸುತ್ತಮುತ್ತ ಇದ್ದ ಒಂದೆರಡು ಹೋಟೆಲ್‌ಗಳು ಗಿರಾಕಿಗಳಿಲ್ಲದೆ ನೊಣ ಹೊಡೆದವು. ಸಂಜೀವಪ್ಪನ ನಿರ್ಗಮನದ ನಂತರ ಜಬ್ಬಾರನು ವಿನಯಪೂರ್ವಕವಾಗಿಯೇ ಕೇಳಿಕೊಂಡು ರಾತ್ರಿಯ ಪಾನಗೋಷ್ಠಿಗಳನ್ನು ನಿಲ್ಲಿಸಿದ. ಒಂದೊಂದು ಸಲ ಅವರ ಬೈಠಕ್‌ಗಳು ರಾತ್ರಿ ಒಂದು, ಎರಡು ಗಂಟೆವರೆಗೂ ಮುಂದುವರೆದು ಮರುದಿನದ ತಿಂಡಿ, ಊಟಗಳ ಸಿದ್ಧತೆಗೆ ತೊಡಕಾಗುತ್ತಿತ್ತು. ಜಬ್ಬಾರನ ಈ ಕ್ರಮ ಊರಿನ ಒಂದು ಗುಂಪು ಯುವಕರನ್ನೇ ಅಸಮಾಧಾನಗೊಳಿಸಿತು.

ಬಹಳ ದಿನಗಳಿಂದ ಜಬ್ಬಾರನು ಹೋಟೆಲ್‌ಗೆ ಒಂದು ಬೋರ್ಡ್ ಬರೆಸಬೇಕು ಎಂಬ ಆಸೆ ಇಟ್ಟುಕೊಂಡಿದ್ದ. ಹಲವಾರು ಸಲ ಸಂಜೀವಪ್ಪನಿಗೂ ಹೇಳಿದ್ದ. ಸಂಜೀವಪ್ಪ ಪೈಂಟರ್‌ಗೆ ಹೇಳಿ ಬೋರ್ಡ್ ಬರೆಸಿದ್ದನು. ಆದರೆ ಸಿದ್ಧಪಡಿಸಿದ್ದ ಬೋರ್ಡನ್ನು ಸಂಜೀವಪ್ಪನು ಹೋಟೆಲ್ಲಿಗೆ ತಂದು ಹಾಕಿರಲೇ ಇಲ್ಲ. ಅಷ್ಟರಲ್ಲೇ ಸಂಜೀವಪ್ಪನೇ ಊರು ಬಿಟ್ಟ. ವರ್ಷಗಟ್ಟಲೆ ಪೈಂಟರ್ ಬಳಿ ಬಿದ್ದಿದ್ದ ಬೋರ್ಡು ಹಾಳಾಗುತ್ತಾ ಬಂತು. ಪೈಂಟರ್‌ಗೆ ಬೋರ್ಡಿನ ದುಡ್ಡು ಸಂದಾಯವಾಗಿತ್ತು. ನೋಡಿ ನೋಡಿ ಸಾಕಾಗಿ ಪೈಂಟರ್‌ನು ಆ ಬೋರ್ಡನ್ನು ಪಕ್ಕದ ಗುಜರಿ ಅಂಗಡಿಯಲ್ಲಿ ತಂದು ಬಿಸಾಕಿದ್ದ. ಈ ಯಾವ ವಿವರಗಳೂ ಜಬ್ಬಾರನಿಗೆ ಗೊತ್ತಿರಲಿಲ್ಲ.

ಜಬ್ಬಾರ್ ಒಂದು ಮುಸ್ಸಂಜೆ ಬೋರ್ಡು ಬರೆಸಲು ಪೈಂಟರ್ ಹತ್ತಿರ ಹೊರಟ. ಪೈಂಟರ್ ಒಂದು ವಾರದಿಂದ ಬಾಗಿಲು ತೆಗೆದಿರಲಿಲ್ಲ. ಅಲ್ಲಿಯೇ ಪಕ್ಕದಲ್ಲಿ ಯೂಸುಫನ ಗುಜರಿ ಅಂಗಡಿಯಿತ್ತು. ಯೂಸುಫ್ ಜಬ್ಬಾರನಿಗೆ ಪರಿಚಯವಿದ್ದ. ಮಲಯಾಳಿ ಮುಸ್ಲಿಮನಾದ ಯೂಸುಫನಿಗೆ ಮಲಯಾಳಂ ಅಲ್ಲದೆ ಇನ್ನಾವ ಭಾಷೆಯೂ ಗೊತ್ತಿರಲಿಲ್ಲ. ಅಧ್ವಾನದ ಕನ್ನಡ ಆಡುತ್ತಿದ್ದ ಅವನು ಜಬ್ಬಾರನೊಡನೆ ಮಾತಿಗಿಳಿದ. ಅವನೊಬ್ಬ ದಿಲ್‌ದಾರ್ ಮನುಷ್ಯನಾಗಿದ್ದ. ಅಷ್ಟೊತ್ತಿಗೇ ಒಂದು ಕ್ವಾಟ್ರು ಇಳಿಸಿ ಮತ್ತಷ್ಟು ಉದಾರಿಯೂ, ದಿಲ್‌ದಾರನೂ ಆಗಿದ್ದ. ಅವನ ಕನ್ನಡ ಮತ್ತಷ್ಟು ಅಧ್ವಾನವಾಗಿತ್ತು. “ಜಬ್ಬಾರೇ, ನನ್ನ ಮಗ ನೀನು. ನಿನಗೇನು ಬೇಕು? ನಾನು ಕೊಡ್ತೀನಿ. ನಿನಗೆ ಅಪ್ಪ ಅಮ್ಮ ಇಲ್ಲ. ನನಗೆ ಹೆಂಡತಿ ಮಕ್ಕಳಿಲ್ಲ. ಇಬ್ಬರೂ ತಬ್ಬಲಿ” ಎಂದು ಕಣ್ಣಿನಲ್ಲಿ ನೀರು ತೆಗೆದ. ಅವನನ್ನು ಸುಮ್ಮನಿರಿಸುವುದೇ ಕಷ್ಟವಾಯಿತು. ತನ್ನ ಹೋಟೆಲಿಗೆ ಬೋರ್ಡು ಬೇಕಿತ್ತೆಂದು ಜಬ್ಬಾರ್ ಹೇಳಿದ್ದೇ ತಡ, ಯೂಸುಫನು ತನ್ನ ಅಂಗಡಿಯೇ ಅಲ್ಲಾಡಿ ಹೋಗುವಂತೆ ಏನನ್ನೋ ಹುಡುಕತೊಡಗಿದ. “ಜಬ್ಬಾರೇ, ನೀನು ಚಿಂತೆ ಬಿಡು. ನನ್ನತ್ರ ಕಡಿಮೆ ಎಂದರೆ ಹತ್ತು ಬೋರ್ಡುಗಳಿದ್ದಾವೆ. ಅದರಲ್ಲೊಂದು ಸಂಜೀವಪ್ಪ ಬರೆಸಿದ್ದೂ ಇದೆ. ನಾನೇ ಬಂದು ಫಿಕ್ಸ್ ಮಾಡ್ತೀನಿ” ಎಂದು ತನ್ನ ಉದುರುತ್ತಿದ್ದ ಪ್ಯಾಂಟಿನ ಜೇಬಿನಲ್ಲಿದ್ದ ಮತ್ತೊಂದು ಸೀಸೆಯನ್ನು ಹೊರಗೆಳೆದು ಗಟಗಟನೆ ಕುಡಿಯತೊಡಗಿದ. ಕುಡಿಯುತ್ತಿದ್ದ ಮದ್ಯ ಅವನ ಖುಷಿ ಹೆಚ್ಚಿಸುವ ಬದಲು ಸಂಕಟವನ್ನು ಗುಡ್ಡೆ ಹಾಕತೊಡಗಿತ್ತು. ಜಬ್ಬಾರನಿಗೂ ತನ್ನ ತಬ್ಬಲಿತನದ ಬಗ್ಗೆ ದುಃಖವಾಯಿತು. ಇದುವರೆವಿಗೆ ತನ್ನ ಬದುಕಿನ ಒಂಟಿತನದ ಬಗ್ಗೆ ಅವನು ಚಿಂತಿಸಿರಲಿಲ್ಲವೆಂದಲ್ಲ. ಬೇರೆ ಬೇರೆ ಕೆಲಸಗಳಲ್ಲಿ ತೊಡಗುವ ಮೂಲಕ ದುಃಖವನ್ನು ತೊಡೆದು ಹಾಕುತ್ತಿದ್ದ. ಈಗ ನೋಡಿದರೆ ಯೂಸುಫನು ನೆನಪಿನ ಗಾಯವನ್ನು ಉಜ್ಜಿ ಹಸಿ ಮಾಡಿದ್ದ. “ಇದು ನೋಡು ಹಳೇ ಮಾಲೀಕ ಸಂಜೀವಪ್ಪ ಬರೆಸಿದ ಬೋರ್ಡು. ಇದನ್ನೇ ತಂದು ಫಿಕ್ಸ್ ಮಾಡ್ತೀನಿ. ಒಂದು ಪೈಸೆ ಕೊಡ್ಬೇಡ ಜಬ್ಬಾರೇ” ಎಂದು ಬೋರ್ಡ್ ತೋರಿಸಿ ತನ್ನ ಕೈಯಲ್ಲಿದ್ದ ಬಾಟಲಿಯನ್ನು

ಖಾಲಿ ಮಾಡಿದ. ಭಾವಾವೇಶಕ್ಕೊಳಗಾಗಿದ್ದ ಜಬ್ಬಾರ್ ಬೋರ್ಡನ್ನು ನೋಡಲಿಲ್ಲ. ಆಗಲಿ ಎಂದು ಎದ್ದು ಬಂದ. ನೋಡಿದ್ದರೂ ಅವನಿಗೇನು ಗೊತ್ತಾಗುತ್ತಿತ್ತು? ಯೂಸುಫನು ಜೋಲಿ ಹೊಡೆಯುತ್ತಾ ಹೋಟೆಲಿಗೆ ಹೋಗಿ ಗೋಡೆಗೆ ಎರಡು ಮೊಳೆ ಹೊಡೆದು ಬರಲು ಸಿದ್ಧನಾದ.

ಗುಜರಿ ಯೂಸುಫನ ಮಾತುಗಳಿಂದ ದುಃಖವಾಗಿದ್ದರೂ ಜಬ್ಬಾರನಲ್ಲಿ ಇತ್ತೀಚೆಗೆ ಕುಡಿಯೊಡೆದಿದ್ದ ಪ್ರೀತಿಯ ಎಳೆಯೊಂದು ಅವನನ್ನು ಕಾಪಾಡಿತ್ತು. ಅದು ಅವನ ನರನಾಡಿಗಳಲ್ಲಿ ಗೆಲುವನ್ನು ತಂದಿತ್ತು, ಉಲ್ಲಾಸದಲ್ಲವನ ಅದ್ದಿ ತೆಗೆದಿತ್ತು. ಈ ಥರದ ಭಾವವನ್ನು ಉಕ್ಕಿಸಿದ್ದು ಶಾಂತ ಮೇಡಮ್ಮರ ಮಗಳು ವಿಸ್ಮಯ ಎಂಬ ಹುಡುಗಿಯಾಗಿದ್ದಳು. ದಿನವೂ ಕಾಲೇಜಿಗೆ ಹೋಗುವಾಗ, ಬರುವಾಗ ಆಕೆ ಜಬ್ಬಾರನಿಂದ ಆಕರ್ಷಿತಳಾಗಿದ್ದಳು, ಹುಚ್ಚಳಾಗಿದ್ದಳು. ಜಬ್ಬಾರನ ಸ್ಥಿತಿಯೂ ಬೇರೆಯಾಗಿರಲಿಲ್ಲ. ಪ್ರೀತಿಯೆಂಬುದು ಅವರಿಬ್ಬರ ಆತ್ಮ ಹೊಕ್ಕ ದೈವವಾಗಿತ್ತು. ಆ ದೈವದ ಆಣತಿಯಂತೆಯೋ ಏನೋ ಗುಜರಿ ಅಂಗಡಿಯಿಂದ ಹೊರಟವನಿಗೆ ಮಸೀದಿಯ ಬಳಿ ವಿಸ್ಮಯಳೇ ಆಶ್ಚರ್ಯಕರವಾದ ರೀತಿಯಲ್ಲಿ ಎದುರಾದಳು. ಆ ಭೇಟಿ ಆಕಸ್ಮಿಕವೆಂಬಂತೆ ಕಂಡರೂ ಶತಮಾನಗಳ ಹಿಂದೆಯೇ ಅದು ನಿಗದಿಯಾದಂತಿತ್ತು. ಈ ತರಹದ ಭೇಟಿಗಳು ಭೂಮಂಡಲದಲ್ಲಿ ಕಾಲ, ದೇಶಗಳ ಹಂಗಿಲ್ಲದೆ ತಲತಲಾಂತರದಿಂದ ಸಹಜವಾಗಿ ನಡೆದು ಬಂದವಾಗಿದ್ದವು. ಪ್ರೀತಿಯೆಂಬುದು ಯಾವ ಪಂಜರಕ್ಕೂ ಸಿಕ್ಕದ ಅನಿರ್ಬಂಧ ಹಕ್ಕಿಯಾಗಿತ್ತು. ಜಬ್ಬಾರ್ ಮತ್ತು ವಿಸ್ಮಯರು ವಿನಿಮಯ ಮಾಡಿಕೊಂಡ ಒಂದೆರಡು ಮಾತುಗಳಲ್ಲಿ ಖಂಡಕಾವ್ಯವೇ ಅಡಗಿತ್ತು! ವಿಸ್ಮಯಳನ್ನು ನೋಡಿದಷ್ಟೂ ಜಬ್ಬಾರನಿಗೆ ಅವಳು ಸೌಂದರ್ಯದ ಪರಾಕಾಷ್ಠೆಯೆಂದೆನಿಸಿತು. ಅದಾಗಲೇ ಕತ್ತಲಾಗಿತ್ತು. ದೂರದ ದೀಪದ ಬೆಳಕಲ್ಲಿ ಎಲ್ಲವೂ ಮಬ್ಬು ಮಬ್ಬಾಗಿ ಕಾಣುತ್ತಿತ್ತು. ಜಬ್ಬಾರ ವಿಸ್ಮಯಳ ಎಡಗೆನ್ನೆಯ ಕುಳಿಯು ನಿಜವೋ ಅಥವಾ ತನ್ನ ಭ್ರಮೆಯೋ ಎಂದು ಗಲಿಬಿಲಿಗೊಂಡಿದ್ದನು. ಈಗ ಪರೀಕ್ಷಿಸಲು ಶುಭ ಗಳಿಗೆ ಬಂದಿತ್ತು. ಮೃದುವಾಗಿ ವಿಸ್ಮಯಳ ಕೆನ್ನೆ ಸವರಿದ.

ಆಗ ಕತ್ತಲೆಯಲ್ಲಿ ಯಾರೋ ಕೂಗುತ್ತಾ ಓಡಿ ಬರುತ್ತಿರುವುದು ಕಾಣಿಸಿತು. ಜಬ್ಬಾರ್ ಮತ್ತು ವಿಸ್ಮಯಳ ಮಧ್ಯೆ ಬೆಳೆಯುತ್ತಿರುವ ಪ್ರೇಮದ ಬಗ್ಗೆ ಅಲ್ಲಲ್ಲಿ ಗುಲ್ಲು ಹಬ್ಬಿತ್ತು. ಇದನ್ನು ಎಳೆಯದರಲ್ಲೇ ಚಿವುಟಿ ಹಾಕಲು ವಿಸ್ಮಯಳ ಬಂಧುಬಳಗದವರು ಸಮಯ ಕಾಯುತ್ತಿದ್ದರು. ತಾನಾಯ್ತು ತನ್ನ ಹೋಟೆಲ್ ಕೆಲಸವಾಯ್ತೆಂದುಕೊಂಡು ಮಸೀದಿ ಕಡೆಗೆ ಎಂದೂ ಬರದಿದ್ದ ಜಬ್ಬಾರನಿಗೆ ಪಾಠ ಕಲಿಸಲು ಕಾಯುತ್ತಿದ್ದ ಮುಸಲ್ಮಾನರಿಗೆ ಸಹ ಸುಸಮಯ ಒದಗಿ ಬಂದಿತ್ತು. ಆದರೆ ಓಡಿ ಬಂದ ಎರಡು ಗುಂಪುಗಳಿಗೂ ಸಿಗದಂತೆ ಜಬ್ಬಾರ್ ಮತ್ತು ವಿಸ್ಮಯರು ಜಿಂಕೆಗಳಂತೆ ಜಿಗಿದು

ಕತ್ತಲಲ್ಲಿ ಮಾಯವಾಗಿದ್ದರು. ದೂರದಿಂದ ತಾವು ಕಂಡದ್ದು ನಿಜವೋ ಭ್ರಮೆಯೋ ಎಂಬುದು ಸಹ ಜನರಿಗೆ ಸ್ಪಷ್ಟವಾಗಲಿಲ್ಲ. ವಿಚಾರಣೆಗೆ ಬಂದಿದ್ದ ಇತ್ತಂಡಗಳೂ ನಿರಾಶರಾಗಿ ಮರುದಿನ ಕಾರ್ಯಾಚರಣೆ ನಡೆಸಲು ನಿರ್ಧರಿಸಿ, ಗುಟುರು ಹಾಕುತ್ತಾ ವಾಪಸ್ಸಾದವು. ಅವರೆಲ್ಲರಿಗೆ ಜಬ್ಬಾರ್ ಮತ್ತು ವಿಸ್ಮಯ ಅಪ್ಪಿ ಮುದ್ದಾಡಿದಂತೆ ಮಾತ್ರ ಕಂಡಿರಲಿಲ್ಲ. ಒಂದು ಸಮುದಾಯಕ್ಕದು ಲವ್‌ಜಿಹಾದಿನಂತೆ ಕಂಡರೆ ಮತ್ತೊಂದಕ್ಕೆ ಧರ್ಮಬಾಹಿರ ಪಾಪದ ಕೆಲಸವಾಗಿ ಕಂಡಿತು.

ಮರುದಿನ ಬೆಳಗಿನಜಾವ ಹೋಟೆಲಲ್ಲಿ ತಿಂಡಿಗೆ ಸಿದ್ಧತೆಗಳು ನಡೆಯುತ್ತಿದ್ದವು. ಜಬ್ಬಾರನಲ್ಲದೆ ಕಾಶಿ ಮತ್ತು ಅಡುಗೆಭಟ್ಟ ಸೀತಾರಾಮು ಕೆಲಸದಲ್ಲಿ ಮಗ್ನರಾಗಿದ್ದರು. ಅಡುಗೆಯವ ರುಚಿಕಟ್ಟಾಗಿ ತಿಂಡಿ ತೀರ್ಥ ತಯಾರಿಸುವವನಾಗಿದ್ದು, ಇಪ್ಪತ್ತು ವರ್ಷದಿಂದ ಇದೇ ಹೋಟೆಲಲ್ಲಿ ಇದ್ದೂ ಇಲ್ಲದಂತಿದ್ದ. ಯಾರೊಡನೆಯೂ ತಾನಾಗಿಯೇ ಮಾತಾಡಿದವನಲ್ಲ, ನಕ್ಕವನಲ್ಲ. ತಾನಾಯ್ತು, ತನ್ನ ಕೆಲಸವಾಯ್ತು ಎಂಬಂತಿದ್ದ ಆತ ಅರವತ್ತರ ವಯೋವೃದ್ಧನಾಗಿದ್ದ. ಇನ್ನುಳಿದವನೆಂದರೆ ಸಪ್ಲೈಯರ್ ಕಾಶಿ. ಹೇಳುವವರು ಕೇಳುವವರು ಇಲ್ಲದೆ ಎಲ್ಲಿಂದಲೋ ಜಬ್ಬಾರನಂತೆಯೇ ಬಂದಿದ್ದ ಕಾಶಿಗೂ ಹೋಟೆಲೇ ಮನೆಯಾಗಿತ್ತು. ಅವನು ಜಬ್ಬಾರನ ನೆರಳಿನಂತಿದ್ದ. ಕಾಶಿ ಜಬ್ಬಾರನ ಜೊತೆಗೇ ಇರುವುದು ಕಂಡು ಕೆಲವರು ತಮಾಷೆಗೆ 'ಕಾಶಿಂ' ಎಂದು ಕರೆಯತೊಡಗಿದರು. ಅವನು ಕೆಲವರ ಬಾಯಲ್ಲಿ ಕಾಶಿಯಾಗಿಯೂ ಮತ್ತೆ ಕೆಲವರ ಬಾಯಲ್ಲಿ ಕಾಶಿಂ ಆಗಿಯೂ ನೆಲೆಗೊಂಡಿದ್ದನು. ಒಂಬತ್ತು ಹತ್ತು ವರ್ಷದ ಕಾಶಿಗೆ 'ಕಾಶಿ' ಮತ್ತು 'ಕಾಶಿಂ' ಇವೆರಡರಲ್ಲಿ ವ್ಯತ್ಯಾಸವೇನೂ ಕಾಣಿಸುತ್ತಿರಲಿಲ್ಲ. ಅವನು ಸಣ್ಣವನಿದ್ದ, ಮುಗ್ಧನಿದ್ದ ಮತ್ತು ನಿರಕ್ಷರಿಯಾಗಿದ್ದ. ಎರಡು ಹೆಸರಿಗೂ ಓಗೊಡುತ್ತಿದ್ದ. ಕಾಶಿ ತನ್ನ ಸಂಬಳವನ್ನು ಜಬ್ಬಾರನಲ್ಲಿಯೇ ಬಿಟ್ಟಿದ್ದ. ಅವನ ಊಟ, ತಿಂಡಿ, ಸ್ನಾನ, ನಿದ್ದೆ ಎಲ್ಲ ಹೋಟೆಲ್‌ನಲ್ಲಿಯೇ ಆಗುತ್ತಿದ್ದವು. ಇನ್ನುಳಿದಂತೆ ಸೋಪು, ಬಟ್ಟೆ, ಚಪ್ಪಲಿ ಮುಂತಾದವನ್ನು ಜಬ್ಬಾರನೇ ಕೊಡಿಸುತ್ತಿದ್ದ. 'ದುಡ್ಡು ಬೇಕಿದ್ರೆ ನನ್ನನ್ನು ಕೇಳು' ಎಂದು ಜಬ್ಬಾರ್ ತಿಳಿಸಿದ್ದ. ಜಬ್ಬಾರ ಹೆಬ್ಬೆಟ್ಟು ಒತ್ತಿ ಬ್ಯಾಂಕಿನಲ್ಲಿ ಖಾತೆ ತೆರೆದಿದ್ದ.

ಅವರೆಲ್ಲ ವಿವಿಧ ಕೆಲಸಗಳಲ್ಲಿ ಮಗ್ನರಾಗಿದ್ದಾಗ ದಿನವೂ ಬರುತ್ತಿದ್ದಂತೆ ಹೋಟೆಲಿಗೆ ಬಂದವನೊಬ್ಬ, "ಏನೋ ಬೋರ್ಡ್ ಹಾಕಿದ್ದೀರಲ್ಲಪ್ಪ? ಹೋಟೆಲ್‌ಗೆ ಹೆಸರೇನು ಇಟ್ಟಿದ್ದೀರಾ?" ಎಂದ. ಅವನೂ ಅಕ್ಷರಗಳಿಗೆ ಅಪರಿಚಯಸ್ಥನಾಗಿದ್ದ. ಜಬ್ಬಾರ, ಅಡುಗೆಯವ ಕಕ್ಕಾಬಿಕ್ಕಿಯಾದರು. ಅವರಿಗೂ ಹೋಟೆಲ್ ಹೆಸರು ಗೊತ್ತಿರಲಿಲ್ಲ! ಜಬ್ಬಾರ ಹಿಂದಿನ ರಾತ್ರಿಯ ಪ್ರಕರಣದಿಂದ ವಿಚಲಿತನಾಗಿದ್ದರೂ ವಿಸ್ಮಯಳ ಸ್ಪರ್ಶ ಮಾತ್ರದಿಂದ ಪಾವನವಾದಂತಿದ್ದ. ಅವನ ಮೈಯ್ಯಲ್ಲಿ ಕಸುವು ತುಂಬಿಕೊಂಡಿತ್ತು. ಯಾವುದೇ ಸಾಹಸಕ್ಕೆ ಸಿದ್ಧನಿದ್ದ.

ಯೂಸುಫ್ ಯಾವಾಗಲೋ ಬೋರ್ಡ್ ನೇತಾಕಿ ಹೋಗಿದ್ದಾನೆ ಎಂದುಕೊಂಡವರೇ ಹೊರಗೆ ಬಂದು ನೋಡುತ್ತಾರೆ, ಬೋರ್ಡ್ ನೇತಾಡುತ್ತಿದೆ! ಅಕ್ಷರ ಬಲ್ಲ ಸೀತಾರಾಮು ಓದಿದನು: ಕಮಾನಿನಂತೆ ಬರೆದಿರುವ ಮೊದಲ ಸಾಲು "ಶ್ರೀ ರಾಘವೇಂದ್ರ ಕೃಪ", ದೊಡ್ಡ ಅಕ್ಷರಗಳಲ್ಲಿ ಬರೆದಿರುವ ಎರಡನೆಯ ಸಾಲು "ಹೋಟೆಲ್ ಗಜಾನನ". ಅದು ಯಾವ ಕಾಲದ ಬೋರ್ಡೋ ಏನೋ! ತಗಡಿನದಾಗಿದ್ದು ಅಲ್ಲಲ್ಲಿ ತುಕ್ಕು ಹಿಡಿದಿತ್ತು. ಅಕ್ಷರಗಳು ಮಸುಕಾಗಿದ್ದವು. ಬೋರ್ಡಿನ ಕೊನೆಯ ಸಾಲು "ಮಾಲಕ: ಜಬ್ಬಾರ್" ಎಂದಿತ್ತು. ಯೂಸುಫನು ಮೂರನೆಯ ಸಾಲನ್ನು ಯಾರಿಂದಲೋ ಬಿಳಿ ಬಣ್ಣದಲ್ಲಿ ಬರೆಸಿದ್ದ. ಅದು ವಕ್ರವಕ್ರವಾಗಿತ್ತು. ಆದರೆ ಬೋರ್ಡಿನಲ್ಲಿ ಅದೇ ಢಾಳಾಗಿ ಕಾಣುತ್ತಿತ್ತು.

ಜಬ್ಬಾರನ ಹೋಟೆಲಿಗೆ ಬೋರ್ಡು ಬಂದ ಸುದ್ದಿ ಊರಲ್ಲೆಲ್ಲ ಹಬ್ಬಿತು. ಜಬ್ಬಾರನ ಸಾಬಿ ಹೆಸರಿಗೂ, ಹೋಟೆಲ್ ಹೆಸರಿಗೂ ತಾಳಮೇಳವಿರಲಿಲ್ಲ. ಬೋರ್ಡ್ ಸಹ ಹಳೆಯದಾಗಿದ್ದು ಅಕರಾಳ ವಿಕರಾಳವಾಗಿತ್ತು. ಇದೆಲ್ಲಕ್ಕೂ ಮಿಗಿಲಾಗಿ ಜಬ್ಬಾರ್ ಮತ್ತು ವಿಸ್ಮಯಳ ಸ್ನೇಹ ಮತ್ತು ಹಿಂದಿನ ರಾತ್ರಿಯ ಮಸೀದಿ ಬಳಿಯ ಪ್ರಸಂಗವು ಪ್ರಣಯ ಪ್ರಸಂಗವಾಗಿ, ಅತ್ಯಾಚಾರ ಪ್ರಸಂಗವಾಗಿ ಒಬ್ಬೊಬ್ಬರ ಬಾಯಲ್ಲಿ ಒಂದೊಂದು ರೀತಿಯಲ್ಲಿ ಮಾರ್ಪಾಟಾಗಿತ್ತು. ವಿಸ್ಮಯಳನ್ನು ಮಸೀದಿಗೆ ಎಳೆದುಕೊಂಡು ಹೋಗಿದ್ದನೆಂತಲೂ, ಇದೊಂದು ಲವ್‌ಜಿಹಾದ್ ಎಂತಲೂ ಏನೇನೋ ವದಂತಿಗಳು ಹುಟ್ಟಿಕೊಂಡಿದ್ದವು. ಬೆಳಿಗ್ಗೆ ಆರೇಳು ಗಂಟೆಗೆಲ್ಲ ಹೋಟೆಲ್ ಬಳಿ ನೂರಾರು ಜನ ಸೇರಿಕೊಂಡಿದ್ದರು. ಅವರೆಲ್ಲ ಹಿಂದೂ ಮುಸಲ್ಮಾನ ಎಂದು ಇಬ್ಭಾಗವಾಗಿ ಹೋಟೆಲ್‌ಗೆ ನುಗ್ಗಿದರು. ಅವರಿಗೆಲ್ಲ ಹೋಟೆಲಿನ ಬೋರ್ಡ್ ನೋಡಿ ಮತ್ತಷ್ಟು ಸಿಟ್ಟೇರಿತು. "ಏನೋ ಲೋಫರ್? ತಿಂದಿದ್ದು ಹೆಚ್ಚಾಗಿ ನಮ್ಮ ಹುಡುಗಿಯರ ಮೇಲೆ ಕಣ್ಣಾಕಿದ್ದೀಯಾ? ಬಾರಿಸ್ರೋ ಇವನ್ನ. ಹೋಟೆಲ್ಗೆ ಯಾಕೆ ನಮ್ಮ ದೇವರ ಹೆಸರಿಟ್ಟಿದ್ದೀಯಾ? ಗಜಾನನ ನಿಮ್ಮ ದೇವರ ಹೆಸ್ರೇನೋ ಬೋಸುಡಿಕೆ?" ಎಂದು ಕೂಗುತ್ತಾ ಹಲವರು ಜಬ್ಬಾರನ ಮುಖ ಮಾರೆ ನೋಡದೆ ಬಾರಿಸತೊಡಗಿದರು. ವಿಸ್ಮಯಳ ಪರಿಚಯವಾದಂದಿನಿಂದ ಬಹಳ ಸ್ಮಾರ್ಟ್ ಆಗಿರುತ್ತಿದ್ದ ಜಬ್ಬಾರನ ಬಟ್ಟೆಬರೆಗಳೆಲ್ಲ ಕ್ಷಣದಲ್ಲಿ ಹರಿದು ಗಬ್ಬೆದ್ದು ಹೋದವು. ಅವನ ಭೀಮಬಲ ಇಂಗಿ ಹೋಗಿತ್ತು. ಅವನು ದಿಗ್ಭ್ರಾಂತನಾಗಿದ್ದ. ಮೂಗು ಬಾಯಿಂದ ರಕ್ತ ಸುರಿಯತೊಡಗಿತು. ಜನಜಂಗುಳಿಯ ಎದುರು ವಿಸ್ಮಯಳ ಹೆಸರೆತ್ತಲು ಜಬ್ಬಾರನಿಗೆ ಅಸಹ್ಯವಾಯಿತು. ಆದರೆ, "ಬೋರ್ಡ್ ನಾನು ಬರೆಸಿಲ್ಲ ಕಣಣ್ಣ. ಸಂಜೀವಪ್ಪರೇ ಬರೆಸಿದ್ದು. ಯೂಸುಫನ ಗುಜರಿ ಅಂಗಡಿಯಲ್ಲಿ ಬಿದ್ದಿತ್ತು. ಅದನ್ನೇ ಹಾಕಿಸಿದ್ದೇನೆ. ನಮ್ಮುಡುಗ ಕಾಶಿನೇ ಕೇಳಿ" ಎಂದ ಜಬ್ಬಾರ. "ಓಹ್! ಆ ಮಲಯಾಳಿ ಸಾಬಿ ಗುಜರಿ ಕುಡುಕ ಬೇರೆ ಇದ್ದಾನಾ ನಿಮ್ಮ ಜೊತೆ? ಸಾಬರೆಲ್ಲ

ಒಂದಾಗಿದ್ದೀರ!", ಜಬ್ಬಾರನಿಗೆ ಮುಂದೆ ಮಾತಾಡುವುದು ಕಷ್ಟವಾಯಿತು. ಸುತ್ತೂ ಜನ ಬಾರಿಸುತ್ತಿದ್ದರು. ಒಳನುಗ್ಗಿದ ಜನರು ಸಂಜೀವಪ್ಪನ ಕಾಲದಿಂದಲೂ ಇದ್ದ ಹಳೆಯ ಶೋಕೇಸನ್ನು ಒಡೆದು ಹಾಕಿದರು. ಅಲ್ಲಿದ್ದ ಟೇಬಲ್ ಕುರ್ಚಿಗಳ ಎತ್ತಿ ನೆಲಕ್ಕೆ ಅಪ್ಪಳಿಸಿದರು. ಮಾಡಿಟ್ಟಿದ್ದ ತಿಂಡಿಗಳನ್ನೆಲ್ಲ ಚೆಲ್ಲಾಡಿದರು. ವ್ಯಾಪಾರವಿಲ್ಲದೆ ಹೋಟೆಲ್ ಮುಚ್ಚಿದ್ದ ಕೆಲವರು, ಪಾನಗೋಷ್ಠಿಗಳು ರದ್ದಾಗಿ ಸಿಟ್ಟಾದ ಯುವಕರು ಮತ್ತು ಅನೇಕ ಜನ ಪರಿಚಿತರು, ಪರಸ್ಥಳದ ಅಪರಿಚಿತರು ಗುಂಪಿನಲ್ಲಿದ್ದರು.

ಹೋಟೆಲಿನ ಕಸಮುಸುರೆ ನೀರು ನಿಡೆ ನೋಡಿಕೊಳ್ಳುತ್ತಿದ್ದ ಕೆಲಸದ ಹೆಂಗಸು ಗಲಾಟೆ ಪ್ರಾರಂಭವಾದ ಕೂಡಲೇ ಎತ್ತಲೋ ದೌಡು ಹೊಡೆದಿದ್ದಳು. ಅಡುಗೆಭಟ್ಟ ಸೀತಾರಾಮು ಗೊತ್ತಾಗದಂತೆ ನಾಪತ್ತೆಯಾಗಿದ್ದ. ದಾಸ್ತಾನು ರೂಮಿನಲ್ಲಿ ಮೂಟೆಗಳ ನಡುವೆ ಬಚ್ಚಿಟ್ಟುಕೊಂಡಿದ್ದ ಕಾಶಿಯನ್ನು ಯಾರೋ ಎಳೆದು ತಂದರು. ಗುಂಪಿನಿಂದ ಯಾರೋ ಕೂಗಿದರು. "ಅವನು ಕಾಶಿಯಲ್ಲ. ಅವನೆಸರು ಕಾಶಿಂ. ಜಬ್ಬಾರ ಸುಳ್ಳು ಬೊಗಳ್ತಿದ್ದಾನೆ".

"ಸುಳ್ಳು ಬೊಗಳ್ತೀಯಾ" ಎಂದು ಮತ್ತೆ ಜಬ್ಬಾರನಿಗೆ ಹೊಡೆತ ಬಿದ್ದವು.

"ಇಲ್ಲಣ್ಣ, ಅವನೆಸರು ಕಾಶಿ. ಕಾಶಿಂ ಅಲ್ಲ. ದೇವ್ರಾಣೆ. ಧರ್ಮಸ್ಥಳದ ಮಂಜುನಾಥನಾಣೆ. ಕಾಶಿನೇ ಕೇಳಿ" ಎಂದು ಅಳುತ್ತಲೇ ಹೇಳಿದ ಜಬ್ಬಾರ.

"ಯಾಕಲೇ ತುರುಕ. ನಮ್ಮ ದೇವ್ರ ಮೇಲೆ ಆಣೆ ಮಾಡ್ತಿದ್ದೀಯ? ನಿಮ್ಮ ದೇವ್ರ ಮೇಲೆ ಆಣೆ ಮಾಡಲೇ".

"ಅಲ್ಲಾನಾಣೆ ಕಣಣ್ಣ. ನಾನು ಯಾವ ದೇವ್ರಿಗೂ ಅವಮಾನ ಮಾಡಿಲ್ಲ. ಈ ಸಲ ಗಣೇಶನ ಹಬ್ಬದಲ್ಲಿ ಚಪ್ಪರ ಹತ್ತಿ ಅಲಂಕಾರ ಮಾಡಲು ಸಹಾಯ ಮಾಡಿಲ್ವೇನಣ್ಣ?" ಎಂದ.

ಇದುವರೆಗೆ ಸುಮ್ಮನೆ ಚದುರಿ ನಿಂತಿದ್ದ ಮುಸಲ್ಮಾನರು ಗುಂಪುಗೂಡಿ ಮುಂದಕ್ಕೆ ನುಗ್ಗಿ ಬಂದು ಜಬ್ಬಾರನನ್ನು ಹಿಡಿದು, "ಏನೋ ನಮಕ್‌ಹರಾಮ್, ಗಾಂಚಲಿ ಮಾಡ್ತಿದ್ದೀಯ. ಇಷ್ಟು ವರ್ಷ ಒಂದು ಸಲ ಮಸೀದಿಗೆ ಬಂದಿಲ್ಲ, ಇಲ್ಲಿ ನೋಡಿದರೆ ಅವರ ದೇವರ ಹೆಸರಲ್ಲಿ ಹೋಟೆಲಿಟ್ಟು ನಮ್ಮ ದೇವರ ಮೇಲೆ ಆಣೆ ಮಾಡ್ತಿದ್ದೀಯ, ಸುವ್ವರ್" ಎಂದು ಹೊಡೆಯತೊಡಗಿದರು. ಅವರಿಗೆ ಧರ್ಮದ್ರೋಹಿ ಮತ್ತು ನಾಸ್ತಿಕನಾದ ಜಬ್ಬಾರನನ್ನು ಥಳಿಸುವುದರಲ್ಲಿಯೇ ಧಾರ್ಮಿಕ ಭಾವ ಜಾಗೃತಗೊಂಡು ಉಕ್ಕತೊಡಗಿತು. ಜಬ್ಬಾರ್ ಆ ಕಡೆ ಈ ಕಡೆ ಬೀಳುತ್ತಾ, ಮೇಲೇಳಲಾರದೆ ನೆಲದ ಮೇಲೆ ಉರುಳಿಕೊಂಡ. 'ಈ ಸಲ ರಂಜಾನ್‌ನಲ್ಲಿ ನಾಕು ದಿನ ಇಫ್ತಾರ್‌ಗೆ ಬಾತ್ ಕಳಿಸಿದ್ದೆನಲ್ಲಣ್ಣ' ಎಂದ ಜಬ್ಬಾರನ ಮಾತು ಯಾರೂ ಕಿವಿಯ ಮೇಲೆ ಹಾಕಿಕೊಳ್ಳಲಿಲ್ಲ. ಕಾಲಲ್ಲಿ ಝಾಡಿಸುತ್ತಾ, "ಕಾಫಿರ್‌ಗಳನ್ನು

ಮದುವೆಯಾಗ್ತೀಯ? ಚೋದಿ ಮಗನೆ, ನಮ್ಮಲ್ಲಿ ಹುಡುಗಿಯರಿಲ್ವ?" ಎಂದು ವಿಸ್ಮಯಳ ಸುದ್ದಿ ಎತ್ತಿದರು. ಎರಡೂ ಕಡೆಯಿಂದ ಏಟು ತಿಂದು ಜಬ್ಬಾರ ಸಾಯುವಂತಾಗಿದ್ದ.

ಕಾಶಿಯನ್ನು ವಿಚಾರಿಸಿಕೊಳ್ಳುತ್ತಿದ್ದವರು ಅವನು ಪುಟ್ಟ ಬಾಲಕ ಎಂಬುದನ್ನೂ ನೋಡದೆ ಹೊಡೆಯುತ್ತಾ, "ಚೋಟುದ್ದ ಇದ್ದೀಯ, ಈಗ್ಲೇ ಸುಳ್ಳು ಹೇಳ್ತೀಯೇನಲೇ?" ಎಂದು ಎರ್ರಾಬಿರ್ರಿ ಹೊಡೆಯತೊಡಗಿದರು. "ನೀನು ಕಾಶಿನೋ, ಕಾಶಿಮನೋ ಬೊಗಳು" ಎಂದು ಕೂಗುತ್ತಿದ್ದರು. ಅವನ ಉತ್ತರ, "ಗೋಪಾಲಪುರದ ನಿಂಗಣ್ಣನ ಮಗ ನಾನು. ನನ್ನ ಹೆಸರು ಕಾಶಿ" ಎಂಬುದು ಯಾರ ಕಿವಿಯ ಮೇಲೂ ಬೀಳಲಿಲ್ಲ. ಕಾಶಿ ಹೆದರಿ ಉಚ್ಚೆ ಹುಯ್ದುಕೊಂಡಿದ್ದ. ಅವನ ದುಃಖ ಅಳತೆಗೆ ಮೀರಿದುದಾಗಿತ್ತು. ಹತ್ತು ವರ್ಷದವನಾದರೂ ಎತ್ತಿಕೊಳ್ಳಬಹುದಾದಷ್ಟು ಚಿಕ್ಕ ದೇಹದವನಾಗಿದ್ದ.

ಇಬ್ಬರಿಗೂ ಸಾಯುವುದು ನಿಶ್ಚಿತವೆಂದೂ, ಸತ್ತು ಹೋದರೇ ಉತ್ತಮವೆಂದೂ ಅನಿಸತೊಡಗಿತು. ಊರಿನ ಪೋಲೀಸರು ಥಳಿತವನ್ನೆಲ್ಲಾ ನೋಡುತ್ತಾ ನಿಂತಿದ್ದರು. ಅವರಿಗೆ ಯಾರಿಂದ ಏನು ಫೋನು ಬಂದಿತ್ತೋ? ಹಿಂದಿಲ್ಲದ ಮುಂದಿಲ್ಲದ ಜಬ್ಬಾರ್ ಮತ್ತು ಕಾಶಿಯಂಥವರಿಗೆ ಅನ್ಯಾಯವಾದರೆ, ಅಥವಾ ಸಾವು ನೋವಾದರೆ ಅವರಿಗೆ ಯಾವ ಹೆದರಿಕೆಯೂ ಇರಲಿಲ್ಲ.

ಹೊರಗಡೆ ರಸ್ತೆಯಲ್ಲಿ ಜನ ನಾಲ್ಕಾರು ಬಸ್ಸುಗಳನ್ನು ತಡೆ ಹಾಕಿದ್ದರು. ಯಾವುದೇ ಹತೋಟಿಯಿಲ್ಲದ ಸಾವಿರಾರು ಜನ ರಸ್ತೆಯಲ್ಲಿ ಫರ್ಲಾಂಗಿನಷ್ಟು ದೂರ ಕಿರುಚಾಡುತ್ತಾ ಮಲೆತು ನಿಂತಿದ್ದರು. "ಇಬ್ಬರು ಉಗ್ರಗಾಮಿಗಳನ್ನು ಸಾರ್ವಜನಿಕರೇ ಹಿಡಿದಿದ್ದಾರೆ" ಎಂದು ಸುದ್ದಿ ಹಬ್ಬಿತು. ಜನ ಹಿಂಡು ಹಿಂಡಾಗಿ ಹೋಟೆಲ್ ಮತ್ತು ಪೋಲೀಸ್ ಠಾಣೆ ಕಡೆ ನುಗ್ಗತೊಡಗಿದರು. ಬಸ್ಸಲ್ಲಿ ಕುಳಿತ ಪ್ರಯಾಣಿಕನೊಬ್ಬ, "ಉಗ್ರಗಾಮಿಗಳೀಗ ಹಳ್ಳಿಗೂ ನುಗ್ಗಿದ್ದಾರಲೇ ತಾಯಿಗ್ಗಂಡರು. ಬಿಡಬ್ಯಾಡ್ರಿ ಸಾಯಿಸಿ ಅವರ್ನ" ಎಂದು ಊರಿಗೆ ಕೇಳುವಂತೆ ಅಬ್ಬರಿಸಿದ. ತಡೆ ಹಾಕಿದ್ದ ಲಾರಿಯ ಡ್ರೈವರ್ ಒಬ್ಬನು ಮಾತ್ರ ಹೋಟೆಲೊಳಗೆ ಹೋಗಿ ಸನ್ನಿವೇಶವನ್ನು ಪರಿಶೀಲಿಸತೊಡಗಿದ.

ನೆಲದ ಮೇಲೆ ಬಿದ್ದಿದ್ದ ಜಬ್ಬಾರನನ್ನು ನಿಲ್ಲಿಸಿ ತಪ್ಪು ದೇವರ ಹೆಸರಲ್ಲಿ ಹೋಟೆಲ್ ಹೆಸರು ಬರೆಸಿದ್ದಕ್ಕೆ ಅಲ್ಲಾಹುವಿನಲ್ಲಿ ಕ್ಷಮೆ ಯಾಚಿಸಬೇಕೆಂದು ಸಾಹೇಬರೊಬ್ಬರು ಹೇಳಿದ್ದೇ ತಡ, ಹಿಂದೂಗಳ ಕಡೆಯವನೊಬ್ಬ, "ಏಯ್ ಮಾತು ವಾಪಸ್ ತಗಳಯ್ಯ. ಯಾವುದಯ್ಯ ತಪ್ಪು ದೇವ್ರು? ನಿಮ್ಮ ದೇವ್ರು ಬೋಗಸ್, ನಮ್ಮ ದೇವ್ರು ಒರಿಜನಲ್ಲು" ಎಂದು ವಾಚಾಮಗೋಚರ ಬೈಯ್ಯತೊಡಗಿದ್ದೇ, "ಜೈ ಶ್ರೀರಾಮ್", "ಅಲ್ಲಾಹು ಅಕ್ಬರ್" ಕೂಗುಗಳು ಶುರುವಾಗಿ ಒಬ್ಬರಿಗೊಬ್ಬರು ಬಡಿದಾಡಿಕೊಳ್ಳತೊಡಗಿದರು.

ಎರಡು ಕಡೆಯವರೂ ಒಂದು ಕ್ಷಣ ಜಬ್ಬಾರ್ ಮತ್ತು ಕಾಶಿಯನ್ನು ಮರೆತುಬಿಟ್ಟರು. ಊರಿನ ದೊಡ್ಡವರ ಮಧ್ಯೆ ಗಲಾಟೆ ಪ್ರಾರಂಭವಾದದ್ದೇ ಪೋಲೀಸರು ನುಗ್ಗಿ ಬಂದು ಲಾಠಿ ಚಾರ್ಜ್ ಮಾಡತೊಡಗಿದರು. ಜನ ದಿಕ್ಕಾಪಾಲಾಗಿ ಓಡತೊಡಗಿ ಕಾಲ್ತುಳಿತವಾಗಿ ಕೂಗಾಟ, ನರಳಾಟ ಮುಗಿಲು ಮುಟ್ಟಿತು. ಜಬ್ಬಾರನನ್ನು ಹಿಂದೂ ಮುಸಲ್ಮಾನರಿಬ್ಬರೂ ಹೊಡೆಯುತ್ತಿದ್ದದ್ದು ನೋಡಿ ಕೆಲವರಿಗೆ ತಾವು ಯಾರನ್ನು ತದುಕಬೇಕೆಂದರಿಯದೆ ಗಲಿಬಿಲಿಗೊಳಗಾದರು.

ಆ ಗಲಾಟೆಯಲ್ಲಿ ಲಾರಿ ಡ್ರೈವರನು, ಜಬ್ಬಾರ್ ಮತ್ತು ಕಾಶಿಯನ್ನು ಮೆಲ್ಲಗೆ ಟವಲಿನಲ್ಲಿ ಮುಖಮುಚ್ಚಿ ಲಾರಿಗೆ ವರ್ಗಾಯಿಸಿದ. ಲಾರಿಯಲ್ಲಿ ಯಾರಿಗೂ ಕಾಣದಂತೆ ತಾಡಪಾಲು ಹೊದ್ದುಕೊಂಡ ಜಬ್ಬಾರನು ಕಾಶಿಯನ್ನು ತಾಡಪಾಲಿನೊಳಗೆ ಸರಿಸಿಕೊಂಡ. ಹೌದೋ ಅಲ್ಲವೋ ಎನ್ನುವಂತೆ ಲಾರಿ ನಿಧಾನವಾಗಿ ಜಾಗ ಖಾಲಿ ಮಾಡಿತು. ನಿರಂತರವಾಗಿ ಬಿಕ್ಕಳಿಸಿ ಅಳುತ್ತಿದ್ದ ಕಾಶಿಗೆ ಜಬ್ಬಾರ್ ತನ್ನ ಕಂಪಿಸುತ್ತಿದ್ದ ಕೈಗಳಿಂದ ಸವರಿ ಸಾಂತ್ವನಗೊಳಿಸತೊಡಗಿದ.

ಆ ದಿನದ ನಂತರ ಹೋಟೆಲು ಮತ್ತೆ ತೆರಯಲೇ ಇಲ್ಲ. ಒಂದಷ್ಟು ದಿನ ಮಂತ್ರಿ, ಶಾಸಕ, ಅಧಿಕಾರಿಗಳು, ಪೊಲೀಸ್ ಮತ್ತು ಅವರ ಬೂಟು, ಲಾಠಿಗಳು ಶಬ್ಧ ಮಾಡಿದವು. ನಂತರ ಎಲ್ಲವೂ ಸ್ತಬ್ಧ. ಹುಡುಗರನ್ನು ಹೊತ್ತೊಯ್ದಿದ್ದ ಲಾರಿ ಡ್ರೈವರ್, ಜಬ್ಬಾರ್, ಕಾಶಿ ಮತ್ತೊಮ್ಮೆ ಯಾರ ಕಣ್ಣಿಗೂ ಬೀಳಲಿಲ್ಲ. ಹೀಗಾಗಿ ಜಬ್ಬಾರ್ ಮತ್ತು ಕಾಶಿ ಸತ್ತರೇ? ಬದುಕಿದರೇ? ಎಲ್ಲಿದ್ದಾರೆ? ಮುಂತಾದ ಯಾವ ವಿವರಗಳೂ ಗೊತ್ತಾಗಲೇ ಇಲ್ಲ. ಲಾರಿ ಹೋಗಿದ್ದು ಮುಂಬೈಗೋ? ದಿಲ್ಲಿಗೋ? ಕಲ್ಕತ್ತೆಗೋ?

ಒಂದು ಕಾಲಕ್ಕೆ ಜನರಿಂದ ಗಿಜಿಗುಡುತ್ತಿದ್ದ ಹೋಟೆಲ್ ಕಟ್ಟಡವು ಹಾಳುಬಿದ್ದು ನಿಂತಿತ್ತು. ಇಷ್ಟು ವರ್ಷ ಹೋಟೆಲಾಗಿ, ಬಾಡಿಗೆ ದುಡಿದಿದ್ದ ಆ ಕಟ್ಟಡವನ್ನು ಬಾಡಿಗೆಗೆ ಪಡೆಯಲು ಯಾರೊಬ್ಬರೂ ಮುಂದೆ ಬರಲಿಲ್ಲ. ಕೆಲವರು ಅದನ್ನು ಸಂಜೀವಪ್ಪನ ಹೋಟೆಲೆಂದೂ ಮತ್ತೆ ಕೆಲವರು ಜಬ್ಬಾರನ ಹೋಟೆಲೆಂದೂ ಕರೆಯುತ್ತಿದ್ದರು. ಜಬ್ಬಾರ್, ಕಾಶಿ ಇಬ್ಬರೂ ಸತ್ತು ದೆವ್ವಗಳಾಗಿ ಕಟ್ಟಡವನ್ನು ಸೇರಿಕೊಂಡಿದ್ದಾರೆಂದೂ, ರಾತ್ರಿಯೆಲ್ಲ ಅವರು ಅಳುವ, ಬಿಕ್ಕುವ ಶಬ್ಧ ಕೇಳಿಸುತ್ತದೆಂದು ಜನ ಮಾತಾಡಿಕೊಳ್ಳತೊಡಗಿದರು. ಜನ ಅಲ್ಲಿ ನಿಲ್ಲಲು ಅಥವಾ ಕಿಟಕಿಯಲ್ಲಿ ಒಳಗೆ ಇಣುಕಲು ಸಹ ಭಯಪಡುವಂತಾಯಿತು.

ಆದರೆ ಒಬ್ಬ ಹೆಣ್ಣುಮಗಳು ಮಾತ್ರ ದಿನವೂ ಹೋಟೆಲ್ ಮತ್ತು ಬಸ್ ನಿಲ್ದಾಣದ ಬಳಿ ಗಂಟೆಗಟ್ಟಲೆ ಪಯಣಿಗರ ಗಮನಿಸುತ್ತಾ ನಿಲ್ಲುತ್ತಾಳೆ. ಅವಳು ವಿಸ್ಮಯ. ಅವಳ ಮುಖದ ಮೇಲೆ ಸಂತೋಷ, ಸಂಕಟ, ನಿರಾಶೆ, ಭರವಸೆಯ

ಭಾವಗಳು ಹರಿದಾಡುತ್ತವೆ. ಅವಳ ಅಂತರಂಗ ಪಿಸುಗುಡುತ್ತದೆ: ಹಿಂದೊಮ್ಮೆ ಹೇಳದೆ ಕೇಳದೆ ಅವತರಿಸಿದ್ದ ಜಬ್ಬಾರ ಇಂದೂ ಅವತರಿಸಲಾರನೇ? ನನ್ನ ಮತ್ತು ಜಬ್ಬಾರನ ಪ್ರೀತಿಗೆ ಸೋಲಿಲ್ಲ. ಅದು ಗೆದ್ದೇ ಗೆಲ್ಲುತ್ತದೆ. ಗೆಲುವಿನ ಕ್ಷಣಕ್ಕಾಗಿ ಕಾಯುತ್ತೇನೆ. ಪ್ರೀತಿ ಬತ್ತಿರುವ ಕಾಲಕ್ಕೆ ಪ್ರೀತಿಯ ಪಸೆ ಕಾಣಿಸುತ್ತೇನೆ. ಯಾವ ಲಾರಿ ಬಸ್ಸು ಕಾರನ್ನಿಳಿದು ಜಿಗಿದು ಬರುವನೋ ಜಬ್ಬಾರ? ಪೆಡಲ್ಲು ತುಳಿಯುತ್ತಾ, ಬೆಲ್ಲು ಮಾಡುತ್ತಾ, ನಗೆಯ ಚೆಲ್ಲುತ್ತಾ ಯಾವ ಕ್ಷಣದಲ್ಲಿ ಆಗಮಿಸುವನೋ ಜಬ್ಬಾರ ನನ್ನ ಬಳಿ?

ಮರುಕ್ಷಣವೇ ಅನುಮಾನ ದಟ್ಟೈಸುತ್ತದೆ. ಬರಲು ಜಬ್ಬಾರ ಬದುಕಿರುವನೇ? ಜಬ್ಬಾರ ಬಂದಾನೋ? ಬಾರನೋ? ಜಬ್ಬಾರ ಬಾರ!

ಜಗದೆಲ್ಲ ನೋವನ್ನು ಕರಗಿಸಿಕೊಂಡ ಕಣ್ಣೀರು ಅವಳ ಕೋಮಲ ಕೆನ್ನೆಗಳ ಮೇಲೆ ಧುಮ್ಮಿಕ್ಕುತ್ತವೆ.

*(ಸಮಾಜಮುಖಿ ಪತ್ರಿಕೆಯ ಕಥಾಸ್ಪರ್ಧೆ–2022ರಲ್ಲಿ ಮೆಚ್ಚುಗೆ ಪಡೆದಿದೆ)*

* 9 7 8 8 1 9 6 9 9 8 8 8 2 *
FCW - #0230 - 061026 - C0 - 216/140/6 - PB - 9788196998882 - Matt Lamination